நளினி ஜமீலா
(ஒரு பாலியல் தொழிலாளியின் சுயசரிதை)

நளினி ஜமீலா

(ஒரு பாலியல் தொழிலாளியின் சுயசரிதை)

திருச்சூரின் பக்கத்திலுள்ள கல்லூரில் பிறந்தார். தந்தை: நெல்லிப்பரம்பில் ராகவன், தாய்: பணிக்கப்பரம்பில் கல்யாணி. கூலித்தொழிலாளியாகயிருந்து இருபத்து நான்காம் வயதில் பாலியல் தொழிலுக்கு வந்தார். கேரளா 'செக்ஸ் ஒர்க்கர்ஸ்' அமைப்பில் செயல்பட்டு வருகிறார். 'ஜுவாலாமுகிகள்', *'A Peep into the Silenced'* என்ற இரண்டு ஆவணப்படங்கள் தயாரித்திருக்கிறார். மூத்த மகள் லதாவுக்கு இரண்டு குழந்தைகள். இரண்டாவது மகள்: ஸீனத், கணவர்: சுதீர்.

நளினி ஜமீலா

(ஒரு பாலியல் தொழிலாளியின் சுயசரிதை)

மலையாளத்திலிருந்து தமிழில்:
குளச்சல் யூசுஃப்

காலச்சுவடு பதிப்பகம்

● அன்பார்ந்த வாசகருக்கு,

வணக்கம்.

காலச்சுவடு நூலை வாங்கியமைக்கு நன்றி.

நூலின் உள்ளடக்கம், உருவாக்கம், அட்டைப்படம் இன்ன பிற அம்சங்கள் பற்றிய உங்கள் கருத்துகளையும் ஆலோசனைகளையும் காலச்சுவடு வரவேற்கிறது. தகவல், எழுத்து, வாக்கியப் பிழைகள் தென்பட்டால் அவசியம் தெரிவித்து உதவுங்கள். நூல் தயாரிப்பில் கடும் குறைபாடு இருப்பின் மாற்றுப் பிரதி உங்களுக்குக் கிடைக்கக் காலச்சுவடு ஏற்பாடு செய்யும்.

மின்னஞ்சல்: **publisher@kalachuvadu.com**

காலச்சுவடு நாகர்கோவில் அலுவலகத்திற்குக் கடிதம் அனுப்பலாம்.

தங்கள்
எஸ்.ஆர். சுந்தரம் (கண்ணன்)
பதிப்பாளர் — நிர்வாக இயக்குநர்

நளினி ஜமீலா/ ஒரு பாலியல் தொழிலாளியின் சுயசரிதை /மலையாளத்தி லிருந்து தமிழில்: குளச்சல் யூஃசுப் /©நளினி ஜமீலா /முதல் பதிப்பு: டிசம்பர் 2006, பத்தொன்பதாம் பதிப்பு: ஏப்ரல் 2025/வெளியீடு: காலச்சுவடு பப்ளிகேஷன்ஸ் (பி) லிட்., 669 கே.பி. சாலை, நாகர்கோவில் 629001

naLini jamiilaa / Autobiography of a sex worker / Translated from Malayalam by: Colachel Yoosuf / © Nalini Jamila / Language: Tamil / First Edition: December 2006, Nineteenth Edition: April 2025 / Size: Demy 1x8 /Paper: 18.6 kg maplitho / Pages: 184

Published by Kalachuvadu Publications Pvt. Ltd., 669 K.P. Road, Nagercoil 629001, India / Phone: 91-4652-278525 / e-mail: publications @kalachuvadu.com / Printed at Print Point Offset Printers, Nagercoil 629001

ISBN: 978-81-89359-66-9

04/2025/S.No.186, kcp 5699, 18.6 (19) ass

தலைசாய்க்க ஓர் இடமில்லாமல்
தெருவில் உறங்க விதிக்கப்பட்ட
பாலியல் தொழிலாளர்களுக்கு...

பொருளடக்கம்

மொழிபெயர்ப்பாளரின் முன்னுரை · 13

முதல் அத்தியாயம்

கல்வி · 17
வீடு · 19
மண்மடையில் · 24
இட்டா மாஸ்டர் · 27
பெரிய இடத்துப் பெண் · 30
டெக்கான் மிட்டாய் · 31
கல்யாணம் · 33

இரண்டாவது அத்தியாயம்

புதியபாதை, புதியவேலை · 37
ஜரிகை வேட்டியுடுத்திய ஒரு ஆள் · 38
கம்பெனி வீடு · 40
மகிழ்ச்சியான நாட்கள் · 41
மகாராணி · 43
மனநிலை சரியில்லாதவள் · 45
ரெய்டும் சேலையும் · 46
விசுவநாதனின் பயிற்சிப்பட்டறைகள் · 47
மங்கலாபுரத்தில் · 53
வெள்ளைக்காரனின் மோதிரம் · 54

மூன்றாவது அத்தியாயம்

மீண்டும் தாம்பத்யம்	57
ஹராம்	58
திரும்பவும் திருச்சூருக்கே	59
நீண்ட கால தாம்பத்ய வாழ்க்கை	63
மகளின் கல்வி	65
உதகமண்டலத்தில் வியாபாரம்	67
வீரப்பனின் சிங்கம்	70
மகளுடன் தெருவில்	71
மெடிக்கல் காலேஜில்	80
மீண்டும் பாலியல் தொழிலில்	89

நான்காவது அத்தியாயம்

தொழிலாளர் அமைப்பு	92
முதல் பொதுக்கூட்டப் பேச்சு	95
ஆபத்துகள்	99
மரணத்தின் விளிம்பில்	105
அம்மு	108
சகபாடிகள்	111
சிறையில்	115
ஜெயஸ்ரீ	117
தாய்லாந்து பயணம்	119
பால்சன் ர.ஃபேல், மைத்ரேயன்	123
சுஜாதா, ராஜ் தோமஸ்	125
மகளின் திருமணம்	127
பங்களாதேஷ் காலனி	130

ஐந்தாவது அத்தியாயம்

ஏ.கே. கோபாலனுக்கு இளநீர் கொடுத்தவள்	136
அம்மா	138
சத்யனின் மரணம்	140
யாருடைய வளையல்	142
நளினி, ஜமீலா	143
ஊடகத் தொடர்புகள்	148

ஆறாவது அத்தியாயம்

மறுவாழ்வு	152
பாலியலை விற்கலாமா?	157
குலுங்கும் கார்கள்	159
ஆண்கள்; அன்றும் இன்றும்	162

ஏழாவது அத்தியாயம்

பணம்	170

மொழிபெயர்ப்பாளரின் முன்னுரை

சமூக உன்னதர்களின் வரலாறுகளைப் பதிவு செய்ததன் மூலம் காலங்களின் மீது ஜிகினாத்தாள் ஒட்டும் வரலாற்றுருவாக் கம்தான் பெருமளவுக்கு இதுவரை நிகழ்ந்து கொண்டிருந்தது. அதிகாரப் பீடங்களின் வரலாற்றுப் பெட்டகங்கள் அரசியல் காரணங்களுக்காக உடைக்கப்பட்டு, உன்னதர்களின் தரவரிசை குலைக்கப்பட்டு, மீண்டும் புதைக்கப்படுகிறது. இது, நாளைய மனிதர்களைக் கூறு போடுவதற்கான இன்றைய ஏற்பாடு. இதற்கு மாற்றாக மட்டுமல்ல, இணையாகவும் வரலாற்றைச் சரிவரப் புரிந்து கொள்ளவும், கீழிருந்தும் வரலாற்றைப் பார்க்கும் விதமாக விளிம்புநிலை வாழ்வியல்களைப் பதிவு செய்வதற்கான தேவை இன்று உருவாகியிருக்கிறது. காலம், அம்மணமாகத் திரிந்த கோலத்தைத் திரைநீக்கிக் காட்டும் முயற்சி இது.

ஒழுக்கத்தை போதனையாக மாற்றிக்கொண்ட சமூகத்தைப் பிரதிநிதித்துவப்படுத்தும் எழுத்தாளர்கள், நளினி ஜமீலாவின் இந்நூலுக்கு முன்னுரை எழுதத் தயங்கியபோது ஆர்வமுடன் முன்வந்து எழுதியவர் புனத்தில் குஞ்ஞப்துல்லா.

புகழ்பெற்ற தமிழ் எழுத்தாளர் ஒருவர் சொன்னார்: 'நளினி ஜமீலாவின் சுயசரிதையை மொழிபெயர்க்க விரும்பி நான் பேசினேன். ஏற்கனவே இதை ஒருவர் செய்து கொண்டிருப்பதாக வும் அது நீங்கள்தான் என்பதையும் அறிந்து வேண்டாமென்று விட்டுவிட்டேன். மட்டுமல்ல, இந்த எளவைப் போட்டு எழுதிட் டிருக்க வேண்டாண்ணு மடிச்சிட்டேன்.' இவர்களைப் போன்றவர்கள் தான், கைக்குழந்தையுடன் பேருந்து நிலையங்கள் தோறும் பாலியல் தொழில்செய்ய நிற்கும் பச்சை உடல்களை, அதற்கான காரணங்கள் குறித்த கவலைகளின்றி, தார்மீகக் கண்ணாடியணிந்து, காமத்துடன் கோபம் காட்டும் ஒழுக்கவாதிகளின் பிரதிநிதிகள். இதுபோன்ற கபட வேடங்களின் குப்பைத் தொட்டியைத்தான் நாம் இன்னமும் ஒழுக்கமென்று நம்பிக் கொண்டிருக்கிறோம்.

அந்தப்புரங்கள், அம்மச்சி வீடுகள், தேவதாசிகளென்று வரலாறுகளெங்கும் அரசனுக்கும் ஆண்டவனுக்கும் அண்மையில் இடம்பெற்ற கலைக்கும் கலை சார்ந்த பெருமைகளுக்கும் அடிப்படையாக வாழ்ந்த இவர்கள், சட்டப் புனரமைப்பால் உருவான அறவியலின் காரணமாக பிறகு, பரத்தையர், தேவிடிச்சி, கூத்தச்சி என்றெல்லாம் இழிவாகக் குறிப்பிடப்பட்டனர்.

பலதார பாலியல் குணமென்பது ஆதிக்கூறுகள் சார்ந்த மானுடப் பண்பு. தனிநபர் சொத்துரிமையும் குடும்பமெனும் வரையறைகளால் கட்டுவிக்கப்பட்ட ஒழுக்க மரபுகளும் இந்த ஆதிக்கூறுகளை ரகசியத் தன்மைக்குள்ளாக்கியது. மீறல்களையே விதியாகக் கொண்ட இந்த மரபுகள், காலங்காலமாக ரகசியங்களைப் பேணிப் பாதுகாத்து வருகின்றன. அறவொழுங்குகளை வரையறை செய்த அரசர்களால் இந்த ரகசியம் அம்பலமேறி அரசனுக்கும் ஆண்டவனுக்கும் அண்மையில் அமர்ந்திருந்தது. அது, பாலியல் தொழிலின் பொற்காலம்.

அஞ்சுகின்ற கச்சேரி ஆள்சேவ கர்வந்தால்
வஞ்சிஅவர் ஈந்ததைநீ வாங்கிக்கொள் – கொஞ்சமென
எண்ணாதே கைமுதல்மற்று என்னபோம் ஓர் செம்பு
தண்ணீர்போம் நாமிடும்பொய்ச் சத்தியம்போம் – பெண்ணணங்கே
வா என்று அழைப்பார் மணியப் பிலுக்கர் சும்மா
போ என்று சொன்னாலும் பொல்லாப்பு – பாவையே
சாதனையாய்ச் சேலையிலே தம்பலத்தின் சாறுமிழ்ந்து
சூதகம் ஆ னேன் என்று தூர இரு . . .

– கூளப்ப நாயக்கன் காதல்

○

நளினி ஜமீலாவின் இந்த சுயசரிதை திருத்தியெழுதப்பட்ட மறுபதிப்பு. முதலில் தொகுக்கப்பட்ட அவரது பாலியல் தொழிலாளியின் சுயசரிதை கேரளத்தில் எந்த அளவுக்கு அதிர்வுகளை உருவாக்கியதோ அதே அளவுக்கு திருத்தியெழுதப்பட்டதும் விவாதத்திற்குள்ளானது. ‘உலகில் சுயசரிதையைத் திருத்தியெழுதியவர் யாருமில்லை. இதற்கு எந்த முன்னுதாரணங்களும் கிடையாது.’ நளினி ஜமீலா தனக்கே உரித்தான எளிமையான நியாயங்களுடன் இதனை எதிர்கொண்டார். ‘நான் இந்தத் தொழிலுக்கு வந்தது யாரையும் முன்னுதாரணமாகக் கொண்டல்லவே. எனவே இந்த முன்னுதாரணத்தை உருவாக்கிக் கொண்டவளும் நானாகவே இருக்கட்டும்.’

திருத்தப்பட்ட மற்றும் திருத்தப்படாத இரண்டு நூல்களையும் மொழிபெயர்த்தவன் என்ற நிலையில் என்னால் புரிந்துகொள்ள முடிந்தவை நளினி ஜமீலா சொல்ல, அவற்றைத்

தொகுத்தவர், மூலப்பிரதியைத் தொலைத்துவிட்ட நிலையில் தன் நினைவுகளிலிருந்து எழுதிக் கொண்டதாகக் குறிப்பிடுகிறார். முன்னதில், தகவல் பிழைகளோ விடுபடல்களோ இல்லை யென்றாலும் தொகுத்தவரின் சார்பு விவரணைகள் சில இடம் பெற்றிருந்தன. திருத்தப்பட்ட இந்தப் பிரதியை நளினியே எழுதிய தால் அவை தவிர்க்கப்பட்டுள்ளன. இதுதான் இரண்டிற்குமான வேறுபாடு.

○

எனது எழுத்துச் செயல்பாடுகளுக்குப் பின்புலமாக இருப்பதுடன் எல்லாவகையிலும் உறுதுணையாக இருந்து வரும் தமிழ்நாடு கலை இலக்கியப் பெருமன்றத் தோழர்களுக்கும் இந்நூலை வழக்கம்போல் அழகிய முறையில் அச்சாக்கம் செய்து வெளி யிடும் காலச்சுவடு பதிப்பகத்தாருக்கும். மொழிபெயர்ப்பதற்கான நூல்களைத் தெரிவு செய்வதில் முக்கியப் பங்கினை வகிக்கும் காலச்சுவடு கண்ணனுக்கும் மிகுந்த நன்றியைத் தெரிவித்துக் கொள்கிறேன்.

குளச்சல் மு. யூசுப்

அத்தியாயம் 1

முதல் நினைவு : எனக்கு அப்போது மூன்று வயது இருக்கலாம். அப்பாவழிப் பாட்டி நான்கு கால்களில் நடந்து வந்த காட்சி எனக்கு நினைவிருக்கிறது. எழுந்து நடமாட அவளால் இயலாது. என் தம்பி அவளைக் கண்டதுமே வாய் பிளந்து அலறத் தொடங்கினான். அவள் மிதமிஞ்சிய ஆர்வத் துடன் அவனைத்தாலாட்ட முயற்சி செய்தாள். அவளுக்கு அப்போது தொண்ணூறு வயது. நானும் பயந்துவிட்டேன். பாட்டிதான்; பயப்பட வேண்டாமென்று மற்றவர்கள் தைரியம் சொன்னார்கள். நான்கைந்து வயதானபோது அந்த பயம் மாறியிருந்தது. இப்போதுகூட என் மனதில் அலறிக் கொண்டி ருக்கும் குழந்தையை நான்கு கால்களில் நின்று கொஞ்சும் பாட்டி நிற்கிறாள்.

கல்வி

அண்ணன் முதன்முதலாகப் பள்ளிக்கூடத்திற்குச் சென்று வந்து புது சிலேட்டில் எழுதத் தொடங்கினான். எனக்கு அந்த சிலேட் வேண்டுமென்று அடம் பிடித்தேன். அப்போது எனக்கு நான்கு வயதிருக்கும், அண்ணனுக்கு ஆறு வயது. அழுது அடம் பிடித்தும் அந்த சிலேட் எனக்குக் கிடைக்க வில்லை. வீடு, அதட்டலும் கூப்பாடுமாக இருந்தது. நான் சிலேட்டைப் பிடித்து வாங்கி ஓங்கி, தரையில் எறிந்தேன். அப்பாவிடமிருந்து நல்ல அடியும் வாங்கினேன்.

தொந்தரவு தாங்க முடியாமல் அண்ணனுடன் பள்ளிக் கூடத்தில் என்னையும் சேர்த்துவிட்டார்கள். என்னை வகுப் பறையில் உட்காரவைத்துவிட்டு அண்ணன் அவனது வகுப்புக்குச் சென்றான். நான் அங்கிருக்காமல் இரும்புக் கேட்டின்

பக்கத்திலிருந்த தூணுக்குப் பின்னால் வந்து நின்றேன். டீச்சர், வகுப்பறையில் வந்து பார்த்தபோது என்னைக் காணவில்லை. அண்ணன் அவளை வகுப்பில்தான் உட்கார வைத்தேன் என்று சொன்னான். ஆளைக் காணவில்லை. டீச்சருக்குப் பதற்றமாகி விட்டது. நான் மதிலோரமாகச் சாய்ந்து மழையில் நனைந்து கொண்டிருந்தேன். கடைசியில் டீச்சர் என்னைக் கண்டுபிடித்து தூக்கிக் கொண்டு போனார். ஆரம்பத்தில் பள்ளிக்கூடத்தைப் பற்றி மனதிற்குள்ளிருந்த பயம் அதோடு விலகியது. டீச்சர் அப்போது வெள்ளை நிறத்தில் சாரி உடுத்தியிருந்தார். அதற்குப் பிறகு நான் அங்கிருந்து அசையாமலிருப்பதில் டீச்சர் மிகக் கவனமாக இருந்தார். டீச்சர் சொல்லும் எழுத்துக்களைச் சரியாக எழுதினால் உடனே நல்ல பிள்ளை என்பார். அப்போது எனக்கு விவரிக்க முடியாத மகிழ்ச்சி ஏற்படும்.

ஒன்பது வயதில் படிப்பு நின்றது. அப்போது மூன்றாம் வகுப்பு பாஸாகியிருந்தேன். மேலும் ஒரு வருடம் என்னைப் படிக்க வைக்க நினைத்தார் அப்பா. அந்தப் பள்ளிக்கூடத்தில் நான்காம் வகுப்புவரை இருந்தது.

பெரியம்மாதான் – பெரியப்பாவின் மனைவி – குடும்ப சம்பந்தமான முக்கியமான விஷயங்களை முடிவு செய்வாள். பெரியம்மா சொன்னாள்: மூன்றாம்வகுப்பு வரை படித்தா யிற்றல்லவா, இனி, பள்ளிக்கூடத்திற்கு அனுப்ப வேண்டாம் என்று. அதற்கான காரணம் என்னவென்று எனக்கு நினை வில்லை. அப்பா சொன்னார்: இந்த ஒருவருடம் கூட படிக் கட்டுமே? வயது ஒன்பதுதானே ஆகிறது, என்று. "இதுபோதும், நெல் கணக்கு கூட்டுவதற்குப் படித்தாயிற்று" என்றாள் பெரியம்மா. விதை நெல்லுக்கும் அறுவடை நெல்லுக்கும் கணக்குப் பார்க்கும் அளவுக்குப் பெண் பிள்ளைகள் படித்தால் போதும் என்பதுதான் அதன் பொருள். அப்பா கொஞ்சம் வற்புறுத்திப் பார்த்தார். இதில் அப்பாவுக்குத் தனிப்பட்ட ஆர்வமொன்றுமில்லை. படிப்பதற்கு அம்மாதான் அனுப்பு கிறாள். வேண்டாம் என்பதில் பெரியம்மா உறுதியாக நின்ற போது அப்பா சொன்னார்: "இந்த வருடம் உனக்குப் புத்தக மெதுவும் வாங்குவதாக இல்லை." எனக்குப் படிப்பதில் ஆர்வ மிருந்தது. ஆனால், அதை அப்பாவிடம் சொல்லும் தைரியம் இல்லை. அம்மாவின் எந்த முடிவுமே வீட்டிற்குள் செல்லு படியுமாகாது.

கடைக்குப் போகும்போது நான் பெரிய பாதைவழியாக நடந்து, அப்பளம் தயாரிக்கும் பண்டாரங்களின் வீடுவரை ஜாலியாகச் சிரித்துக் கொண்டும் விளையாடிக் கொண்டும் செல்வேன். அந்த வீட்டுக்கும் பள்ளிக்கூடத்திற்கும் நடுவிலுள்ள

பகுதிக்கு வந்து சேர்ந்ததும் பள்ளிக்கூடத்தைப் பார்த்து சத்த மாக அய்யோ! அய்யோ! என்று அழுவேன். படிக்க முடியாத வருத்தத்தை யாரிடமும் சொல்ல முடியாமல் இரண்டு கைகளை யும் தலையில் வைத்துக்கொண்டு அழுவேன். ஒரு துணிப்பை யும் கையிலிருக்கும். ஆட்கள் வந்து "என்னம்மா, பைசா தொலைஞ்சு போச்சா" என்றெல்லாம் கேட்பார்கள். "பைசா ஒண்ணும் தொலையல்லே, படிக்கப் போகமுடியாத வருத்தம் தான் இது" என்று அழுகைக்கிடையே சொல்வேன். "பள்ளிக் கூடம் போற வயசெல்லாம் கடந்து போச்சுதே, அதனால்தான் அப்பா உன்னை அனுப்பல போல" என்று அவர்கள் சமாதானம் செய்வார்கள். எனக்குப் படிக்க வேண்டும், இங்கிலீஸ் வாசிக்க வேண்டும் என்றெல்லாம் சொல்லி அழுதிருக்கிறேன். ஒரு வழியாக அழுகையை நிறுத்திவிட்டுக் கடைக்குப் போய் சாமான் களை வாங்கி வருவேன். மறுநாளும் இது நடக்கும். ஆட்கள் வந்து சமாதானம் சொல்லும்போது எனக்கு ஆறுதலாக இருக்கும். தினமும் கடைக்குச் செல்வதனால் தினமும் அழுவதும் நடக்கும்.

இது தினப்படி நிகழ்ச்சியானபோது ஆட்களுக்கு இதொரு வாடிக்கைபோல் மாறியது. யாரும் திரும்பிப் பார்ப்பதில்லை. யாருமே கவனிப்பதில்லை என்றானபிறகு நானே பாவாடை யால் முகத்தை அழுத்தித் துடைத்துவிட்டு நடக்கத் தொடங்கு வேன். இந்த எண்ணம் வரும்போதெல்லாம் மிகப்பெரிய இழப்பின் சோகம் மனதிற்குள் நிழலாடும். இப்போதுகூட அந்த ஏக்கம் மிச்சமிருக்கிறது. ஆனால், இந்த அழுகையும், நாடகமும், ஆட்கள் கூடுவதும், பிறகு யாருமே திரும்பிப் பார்க்காமலானதையும் நினைக்கும்போது சிரிப்பு வரும்.

வீடு

எங்களது வீடு அன்றைய நிலையில் பெரிய வீடு. மூன்று பெட்ரூமும் இரண்டு ஹாலும் சமையலறையுமெல்லாம் கொண்ட ஓட்டு வீடு. ஆகவே, பெரிய வீட்டுக்காரி என்ற பெருமையும் எப்போதும் என் மனதிற்குள் இருக்கும்.

உயரமான மூன்று பகுதிகளைக்கொண்ட வீட்டின் முன்புறம் படிக்கட்டு. அதில் எப்போதும் ஒரு கிண்டியில் தண்ணீர் இருக்கும். சிமெண்ட் தரையென்பதால் அங்கு வருப வர்கள் கிண்டியிலிருந்து தண்ணீர் ஊற்றி கால்களைச் சுத்தம் செய்த பிறகுதான் வீட்டில் ஏறுவார்கள். வீட்டின் நடைவழியில் ஒரு நீண்ட ஹால். ஹாலின் ஒருபுறம் அப்பாவின் ரூம். அதற்கடுத்த ரூம் அண்ணனுடையது. அதற்கடுத்த ரூம்,

பெண்கள் படுத்துத் தூங்குவதற்கானது. அடுத்தது ஸ்டோர் ரூமும் சமையலறையும். அண்ணனுடைய ரூமும் அப்பாவுடைய ரூமும் ஹாலைப் பார்த்தபடி இருந்தன. பெண்களின் ரூமிற்கும் ஸ்டோர் ரூமிற்கும் எதிரில் மற்றொரு சிறு ஹால். வீட்டின் அதே அளவு நீளத்தில் அமைக்கப்பட்டிருந்தது, சமையலறை.

இதைப்போன்ற வீடுகள் இரண்டோ மூன்றோதான் அந்த ஊரில் இருந்தன. வலது புறம், தலித்துகளின் குடியிருப்பு. அதன் நடுவில் வேலாயுதன் என்பவரின் பெரிய வீடிருந்தது.

இதுபோன்ற ஒரு வீட்டிலிருந்து வந்ததால்தான் பிறகு மண்வேலைக்குச் சென்றபோது எல்லோரும் என்னை விசேஷமாகக் கவனித்தார்கள். "பெரிய வீட்டுப் பிள்ளை" என்றுதான் என்னைக் குறிப்பிடுவார்கள். வீடு பெரியதென்பதால் இப்படிச் சொல்கிறார்கள் என்று அப்போது எனக்குத் தோன்றும், பிறகு தான் புரிந்தது பெரிய குடும்பத்தைச் சேர்ந்தவள் என்ற பொருளில் தான் இப்படிச் சொல்கிறார்கள் என்று.

அப்பாதான் இந்த வீட்டைக் கட்டினார். இந்தியாவுக்குச் சுதந்திரம் கிடைப்பதற்கு முன்பு, பிரித்துவிடப்பட்ட ராணுவத்தில் அப்பாவுமிருந்தார். அப்போது கிடைத்த பணத்தில் கட்டப் பட்ட வீடு இது. இவ்வளவு பணம் மொத்தமாகக் கையில் கிடைத்ததும் தன்னையும் ஒரு பணக்காரன் என்று அப்பா நினைத்துக் கொண்டார்.

அம்மா, நூல் மில்லில் வேலை பார்த்து வந்தாள். சூப்பர் வைசர் வேலை. வீட்டில் தேவைக்கான பணமிருந்தது. அக்கால கட்டத்தில் அது நல்ல ஊதியம் கிடைக்கும் ஒரு வேலையாக இருந்தது. அப்பா, கம்யூனிஸ்ட் கட்சியில் தீவிரமாக இருந்தார் என்பதற்காக அம்மாவின் வேலை பறிபோனது. அம்மாவின் வேலை மட்டுமல்ல, பெரியப்பாவின் மகனுடைய வேலையும் பறிபோயிற்று.

குடும்பத்தில் நாங்கள் கிட்டத்தட்ட சார்ந்திருப்பவர்களைப்போல்தான் வாழ்ந்தோம். அப்பாவின் வீடுதானென்றாலும் பெரியப்பாவினதும் அண்ணனுடையவும் அதிகார வரம்பிற்குள்தான் நாங்கள் நின்றிருந்தோம். வீட்டுக்குத் தேவையான, ஒரு வாரத்திற்கான அரிசியும் மற்ற சாமான்களும் வாங்குவதற்கும் கூட பெரியம்மா ஒரு பெரிய பட்டியலிடுவதுபோல் சொல்வாள்.

அப்பா வெளியில் பெரிய சாகசக்காரராக இருந்தாலும் வீட்டில் ஒரு அகதியைப் போல்தான் நடந்து கொள்வார். பெரியப்பா உடல்நலமில்லாமல் படுக்கையிலான சமயத்தில் இரண்டு குடும்பத்திற்கான பொறுப்புகளையும் அப்பாவே

கவனித்துக் கொண்டார். எல்லாவற்றையும் அப்பாவும் பெரியம்மாவும்தான் சேர்ந்து முடிவு செய்வார்கள். அதிகாரம் பெரியம்மாவின் கைக்கு மாறியது இப்படித்தான். அம்மாவுக்கு எப்போதுமே இரண்டாவது இடம்தான். பெரியம்மாவைக் குறித்த சித்திரம் மனதில் வரும்போது பெரியம்மா உத்தரவிடு வதும் அப்பா அதையேற்றுக் கொள்வதுமான காட்சிதான் மனதில் தெரியும்.

வறுமை எதிர்பாராத வகையில் வீட்டிற்குள் நுழைந்தது. சம்பளம் கிடைக்கும்போது அரிசியும் மற்ற சாமான்களுமாக அம்மா வீட்டுக்கு வருவாள். வேலை போனபிறகு அம்மாவால் எதுவும் வாங்க இயலவில்லை. சிறிது காலம் பெரியம்மாதான் செலவுக்குப் பணம் தந்துகொண்டிருந்தாள். அதற்குப்பிறகு அம்மா வின் ஒரு இளைய சகோதரி சிறிது காலம் உதவினாள்.

இந்த இரண்டு பேர்களும் எங்களது எல்லா விஷயங்களி லும் தலையிடத் தொடங்கினார்கள். நான் எந்தவகையான பாவாடை உடுத்த வேண்டும், எங்கே போகவேண்டும், எங்கே போகக்கூடாது என்றெல்லாம் சித்தி உத்தரவிடத் தொடங்கி னாள். வேலைக்குப் போனால்தான் அதிகாரம் செல்லுபடியா கும் எனும் சிந்தனையை எனக்குள் ஏற்படுத்தியதற்கு இதுவெல் லாம்தான் காரணங்கள். அம்மா வேலைக்குச் சென்றுகொண் டிருந்தபோது இவர்கள் யாரும் இப்படி அதிகாரம் செய்ததில்லை.

பல இரவுகள் அம்மா தனிமையிலமர்ந்து அழுது கொண்டிருப்பதைப் பார்த்திருக்கிறேன். சாப்பாட்டுக்கும்கூடக் கஷ்டமாகியிருந்தது. அம்மா வேலைக்குப் போய்க்கொண்டி ருந்தபோது நெல் அவித்துக் காயவைத்துத் தீட்டிய கைக்குத்த லரிசிச் சோறு சாப்பிட்டோம். வேலை போனதும் சாப்பாட்டைப் பெரியம்மா ரேஷன் அரிசிக்கு மாற்றினாள். அந்த அரிசியில் கல்லும் மண்ணும் பொறுக்கிக் கொடுப்பது என் வேலையென் பதால் இந்த மாற்றம் என்னைத்தான் மிக அதிகமாகப் பாதித்தது.

ராணுவத்திலிருக்கும்போது கால்பந்து விளையாடியதில் ஏற்பட்ட காயத்துடன் அப்பா திரும்பி வந்திருந்தார். சிறுதொகை ஒன்று ஓய்வூதியமாகவும் கிடைத்து வந்தது. அதிலிருந்து சல்லிக் காசும் வீட்டுக்குச் செலவிடமாட்டார் அப்பா. சாயங்காலமா னால் ஊர் சந்திப்பில் போய் அமர்ந்து கொள்வார். அப்போது அவருக்கு விருப்பமான ஆகாரங்களை வாங்கி உண்பார். ஏதாவது பழவகைகளை வீட்டுக்குக் கொண்டு வருவார். அது எப்போதாவது ஒருமுறை எங்களுக்குக் கிடைப்பதுமுண்டு. பென்சன் கிடைக்கும் நாளன்று ஆரஞ்சுப்பழம் வாங்கி எங்களுக்கு ஆளுக்கொன்று தருவார். அப்பாவைக் குறித்த

எனது நினைவுகளில் மாதத்திற்கொரு தடவை கிடைக்கும் இந்த முழு ஆரஞ்சுப்பழம் மட்டும்தான் மகிழ்ச்சி தருவதாக மிச்சமிருக்கிறது.

மற்ற நேரங்களில் அப்பாவின் அறைக்குள் சென்றால் நல்ல உணவு வகைகளின் வாசம் வரும். அதில் எதுவுமே எங்களுக்குக் கிடைக்காது. கடையிலிருந்து வாங்காதபோது பெரியம்மாவின் வீட்டில்போய் நன்றாகச் சாப்பிடுவார். ஒரு விருந்தினருக்கான உபசரிப்பு அப்பாவுக்கு அங்கே கிடைத்தது. அப்பா வீட்டில் இல்லையென்றால் எங்களுக்கு மிகுந்த மகிழ்ச்சியாக இருக்கும். அப்பா எங்கேயாவது போகும் சந்தர்ப்பத்திற்காக நாங்கள் எதிர்பார்த்திருப்போம். அந்த நேரத்தில் நானும் தம்பியும் அண்ணனும் ஓடிப்பிடித்தும் மாமரத்தில் ஏறியும் விளையாடுவோம். ஆஸ்துமா வியாதி தீவிரமான நிலையில் அப்பா கொஞ்ச நாட்கள் ஆஸ்பத்திரியில் கிடந்த போது நாங்கள் மிக மகிழ்ச்சியாக இருந்தோம்.

இருபத்தெட்டு சென்ட் நிலத்தில் எங்கள் வீடும் சுற்றியுள்ள இடமுமிருந்தது. அதற்குள்தான் நாங்கள் விளையாடவேண்டும். வீட்டுக்குள்ளும் வெளியிலுமாக அண்ணனுடனும் தம்பியுடனும் சேர்ந்து விளையாடியதால் ஆண் குழந்தைகளின் விளையாட்டைத்தான் நானும் விளையாடினேன். கோலி விளையாட்டு, குச்சியும் கம்பும் விளையாட்டு, முந்திரிக் கொட்டையைக் குழியில் எறியும் விளையாட்டு என்று. பிற பெண்குழந்தைகளுடன் சேர்ந்து விளையாடுவதற்கு அப்பா அனுமதிப்பதில்லை. சுற்றியிருந்த வீடுகளில் தலித்துகளும், கிறிஸ்தவர்களும் வாழ்ந்தார்கள். ஜாதி, மதம் பார்க்காதவராக இருந்த அப்பா, கம்யூனிஸ்ட்காரரர் மட்டுமல்ல, ஸ்ரீ நாராயணகுருவின் பக்தரும் கூட. இருந்தாலும் பிற ஜாதியினருடன் பழகுவதை அவர் அனுமதித்ததில்லை.

எங்கள் வீட்டைச் சுற்றி மூன்று புறமும் மேடாக இருக்கும். அதில் ஏறி "கல்யாணீ ..." என்று பெரியம்மா சத்தமாகக் கூப்பிடுவாள். அம்மா பயந்துபோய் வெளியே வருவாள். "பிள்ளைகளைக் குளிப்பாட்டலையா?", "சோறு பொங்கலையா?" "நான் கொண்டுவந்த அரிசியிலெ கல்லும் நெல்லுமா கெடக்குன்னு பராதி சொன்னியா?" என்றெல்லாம் கேட்டு மோசமாகப் பேசுவாள். நானோ, அண்ணனோ தெரியாமல் சொல்லி விடுவதால்தான் அம்மா இப்படி வருத்தப்பட்டுக்கொண்ட விஷயங்கள் வெளியே வரும்.

பார்ப்பதற்குப் பெரிய தோரணையான பெண்மணியாக இருந்தாள் பெரியம்மா. பிளவுசும் அதன்மீது அழகான ஒரு டவலும் போர்த்தி, சிறு அளவில் வயிற்றையும் திறந்து போட்டு

ஒற்றை வேட்டியுமுடுத்திக் கொஞ்சம் கவர்ச்சியை வெளிப்படுத்தும் தோற்றம் அவளுடையது. அம்மாவோ, உடம்புக்குப் பொருத்தமில்லாத தொளதொள பிளவுசும் ஒற்றைவேட்டியுமுடுத்து பயந்து அரண்ட தோற்றமுடையவள். இதற்கிடையில் அகப்பட்டு அம்மா மனம் புகைவதைக் கண்டபிறகு பணம் தான் அந்தஸ்தையும் சுயமரியாதையையும் தீர்மானிக்கும் விஷயங்கள் எனும் கருத்து என் மனதில் ஆழமாகப் பதிந்தது.

அம்மாவுக்குக் கிடைக்கும் பணத்தைப் பெரியம்மா ஒருபோதும் கையில் வாங்கிக்கொண்டதில்லை. என்றாலும், அதை எப்படி செலவு செய்யவேண்டுமென்பதைப் பெரியம்மாதான் தீர்மானிப்பாள். பெரியம்மாவுக்கு நல்ல பொருளாதாரப் பாதுகாப்பிருந்தது. அதைப்பற்றி நான் கேள்விப்பட்டது வரையிலான காரணங்கள்; விவசாயம் செய்வதற்காகப் பதிவுசெய்து கிடைத்த பூமிதான் எங்களுடைய குடும்பச் சொத்து. அப்பா ராணுவத்தில் சேர்ந்தபோது பெரியப்பா அதை விற்றுவிட்டு விவசாய பூமியை வெட்டித் திருத்தி மரவள்ளிக் கிழங்கு போன்றவற்றைப் பயிர் செய்தார். பத்து இருபதுபேர் தினமும் வேலை செய்யும் அளவிலான விவசாயம். கூடவே, தொழுவம் கட்டி மாடுகள் வளர்த்தினார். இதெல்லாம் அன்றைய கால கட்டத்தில் நிரந்தர வருமானங்கள். பிள்ளைகளுக்கும் வருமானமிருந்தது. ஒருவர் கார் டிரைவர். மற்றொருவர் சொந்தமாக சைக்கிள் கடை வைத்திருந்தார். இவர்களையும் இவர்களது மனைவிகளையும் பெரியம்மாதான் நிர்வாகம் செய்து வந்தாள். பெரியப்பா கிழங்கையும் மற்ற விவசாயப் பொருட்களையும் விற்பனை செய்வதற்குப் பெரியம்மாவிடம் கொடுத்து விடுவார். இப்படியாகப் பெரியம்மா சர்வ அதிகாரங்களும் கொண்டவளாக இருந்தாள்.

அப்பாவைப் பற்றிய மற்றுமொரு நல்ல விஷயம் எதையுமே வெளிப்படையாகப் பேசிவிடும் தைரியமுள்ளவர் என்பது. இன்னாரின் மகளென்று என்னைப் பற்றி ஆட்கள் சொல்வதைப் பெரிய அங்கீகாரமாக நான் நினைத்திருந்தேன். கட்சிக்காரன் என்ற நிலையில் அவருக்குத் தீவிரமான பணிகள் எதுவுமில்லை. கட்சிக்காரன் என்று சொல்லப்படுவதற்கான ஒரு காரணம்: கம்யூனிஸ்ட் கட்சியைக் காங்கிரஸ் அரசாங்கம் அழித்தொடுக்கிக் கொண்டிருந்த காலகட்டம் அது. தலைமறைவாகத் திரிபவர்களைப் பாதுகாக்கவும், போலீஸ்காரர்கள் வரும்போது அவர்களை மறைத்து வைக்கவும் எங்கள் வீடு வசதியாக இருந்தது. ஒரு புறம் வாய்க்கால், அதையடுத்து வயல், மற்றொரு புறம் காடு. போலீஸார் வரும்போது வாய்க்காலில் குதித்து விடவும் குளத்தில் மூழ்கிக் கிடக்கவும் வசதியான பகுதி அது. நிறைய தலைவர்கள் தலைமறைவு காலகட்டத்தில் இங்கே வந்து போலீஸாரின் கண்களிலிருந்து தப்பித்திருக்கிறார்கள். பட்டாளத்

தானின் வீட்டுக்குள் நுழைந்தால் சுட்டு விடுவான் என்ற எண்ணமும் ஊர்க்காரர்களிடமிருந்தது. அப்பா ஒரு துப்பாக்கியும் வைத்திருந்தார்.

அப்பாவின் கட்சிப் பணியின் காரணமாக அம்மாவின் வேலை சிக்கலுக்குள்ளான பிறகு அம்மா தார்மிக உரிமையை இழந்து விட்டவள்போல் ஆனாள். ஆறு மக்களையும், வேலை செய்யாத கணவனையும் காப்பாற்ற வேண்டியது தனது பொறுப்பென்ற எண்ணமும் அவளுக்கிருந்தது. இந்த நேரத்தில் நான் ஒரு முடிவு செய்தேன். வேலைக்குப் போகும் என் தோழிகளிடம் நானும் வேலைக்கு வரட்டுமா என்று கேட்ட போது, ஓட்டுக் கம்பெனியில் வேலை கிடைக்கும், வா என்றார்கள். வேலையைப் பற்றி அவர்கள் சொல்லக் கேட்டதில் சுலபமாகத் தோன்றியது. ஓட்டுத் துண்டுகளைப் பொறுக்கி கூடையிலிட்டுச் சுமக்க வேண்டும். கூடையென்றால் பூவைப் போலிருக்கும் என்று நினைத்துக்கொண்டேன். பாவாடை உடுத்திக்கொண்டு போனால் சிறுமியென்று நினைத்து விடுவார்களென்று லுங்கியுடுத்துக் கொண்டு வேலைக்குப் போனேன்.

மண்மடையில்

மின்சார வசதியெதுவுமில்லாத ஒரு கிராமப்புறத்தில் எங்கள் வீடிருந்தது. வீட்டிற்குப் போக வர இரண்டு பாதைகள் இருந்தன. ஒன்று சுமாரான அகலமுள்ள, கார் போன்ற வாகனங்கள் செல்லுமளவிலானது. மற்றொன்று, வளைந்து நெளிந்து செல்லும் புழுதிமண்பாதை. நான் பெரும்பாலும் இந்த மண்பாதையில்தான் நடப்பேன்.

இந்தப் பாதையில் பதின்மூன்று ஏக்கரில் ‘பட்டர் கையால’ என்று சொல்லப்படும் நிலமிருந்தது. அதன் வழியாக வந்தால் ஒரு குளம். குளக்கரையினூடே நடந்தால் இந்த நிலப்பகுதிக்கு வந்துவிடலாம். பெரிய நிலம் என்றும் அதைச் சொல்வார்கள். அதில் ஒரு மரப்பாலமிருந்தது. பாலத்தைத் தாண்டி சிறிது தூரம் நடந்தால் வேறொரு குட்டை. அந்தக் குட்டையைக் கடந்துதான் வாய்க்காலின் அருகில் வரமுடியும். அந்த வழியினூடே நடப்பது ரொம்ப மகிழ்ச்சியாக இருக்கும்.

வேலைக்குச் சேரும்போது எனக்கு ஒன்பது வயதுதான் இருக்கும். அதனால் அங்கே வேலை செய்பவர்களுக்கான பொறுப்பெதுவும் எனக்குக் கிடையாது. பூக்களோடும் புற்களோடும் கிளிகளோடும் பேசியபடியே நடப்பேன். குறிப்பிட்ட நேரத்தில் போய்ச்சேரவில்லையென்றால் வெளியே போகச்

சொல்லிவிடுவார்களென்ற பயமும் கிடையாது. ஆங்காங்கே நின்று குளத்தையும் குட்டையையும் மீனையும் ஓடையில் சீறிப்பாயும் தண்ணீரையும் நீண்டநேரம் பார்த்துக்கொண்டே நடந்துபோவேன். மண்தோண்டியதால் ஏற்பட்ட பெரிய பள்ளத் தின் ஓரமாக நடக்கும்போது பயமாயிருக்கும். கொஞ்சம் கால் சறுக்கினால் போதும் அதளபாதாளம்தான்.

காலையில் ஆறுமணி முதல் சாயங்காலம் ஆறு வரை வேலைநேரம். கூலியை வாங்கிவிட்டுச் சீக்கிரமாக வீட்டிற்குத் திரும்பி விடவில்லையென்றாலும் பிரச்சினைதான். பெரிய நிலம் முடியும் இடத்திலிருந்து நான் வேறுவழியாக நடக்க வேண்டும். அதைத் தாண்டி, வாய்க்கால்க் கரை வழியாகத் தென்னந்தோப்பு வழியாக நடக்க வேண்டும். தென்னந்தோப் பில் சீட்டு விளையாட வருபவர்கள் பெண்களைத் தொந்தரவு செய்வதுண்டு. தொந்தரவு என்றால் பாலியல் தொடர்பு அல்ல. உடல் ரீதியிலாகத் தொட்டும் தடவியும் ஆசைகளைப் பூர்த்தி செய்து கொள்வார்கள். இதில் சிக்கிக் கொள்ளாமலிருக்க வேண்டுமென்றால் கூடவே யாராவது வர வேண்டும். அல்லது அந்த இடத்தை ஓடிக் கடந்து விடவேண்டும். கூட யாராவது இருந்தால் சந்தோசமாக விளையாடியபடி உலகத்திலுள்ள எல்லாக் கதைகளையும் பேசியபடி நடப்போம். துணைக்கு யாரும் இல்லையென்றால் பாலம்வரை நிதானமாக நடப்பேன். பாலத்தைத் தாண்டி, தோப்பு வந்ததும் ஒரே ஓட்டம்தான் அன்னாசிப்பழத்தோட்டத்தின் இடைவழிவரை. அங்கே ஆட்களின் நடமாட்டம் இருக்கும். அதைக் கடந்ததும் அடுத்த தென்னந்தோப்பு வரும். மீண்டும் ஓடவேண்டும். அடுத்தது பட்டர் கையால. அங்கிருந்து மீண்டும் ஓட்டம். இந்த வழிகளை எல்லாம் ஓடிக் கடந்து, வீட்டுக்கு வந்து சேரும்போது ஏதோ வொன்றில் வெற்றி பெற்றதுபோல் தோன்றும். இந்த ஓட்டத் தில் பதற்றமிருந்தாலும் சுவாரஸ்யமுமிருக்கும். ஒவ்வொரு நாளும் வாழ்க்கையில் எதையோ வெற்றிகொண்டதுபோல், வீரசாகசம் செய்த ஒரு மனோபாவம்.

அப்போதைய அந்த நிலமும், வயலும், குளமும், நீரோடை யும், தென்னந்தோப்பும் அவற்றின் அழகுகளும் இன்றைய நிலையிலென்றால் இரசனையுடன் அனுபவித்திருக்க முடியும். ஆபத்தை எதிரில் கண்டு பயந்தோடிய அன்றைய சிறுமிக்கு அந்த இயற்கை அழகைத் தேவையான அளவில் அனுபவிக்க முடியவில்லை.

முதன் முதலாக வேலைக்குச் சென்றபோது குண்டாக இருந்த என்னைப் பார்த்தவர்களுக்கு ஆச்சரியமாக இருந்தது. 'மாமா தலையிலே தூக்கி வெச்சுத்தருகிறனே', 'அக்கா தூக்கித் தாறேனே' என்றெல்லாம் நல்ல ஆதரவிருந்தது. சாயங்காலம்

வேலை முடிந்தபிறகு கடைசியாகக் கரையேறுபவள் நான்தான். ஒன்றரை ரூபாய்க் கூலி கிடைத்தது. எல்லோரும் அரிசியும் சாமான்களும் வாங்கியதைக் கண்டதும் நானும் வாங்கினேன். தோள் துண்டில் சாமான்களைப் போட்டு முடிந்து, தலையில் வைத்துக்கொண்டு பெரிய ஆள்போல் வீட்டிற்குள் ஏறியதைப் பார்த்து அம்மா அழுதாள். நான் படித்து பெரிய ஆளாக வேண்டும் என்று அம்மா ஆசைப்பட்டிருக்கிறாள். என் மனதில் நான் இப்போதே பெரிய ஆளாகி விட்டேனே என்று தோன்றி யது. நான் ஏதோ பெரிய தியாகம் செய்துவிட்டதாக அம்மா நினைத்தாள். ஓட்டுத் துண்டுகளால் ஏற்பட்ட கை சிராய்ப்பு களைப் பார்த்ததும் திரும்பவும் அழுதாள். 'நாளையிலேருந்து வேலைக்குப் போவக்கூடாது' என்றாள். ஆனால், மறுநாள் வேலைக்குப் புறப்படும்போது மறுப்பேதும் சொல்லவில்லை.

குழந்தைத் தொழிலாளி என்ற வகையில் அன்று யாரும் இதைப் பார்த்ததில்லை. "எவ்வளவு செல்லம் கொடுத்து நீ அவளை வளர்த்திருப்பே, இன்று அவதான் உனக்கு உதவு கிறாள்" என்று அக்கம் பக்கத்தில் இருப்பவர்கள் சொல்வதுண்டு. கைகள் வலித்தாலும் இதைக் கேட்கும்போது நான் பெரிய ஆளாக்கும் என்று மனதிற்குள் நினைத்துக் கொள்வேன். இப்படியாகக் கொஞ்ச நாட்கள் இந்த வேலைக்குப் போய்க் கொண்டிருந்தேன். இந்த வேலையை விடக் களிமண் சுமக்கும் வேலைக்குப் போனால் கூலி கூடுதலாகக் கிடைக்கும் என்று சொன்னார்கள்.

முதலில் பயமாகத்தான் இருந்தது. கடைசியில் மண்மடை யில் (ஓட்டுக் கம்பெனிக்குக் களிமண்ணெடுக்கும் இடம்) வேலைக்குச் சென்றேன். அப்போது நான் நல்ல புஷ்டியாக இருந்தாலும் உயரமாக இருக்கமாட்டேன். "டேய், ஒரு கிளி வந்திருக்குது, மண் எடுக்கலாம், ஆனா, லாரியில் அன்லோடு பண்ண முடியாதேடா" என்பதுபோன்ற கேலிப்பேச்சுகள் கேட்டது. லோடுன்னா என்ன, அன்லோடுன்னா என்ன? எனக்கு ஒன்றுமே பிடிபடவில்லை. அதுவரைக் கேட்டிராத வார்த்தைகள்.

சின்னப் பெண்ணின் கூடையில் மண்கொட்டுவதில் வேலையாட்களுக்கு விருப்பம் கிடையாது. இதுவொரு சென்டி மென்ட் பிரச்சினை. இதப் போய் நான் மண்சுமக்க வைக்க லாமா என்பது போல். கொஞ்ச நாட்களுக்குப் பிறகு பேசாமல் ஓட்டுக் கம்பெனிக்கே திரும்பப் போய்விடலாமா என்று எனக்குத் தோன்றியது. ஆனால் அங்கே கிடைக்கும் கூலிதான் எதற்குமே போதவில்லை. ஒன்று இரண்டு வருடங்கள் இப்படியே சென்றன.

ஏதாவது வீட்டு வேலைக்குச் சென்றால் உடம்பில் நல்ல உயரமும் புஷ்டியும் வரும்; நல்ல ஆகாரமும் கிடைக்கும், சம்பளமும் கிடைக்கும் என்று ஒரு சிலர் யோசனை சொன்னார்கள். அதைக்கேட்ட பிறகு வீட்டு வேலைக்குச் செல்ல வேண்டுமென்ற எண்ணம் உருவானது. சமையல் வேலையெதுவும் தெரியாதே என்றதும், ஒருத்தி சொன்னாள். "குழந்தைகளைக் கவனித்துக் கொண்டாலே போதுமே. சீக்கிரமாக நீ வளர்ந்து விடலாம். அதற்குப் பிறகு எங்களோடு மண்வேலைக்கு வரலாம்". எனக்கும் இது சரி என்றே பட்டது. வயிறார சாப்பிடவாவது செய்யலாமே.

இட்டா மாஸ்டர்

அம்மாவிடம் விஷயத்தைச் சொன்னேன், "வீட்டு வேலைக்குப்போனால் சீக்கிரம் வளர்ந்து விடுவேன். குண்டாகவும் செய்யலாம்" என்று. அம்மா, முதலில் இதற்கு ஒப்புக்கொள்ளவில்லையென்றாலும் கடைசியில், தூரத்துச் சொந்தக்காரி ஒருத்தியிடம் சொன்னாள், "இவளை ஏதாவதொரு வீட்டில் வேலைக்கு அனுப்பவேண்டும்" என்று. அவள் ஒரு வீட்டைத் தேடிப்பிடித்தாள். அது, பாலு அண்ணன் என்பவரின் வீடு. வீட்டு வேலை ஏதாவது செய்யத்தெரியுமா என்று அவர்கள் கேட்டபோது நான் உண்மையைச் சொன்னேன்: "சோறு வெக்கிறதத் தவிர வேறெதுவும் தெரியாது." குழந்தைகளைக் கவனிச்சுக்கிடுவியா? என்று கேட்டார்கள். சரியென்றேன்.

பாலு அண்ணன் ஒரு வழக்கறிஞர். சொந்தமாகக் கார் வைத்திருந்தார். மனைவியின் வீட்டில்தான் தங்கியிருந்தார். வாரத்திற்கொருமுறை சொந்த ஊருக்குச் செல்வார். அவ்வப்போது இப்படி யாத்திரை செய்வது மகிழ்ச்சியாக இருந்தது. பாலு அண்ணனும் காந்தா அக்காவுமாக ஒருதடவை – குருவாயூர் ஏகாதசிக்கு என்று நினைக்கிறேன் – போகும்போது பாலுவின் வீட்டிற்குச் சென்றார்கள். நானும் போயிருந்தேன்.

அங்கே இட்டா மாஸ்டர் என்று சொல்லப்படும், பாலுவின் சகோதரியின் புருசனும், வந்திருந்தார். பாலுவுடன் பிறந்தவர்கள் பத்து பேர். ஐந்து ஆண்களும் ஐந்து பெண்களும். அவர்களில் யாருமே என்னை வேலைக்காரியாகப் பார்ப்பதில்லை. அப்போதெல்லாம் வேலைக்காரிகளுக்கென்று விசேஷ தீண்டாமை யெல்லாம் இருந்ததில்லை. பிள்ளைகளுடன் சிரித்து விளையாடிக் கொண்டிருந்தபோதுதான் இட்டா மாஸ்டரைப் பார்த்தேன்.

என் அண்ணன், இட்டா மாஸ்டரின் வகுப்பில்தான் படிக்கிறான். இட்டா மாஸ்டரும் வைலோப்பிள்ளி சாரும் எங்களோட ஆசிரியர்கள் என்று அண்ணன் சொல்வதுண்டு. வைலோப்பிள்ளி சார் கவிதையெல்லாம் எழுதுவார் என்று பெருமையுடன் அவன் சொல்வதைக்கேட்டிருக்கிறேன். அந்த மாதிரியான ஒருவர்தான் இட்டா மாஸ்டரும். திடீரென்று இட்டா மாஸ்டரைக் கண்டபோது ஆச்சரியமும் மரியாதையும் தோன்றின. அங்கே அன்று நிறைய பேர்கள் வந்திருந்தார்கள். ஒரு திருவிழா போன்ற சூழல். பத்துப் பிள்ளைகள் கொண்ட ஒரு ஜமீன் குடும்பத்தின் உற்சாகச் சூழல் புரிந்துகொள்ளக் கூடிய ஒன்றுதானே? இட்டா மாஸ்டர் இரண்டு ஆண் பிள்ளை களுடனும் இரண்டு பெண்பிள்ளைகளுடனும் வந்திருந்தார். அதில் ஒரு பையனுக்கு என் வயதிருக்கும். பதின்மூன்று வயது. அவன் கீழே இறங்கி வந்து என்னிடம், "அப்பா குடிக்கத் தண்ணி கொண்டு வரச் சொன்னார்" என்றான். அண்ண னுடைய ஆசிரியர் என்னை மாடிக்குக் கூப்பிட்டதில் எனக்கு மிகுந்த மகிழ்ச்சியாக இருந்தது. தம்ளரில் தண்ணீர் எடுத்துக் கொண்டு மாடிக்குப்போகும்போது அங்கே நின்றிருந்த ஒரு பாட்டி கேட்டாள் "நீ எங்கடீ போறே?" "மாஸ்டர் தண்ணி கொண்டு வரச் சொன்னாரு?" "சீக்கிரமாகக் குடுத்துட்டு கீழே வா". தனியாகப் போவதால் பாட்டி அப்படிச் சொல்லி யிருப்பாள் என்று நினைத்துக்கொண்டேன். பாலு அண்ண னின் மூத்த குழந்தையை எடுத்து இடுப்பில் வைத்துக் கொண் டேன். மேலே போய் மாஸ்டரிடம் தண்ணீரைக் கொடுத்ததும் அவர் சினிமாவில் வருவதுபோல், தம்ளரை வாங்கி மேஜைமீது வைத்து விட்டு தம்ளரை இப்பத் தருகிறேன் என்றபடி நின்று கொண்டிருந்தார். திடீரென்று எனது பின்பக்கமாக வந்தவர் என்னைக் குழந்தையுடன் சேர்த்து இறுகக் கட்டிப் பிடித்தார். நான் விபரீதமான ஒரு வாசனையை உணர்ந்தேன். அந்த விபரீதம் எதுவென்பது மட்டும் புரியவில்லை. எதுவோ ஒன்று நடக்கப்போகிறது. "விடுங்க மாஸ்டர், விடுங்க மாஸ்டர்" என்று என்னவெல்லாமோ சொன்னேன். அவரோ பிடியை விடுகிறது போலில்லை. கையை ஜாக்கெட்டினுள் நுழைக்கவும் முயற்சி செய்தார். அது எனக்குப் பிடிக்கவில்லை. நான் வெறுப்புடன் குதறி விலகி விடுபட்டுக் கீழே வந்து விட்டேன். இவர் என்னை என்ன செய்ய நினைத்தார்? கொலை செய்துவிட முயற்சி செய்தாரா? இறுக்கியணைத்தபோது வலித்ததால் குழந்தை அலறிக்கொண்டிருந்தது. காந்தா அக்கா கேட்டாள்: "என்னடி நடந்துச்சி? நீ எந்த ரூமுக்குள்ளே போனே?" காந்தா அக்கா வுக்கு இந்த ஆளைப்பற்றி ஏற்கனவே தெரியும் போலிருக்கிறது என்று தோன்றியது. "மாஸ்டரோட ரூமுக்கு" என்று சொன்

னேன். எல்லோரும் ஆளாளுக்குச் சேர்ந்து கேட்டார்கள், "மாஸ்டருக்குத் தண்ணீர் கொடுக்க நீ எதுக்கு போனே? நீயாகவே போனியா?" எனக்கு எதுவுமே விளங்கவில்லை. மற்றொரு சந்தர்ப்பமாக இருந்தால் அவர் என்னை நிச்சய மாகத் தொந்தரவு செய்திருப்பார் என்று தான் தோன்றுகிறது.

விருந்துக்கு வந்த இட்டா மாஸ்டர் என்னை இப்படி தொந்தரவு செய்தபிறகு அந்த வீட்டிலுள்ள பாலு அண்ணன், அசோகன், மோகனன் போன்றவர்களிடமும் கூட எனக்குப் பயமாக இருந்தது. வேலையை விட்டுப் போய் விடவேண்டும் என்று முடிவு செய்தேன். காந்தா அக்காவின் அம்மா சாரதாம் மாவிடம் இதைச் சொன்னேன். காரணத்தையும் சொன்னேன். அவள் காந்தா அக்காவிடம் சொன்னாள். மீண்டும் விவாதம் கிளம்பியது. அங்கே வரும் மற்ற வேலைக்காரப் பெண்களும் இதை அறிந்தார்கள். எல்லாருமே இதைப் பற்றிப் பேசத் தொடங் கினார்கள்: "இட்டா மாஸ்டர் கையைப் பிடித்து இழுத்தது இந்தப் பெண்ணைதான்." இட்டா மாஸ்டரின் அறைக்குள் தனியாகச் சென்றது என்னுடைய குற்றம் என்றே அனைவரும் சொன்னார்கள். நான்தான் அங்கு குற்றவாளியாக மாறினேன். செய்யக்கூடாத எதையோ செய்து விட்டதுபோல் எனக்குத் தோன்றியது.

மண்மடையில் வேலை செய்வதற்காகவென்றே நான் பிறந்திருப்பதாகத் தோன்றியது. அங்கேயும் இதுதான் நடந்தது. பெரிய மாற்றமெதுவும் இல்லை. தட்டவும் முட்டவும் நின்று கொடுப்பவர்களுக்குக் காசு அதிகமாகக் கிடைத்தது. முதலில் கோணேட்டன் என்பவரது மண்மடையில் வேலை செய்தேன். இவரிடம் மூன்றரை ரூபாய்தான் கூலி கிடைக்கும். உருவத்தை யும் பாவனையையும் பார்த்தால் நடிகர் கொட்டாரக்கர ஸ்ரீதரன் நாயரைப் போலிருப்பார் கோணேட்டன். வேலைக்கு வரும் எல்லாப் பெண்களையும் காதலிப்பார். இங்கே சரிப்பட்டு வராது என்று எனக்குத் தோன்றியது. எனக்குக் காசும் அதிக மாகக் கிடைக்க வேண்டும். அப்படியாக பாஸ்கரனின் மண்மடைக்கு மாறினேன்.

அதோடு நானும் ஆளே மாறிப்போய் விட்டேன். எதற்குமே தயார் என்ற தைரியமும் உருவானது. "இவனை வளைத்துப் போடலாம். தேவைகளை நிறைவேற்றிக் கொள்ளலாம், நல்ல காசும் கிடைக்கும். அதைவிட முக்கியம், இவனுக்கு இணங்கி விடாமலிருப்பது". இதுதான் என் எண்ணம். இதற்குப் பின் எனது செயல்பாடுகள் இதன் அடிப்படையில்தான் இருந்தன.

பெரிய இடத்துப் பெண்

இரண்டு வகையான ஆட்கள் மண்வேலைக்கு வருவார்கள். தலித்துகளும், என்னைப் போன்ற பொருளாதார வசதியில்லாத ஈழவர்களும், கிறிஸ்தவர்களும். நாயர்களோ, நம்பூதிரிகளோ அங்கு வருவதில்லை. நான் வேலையில் சேர்ந்து இரண்டு மூன்று வருடங்களுக்குப் பிறகு நாயர் குடும்பத்துப் பெண் ஒருத்தி அங்கே வேலைக்கு வந்தாள். அவளது பெயர் குஞ்ஞிக் காவு. பின்னர் அவள் என்னை விட பெரிய ஒரு ஹீரோயினாக மாறிவிட்டாள். எனக்கும் குஞ்ஞிக்காவை மிகவும் பிடிக்கும் தான் என்றாலும் மனதிற்குள் அவள்மீது எப்போதும் பொறாமையுடனே இருந்தேன்.

ஹீரோயின் ஆகிவிட்டால் அங்கே சில சலுகைகள் கிடைக்கும். எடை குறைந்த கூடை கிடைக்கும். டீ முதலில் கிடைக்கும். மண்வேலை செய்யும்போது இடை நேரங்களில் டீ கொடுப்பார்கள். அதுவரைக்கும் எனக்கும் எனது தோழி களுக்கும் தான் முதலில் டீ கிடைத்து வந்தது. குஞ்ஞிக்காவு வந்த பிறகு இந்த நடைமுறை மாறியது. கூடவே வேறுசில முறைகளும் மாறின. தண்ணீரை உதட்டில் வைத்துக் குடிக்கக் கூடாது, குஞ்ஞிக்காவு குடிக்க வேண்டாமா? இந்த சாதி வித்தியாசத்தை விட என் எதிராளியென்ற மனோபாவம்தான் என் அசூயைக்கான காரணங்கள். குஞ்ஞிக்காவு என் பக்கம் தான். அப்படியிருப்பதுதான் பலமென்பது அவளுக்குத் தெரியும். ஆனால், எனக்கான இடம் கைவிட்டுப் போய்விட்ட வருத்தம் மனதிலிருந்தது. எல்லோருமே “குஞ்ஞிக்காவு வருகிறாள்” என்று சொல்வதும், “குஞ்ஞிக்காவுக்கு ஒரு கூடையை எடுத்து தனியே வை,” என்பதுமெல்லாம் எனக்குப் பிரச்சினையாகத் தெரிந்தன. குடிப்பதற்கான தண்ணீரை குஞ்ஞிக்காவுதான் எடுத்து வைப்பாள். இதுவெல்லாம் ஒரு விதமான அங்கீகாரங்கள். சில விசேஷ நாட்களிலும் அதிகமாக லோடு ஏறிய நாட்களி லும் ஹோட்டலிலிருந்து பலகாரங்கள் தருவித்து சாப்பிடும் வழக்கமிருந்தது. அப்போது குஞ்ஞிக்காவு அவளுக்கானதை எடுத்த பிறகுதான் நாங்கள் சாப்பிடவேண்டும்.

இதுவரைக்கும் இதுபோன்ற சலுகைகளை நான்தான் அனுபவித்துக் கொண்டிருந்தேன். “நளினி வருகிறாள், கூடையை எடுத்துத் தனியே வை” என்றெல்லாம் சொல்வதுண்டு. யாராவது இதைப்பற்றி குறைப்பட்டுக்கொண்டால் “அவ பெரிய இடத்துப் பெண்ணுடீ, நம்மளப் போல இல்லை” என்று சொல்வார்கள். அல்லது “மேஸ்திரிக்குப் பிடித்தவள்,” “முதலாளிக்குப் பிடித்தவள்” என்றும் சொல்வதுண்டு. மரியாதையைக் குறிப்பிட்டுச் சொல்

வதாக இருந்தாலும் காதலைக் குறிப்பிட்டுச் சொல்வதாக இருந்தாலும் பிடித்தவள் என்றுதான் சொல்வார்கள். மட்டுமல்ல, பாஸ்கரன் எனது அத்தை மகனும் கூட. முதலாளியின் உறவுக்காரி என்பது எனது அந்தஸ்தை மேலும் கூட்டியது. இப்படி பல வகைகளில் எனக்கு மதிப்பிருந்தது. நான் வருவதைக் கண்டதுமே "குஞ்ஞி பாபு, கூடையை நிறைத்துக்கொடு" என்று சொல்வார்கள். திரைப்படத்தில் கதாநாயகன் வரும் போது அரங்கில் ஒரு சலனமேற்படுமல்லவா? அதைப் போன்ற சிறு சலனம் ஏற்படும். அப்போது எனக்குள் சிறு கர்வம் உருவாகும். மேஸ்திரிகள் யாரும் என்னைத் திட்டுவதில்லை. நிலைமை இப்படியெல்லாம் இருந்தாலும் இதைவைத்து அவர்களும் காரியம் சாதித்துக் கொண்டனர். என்னை உயரத்தில் தூக்கி வைப்பதற்கேற்ப நானும் அதிகமாக வேலை செய்வேன். ஹீரோயினான பிறகு வேலைப்பளு அதிகமென்று குறை சொல்ல முடியாதல்லவா?

டெக்கான் மிட்டாய்

பாஸ்கரனின் மண்மடையில் என் சுறுசுறுப்பையெல்லாம் கவனத்தில் கொண்டு நன்றாக மண் அள்ளிக் கொட்டும் ஒருவரிடம் என்னைச் சேர்த்தார்கள். அவர் தான் குஞ்ஞிபாபு. இப்படி தொடர்ந்து வேலை செய்து கொண்டிருக்கும் ஆணையும் பெண்ணையும் காதலர்களாக உருவகித்துப்பேசும் வழக்க மிருந்தது. 'உன்னோட குஞ்ஞிபாபு' என்று தான் கேலி செய்வார்கள். சிலர் காதலர்களாக மாறிவிடுவதும் நடக்கும். சில காதல்கள் மண்மடையுடன் முடிந்து போகும். மற்றவர்கள் இப்படிச் சொல்லத் தொடங்கியதும் என்னைக் கலியாணம் செய்வது குறித்து குஞ்ஞிபாபுவிடம் ஒரு எதிர்பார்ப்பு உருவானது.

சாப்பிட்டு விட்டு வரும்போது எனக்கு டெக்கான் மிட்டாய் வாங்கிக்கொண்டு வருவான் குஞ்ஞிபாபு. அந்த மிட்டாய் நல்ல ருசியாக இருக்கும். அந்த காலத்தில் மிட்டாய் என்பது காதலின் குறியீடாக இருந்தது. முதலில் எனக்கு இந்த விஷயம் தெரியாது. கிடைக்கும் மிட்டாயை எல்லோருக்கும் கொடுத்து நானும் தின்பேன். யார் தந்தது, எங்கே கிடைத்தது என்பதையெல்லாம் விசாரணை செய்து, பிறகு அது காதலாக ஸ்தாபிக்கப் பட்டது. சரி, நமக்கும் ஒரு காதல் இருந்து விட்டுப் போகட்டுமே, என்று நானும் இதை மறுத்துப் பேசுவதில்லை. அவன் அதையே சாதகமாக்கிக் கொண்டான். ஒரு நாள் என்னிடம் நான் உன்னைக் கல்யாணம் செய்துகொள்ள விரும்புகிறேன் என்றான். என் அப்பாவிடம் போய்ச் சொல்லுங்கள் என்று சொன்னேன்.

இரண்டு மூன்று சினிமா பார்த்த அனுபவத்தை மனதில் வைத்து இப்படி பதில் சொன்னேன். வழியில் வைத்து யாரா வது காதலைப் பிரகடனம் செய்தால் வீட்டுக்கு வந்து பேசச்சொல் வதற்கு மேலாக அதை எதிர்கொள்ள வேறு மார்க்கமில்லை என்ற கருத்துதான் எனக்கு.

ஒருநாள் குஞ்ஞிபாபு வேலைக்கு வரவில்லை. மறுநாள் வந்தபோது என்னவோபோல் இருந்தான். முதல் நாள் சாயுங் காலம் நான் வீட்டுக்குச் சென்றபோது அப்பா, "என்னடீ உனக்குக் கிறிஸ்தவப் பையன்தான் கிடைத்தானா, காதலிக்க" என்று கேட்டு அடித்தார். குஞ்ஞிபாபு பெண் கேட்டு வீட்டுக்கு வருவான் என்று எதிர்பார்க்கவே இல்லை. யாரோ கோள் மூட்டியிருப்பார்கள் என்றுதான் முதலில் நினைத்தேன். குஞ்ஞி பாபுவின் நண்பர்கள் என்னைத் திட்டினார்கள். நான் அவனை சதி செய்துவிட்டதாகவும் நான் சொல்லிதான் அவர்கள் வீட்டுக்கு வந்து என்னைப் பெண்கேட்டதாகவும் என் அப்பா அவர்களை மதிக்காமல் வெளியே போகச் சொல்லிவிட்டதாக வும் சொன்னார்கள். அப்போதுதான் நான் எனக்கு அடி விழுந்ததன் பின்னணியைப் புரிந்து கொண்டேன்.

என்னை அக்கா என்று கூப்பிடும் ஒரு பையன் அங்கிருந் தான், தேவசி. ஒருநாள் அவன் என்னிடம் "நளினியக்காவை பாஸ்கரண்ணன் தேடுகிறார்" என்று சொன்னான். நான் எனது அத்தையின் மகன் பாஸ்கரனை நினைத்தேன். "அவரில்லை, அயினிக் குழி பாஸ்கரண்ணன்" என்று சொன் னான் தேவசி. அயினிக் குழி என்பது வீட்டுப்பெயர். எந்த இடத்திற்கு வரச்சொன்னார் என்பதையும் தேவசி சொன்னான். இரண்டு மண்மடைகளின் நடுவே உள்ள ரோட்டோரத்தி லிருக்கும் மாமரத்தின்கீழ். நான் அங்கே போய் பாஸ்கரனுக் காகக் காத்திருந்தேன். பாஸ்கரன் வந்தான். என்னைக் கண்டதும் அவனுக்குப் பதற்றமாகிவிட்டது. இதுபோன்ற காதல் விஷயங்கள் ஒருபுறம் நடந்தாலும், ஒரு பெண் தனியாகச் சென்று காத்திருப் பதையெல்லாம் அக்காலத்தில் கற்பனை செய்து பார்க்கவும் இயலாது. அவன் எனக்குத் தருவதற்கு சாக்லெட்டும் வாங்கிக் கொண்டு வந்திருந்தான். சாக்லெட் தந்து விட்டு கல்யாணத்தைப் பற்றிப் பேசினான். நான் வழக்கம்போல் அப்பாவிடம் பேசும்படி சொல்லிவிட்டேன்.

திரும்பி வந்து சாக்லெட்டை எல்லோருக்குமாகப் பகிர்ந்து கொடுத்தேன். குஞ்ஞிபாபு உட்பட. குஞ்ஞிபாபு உடனே கையிலி ருந்த சாக்லெட்டை வீசியெறிந்து விட்டான். அதற்குப் பிறகு அவன் என்னிடம் பேசுவதில்லை. மேலும் மூன்று மாதம் அந்த மண்மடையில் வேலை நடந்தது. அங்கேயே எங்கள்

காதலும் முடிவுக்கு வந்தது. இரண்டு வருடங்களுக்குப் பிறகு குஞ்ஞிபாபு தற்கொலை செய்து கொண்டான். தாயில்லாமல் வளர்ந்த அவன் எல்லா இடங்களிலும் அவமானங்களை மட்டுமே அனுபவித்துக்கொண்டிருந்தான். பலர், இதன் பொருட்டு என்னைக் குற்றம் சொன்னார்கள். ஆனால், நான் அவனை எந்த வகையிலும் ஏமாற்ற நினைக்கவே இல்லை என்றுதான் இன்றுவரை நம்புகிறேன்.

மண்மடை உரிமையாளரின் மகன் பாஸ்கரனைத்தான் நான் விரும்பினேன். மிகவும் கறுப்பாக இருக்கும் அவனை எல்லாருமே கேலி செய்வதுண்டு. தாழ்வு மனோபாவமாகவும் இருக்கக்கூடும். என்னுடன் நெருக்கமாகப் பழகுவதற்கு அவன் தயங்கினான்.

இதற்கிடையே பாலியக்கரை ஆன்றனி எனும் ஒரு போக்கிரியுடன் நான் மோதவேண்டியதாயிற்று. வழியோரங்களில் நின்று என்னை ஆசையோடு பார்த்துக் கொண்டிருப்பான் அந்த ஆன்றனி. ஒரு தடவை, பாபு என்ற அந்த ஆன்றனியின் நண்பன் ஒருவன், பெண் கேட்டு எங்களின் வீட்டுக்கு வந்தான். அப்பா அவனைத் திட்டியனுப்பி விட்டார். அதற்குப் பிறகு ஒரு நாள் வழியில் கண்டபோது, "ஆன்றனி சொல்லிதான் நான் பெண்கேட்டு உங்கள் வீட்டுக்கு வந்தேன். முதல் இரவில் மட்டும் உன்னை அவனுக்குத் தந்து விடவேண்டும் என்று சொல்லி அவன்தான் என்னை அனுப்பி வைத்தான். ஆகவே, நீ கவனமாக நடந்து கொள்வது நல்லது" என்றான் பாபு.

ஒருநாள் வயல்வரப்பு வழியாக நான் நடந்து வரும்போது ஆன்றனி எதிரில் வந்தான். கையைப்பிடித்து இழுப்பான் என்பது உறுதியாகத் தெரிந்தது. என்ன செய்யலாம் என்று யோசித்தபோது தூரத்தில் பரிச்சயமான ஒரு ஆள் வருவதைக் கண்டேன். உடனே, "சந்திரண்ணா" என்று சத்தமாகக் கூப்பிட்டேன். ஆன்றனியின் கவனம் அங்கே திரும்பியதும் அவனைப் பிடித்து வயலில் தள்ளிவிட்டு ஓடித் தப்பிவிட்டேன்.

கல்யாணம்

என் திருமணம், முன்முடிவு செய்து நடந்த திருமணமல்ல. எதிர்பாராத வகையில் நடந்தது. அப்பாவுடன் தகராறு ஏற்பட்டிருந்த சமயத்தில் நடந்தது. அப்பா வேலைக்குப் போவதில்லை. ஆனால் வேலைக்குப் போகும் என்மீது கட்டுப்பாடுகள் விதிக்கவும், காசை எப்படி செலவு செய்ய வேண்டும் என்று அம்மாவிடம் சொல்வதுபோல் என்னிடமும் சொல்லத்

தொடங்கினார். தகராறு முற்றியது. அண்ணனின் திருமணத் திற்கு நான் ஆதரவாக இருந்தது மற்றுமொரு காரணம். ஊருக்குள் கொந்தளிப்பை ஏற்படுத்திய திருமணம் அது. தன்னை விட மூன்றரை வயது அதிகமான ஒரு பெண்ணை அண்ணன் திருமணம் செய்துகொண்டான். அந்தப் பெண் எனது தோழி ஒருத்தியின் அக்கா. திருமணத்தைப் பதிவு செய்யும்போது நானுமிருந்தேன் என்பதற்காக அப்பா என்னை நன்றாக அடித்தார். இந்த இரண்டு காரணங்களுக்காகவும் ஏற்பட்ட தகராறில்தான் அப்பா வீட்டை விட்டு வெளியேறும் படி என்னிடம் சொன்னார்.

வீட்டை விட்டு வந்துவிட்டேன். போவதற்கு எந்த இடமும் இல்லை. பதினெட்டு வயதுப் பெண் எங்கேயாவது தங்கிவிடுவதும் நடக்கிற விஷயமல்ல. என்னைத் திருமணம் செய்து கொள்ள விரும்பியவர்களும் காதலர்களுமென நிறைய பேரிருந்தனர். அவர்களில் ஒருவரைத் தேடிப்பிடிக்க முயற்சி செய்தேன். அப்படியாக, ராணுவத்திலிருந்த ஒருவரின் மகனான சந்திரன் என்பவனைத் தேடிப்போனேன். அவன் மணல் அள்ளும் தொழில் செய்து வந்தான். வேலை செய்யும் இடத்துக்கு அவனைத் தேடிச் சென்றேன். காய்ச்சலாக இருப்பதால் சந்திரன் இன்று வேலைக்கு வரவில்லை என்று தெரிந்தது. அவனுக்காகக் காத்து நின்றபோது சுப்ரமணியன் என்பவனைச் சந்தித்தேன். ஏற்கனவே ஒருதடவை திருமணம் செய்யக்கேட்டு அது நிறைவேறாததால் என்னிடம் கோபத்தில் இருப்பவன் இந்த சுப்ரமணியன். சீட்டுவிளையாட்டு மற்றும் பெண்களைக் கேலிசெய்யும் ஒரு கூட்டத்திற்குத் தலைவன். சந்திரனுக்காகத் தான் அவன் பெண்கேட்டான் என்பது பிறகுதான் தெரிந்தது. சந்திரனிடம் மணல் அள்ளும் வேலை செய்து வந்தான் சுப்ரமணியன். மண்வேலையுடன் தொடர்புள்ள வேலையல்ல இது. ஆற்றுமணல் அள்ளும் வேலை. மண்வேலைக்குப் போகும் வழியில்தான் ஆற்றுமணல் அள்ளுபவர்கள் தங்கியிருந்தார்கள். சந்திரனைப் பார்க்க வந்திருக்கும் காரணத்தைச் சொன்ன போது சுப்ரமணியன் என்னைத் தனது வீட்டுக்கு அழைத்தான். சந்திரன் வந்தபிறகு மற்றவற்றைப் பேசிக்கொள்ளலாம் என்றான். அதன்படி சாயுங்காலம்வரைக்கும் அவனுடனே நின்றேன். பிறகு, இவ்வளவு நேரத்திற்குப் பிறகு உன்னை வீட்டுக்குக் கூட்டிச்செல்ல முடியாது. என் மாமாவின் வீடு பக்கத்தில்தான் இருக்கிறது, அங்கே போவோம் என்றான். அவன் மாமா என்று சொன்னதும் வயதான ஒரு ஆளை நான் மனதில் கற்பனை செய்தேன். சுப்ரமணியனுக்கு முப்பத்திரண்டு வயது. அப்படியென்றால் அவனது மாமாவுக்கு ஒரு ஐம்பது வயதாவது இருக்க வேண்டும் அல்லவா? அங்கே போனபிறகுதான்

தெரிந்தது, இவனுடைய சமவயதினன் அந்த மாமா. ஒரு பெரிய இடத்துப் பெண்ணுடன் ஓடிவந்து தலைமறைவாக வாழ்கிறான். இப்படி ஒரு தலைமறைவான இடத்திற்கு நான் வந்து சேர்ந்ததும் அங்குள்ளவர்கள் சுப்ரமணியனும் ஒரு பெண்ணைக் கூட்டிக் கொண்டு வந்திருக்கிறான், திருமணம் செய்திருக்கிறான் என்றெல்லாம் சொன்னார்கள். அப்படி யொன்றும் கிடையாது என்று உண்மையைச் சொன்னால் இரவு அங்கே தங்குவது சாத்தியமில்லை. ஒரு வாரம் அங்கே தங்கியிருப்பதற்குள் ஊர்க்காரர்கள் எங்களைக் கணவன் மனைவி யென்றே முடிவு செய்து விட்டார்கள். பிறகு சுப்ரமணியனின் வீட்டுக்கு வந்தோம். அவனுடைய தாயும் சகோதரியும்கூட அப்படித்தான் நடத்தினார்கள். அங்கே வந்து சேர்ந்த அன்றே நான் மனைவியாக வேண்டியதுமாயிற்று. எனது திருமணம் இப்படித்தான் நடந்தது.

சுப்ரமணியன் மது, மாது என எல்லாவற்றிலுமே கைதேர்ந்த ஒரு ஆள். மணல் அள்ளும் வேலைக்குப் போய்க்கொண்டிருந் தாலும் சாராயம் காய்ச்சுவதுதான் முக்கியத்தொழில். கூலிக்கு அடியாள் வேலையும் செய்வான். இப்படியான புருஷலட் சணங்கள் நிறைந்த மனிதன். ஐம்பத்தைந்து வயதான ஒரு வைப்பாட்டியும் வைத்திருந்தான். ஆனால், வீட்டுக்குத் தேவை யான சாமான்களை வாங்கித் தந்து விடுவான். அவனுடைய எந்தச் செயல்கள் குறித்தும் கேள்வி கேட்கக் கூடாது. எதைச் செய்யலாம், எதைச் செய்யக்கூடாது என்றெல்லாம் சொல்ல வும் கூடாது. ஆனால் எது கூடும், எது கூடாது என்பதை எனக்கு அவன் திட்டவட்டமாகச் சொல்லித்தருவான். மாமி யார் கொடுமை, நாத்தனார் கொடுமை போன்றவற்றையும் அதிகபட்சமான அளவுக்கு நான் அங்கே அனுபவித்தேன். மகன் ஏதாவது சொல்லிவிட்டால் போதும், உடனே தாய் அதையேற்றுப்பிடித்துச் சண்டைக்கு வந்து விடுவாள். நரக வாழ்க்கை அது. அகப்பையால் அடிவாங்கி, தலை உடைந்த சம்பவங்கள்வரைக்கும் அனுபவித்தேன். மிகப்பெரிய போராட்டத் தினூடேதான் வாழ முடியும் என்ற முடிவுக்கு நான் வருவதற் கானக் காரணமும் இப்படி சண்டைபோட்டாவது சுயமரி யாதையைக் காப்பாற்றிக் கொள்ள முயற்சி செய்ததுதான்.

அவனுடன் சாராய வியாபாரத்திற்கும் கூட்டு நின்றிருக் கிறேன். அப்போதெல்லாம் குடிகாரர்கள் தனியாக வந்து தேவையானதைக் குடித்து விட்டுப் போகும் வழக்கம் தான் மிகுதியாக இருந்தது. சுப்ரமணியன் நிர்பந்தம் செய்தபிறகும் கூட நான் ஆரம்பத்தில் குடிக்கவில்லை. பிறகு ஒரு நாள் ஏதோ வருத்தத்தில் இருந்தபோது தண்ணீர் சேர்க்காமலேயே குடித்தேன். பிறகு அது பழக்கமாகிவிட்டது.

மூன்றரை வருடங்கள் அவனோடு வாழ்ந்தேன். புற்றுநோய் வந்து பெரும் அவஸ்தைப்பட்டு அவன் இறந்தான். வலி தாங்கமுடியாத நிலையில் மதுவில் விஷம் கலந்து குடித்துத் தற்கொலை செய்து கொண்டான்.

அவன் மூலம் இரண்டு குழந்தைகளைப் பெற்றேன். மூத்த மகன் பதினேழாவது வயதில் இறந்து போனான். அடுத்தது, மகள். சௌக்கியமாக வாழ்கிறாள். என்னை அவளால் ஏற்றுக் கொள்ள இயலவில்லை என்பதால் எப்போதாவது அவளுக்குத் தெரியாமல் ஒளிந்து நின்று பார்ப்பதைத் தவிர வேறு எந்தத் தொடர்புகளும் அவளுடன் கிடையாது. ஐந்து வயதுவரை அவளுக்கு நான்தான் செலவுக்குப் பணம் அனுப்பிக் கொண்டிருந்தேன் என்ற விஷயம் அவளுக்குத் தெரியாது. என் மாமியாரிடவுனுக்கு வந்து யாருக்கும் தெரியாமல் பணம் வாங்கிக் கொண்டுபோவாள். அவளை நான் பணம் கொடுத்துக் கவனித்துக் கொண்டது தெரியாததால், இரண்டு வயதில் உதாசீனம் செய்துவிட்டுப்போன ஒருதாயின் சித்திரம்தான் என்னைக் குறித்த அவளது மனஉணர்வுகள்.

❖

அத்தியாயம் 2

புதியபாதை, புதியவேலை

கணவன் இறந்தபிறகு பெரிய ஒரு தொகையைப் பிள்ளைகளுக்குச் செலவுக்குத் தரவேண்டுமென்று மாமியார் சொல்லிவிட்டதைத் தொடர்ந்துதான் நான் பாலியல் தொழிலுக்கு வந்தேன். அன்று சாதாரணமாக ஒரு பெண்ணின் தினக்கூலி இரண்டரை ரூபாய்தான். மிகக் கடினமான உடலுழைப்புக்கு நாலரை ரூபாய் கிடைக்கும். தினமும் ஐந்து ரூபாய் தந்து விடவேண்டுமென்று மாமியார் சொல்லிவிட்டாள்.

இதைப் பற்றி என் தோழி கார்த்தியாயினியிடம் பேசினேன். குழந்தைகளை அனாதை ஆஸ்ரமத்தில் சேர்த்து விடலாம் என்பதுதான் என்னுடைய தீர்மானம். அனாதை ஆஸ்ரமத்தில் சேர்த்தால் குழந்தைகளைத் திருப்பிப் பெற இயலாது என்று கார்த்தியாயனி சொன்னாள். குழந்தைகளை வளர்ப்பதற்கான ஒரு வழியாக அவள்தான் ரோசாக்காவைப் பற்றிச் சொன்னாள். ரோசாக்கா திருச்சூரில் ஏதோ வேலை பார்க்கிறாள். அவளுடன் சென்றால் நிறைய பணம் கிடைக்கும் என்றாள். என்ன வேலையென்று கேட்டபோது ஆட்களுடன் 'போக வேண்டும்' என்றாள். அப்போதெல்லாம் இந்தத் தொழிலின் தன்மையைக் குறிப்பிட்டு யாரும் சொல்வதில்லை. நான் சிரித்துக்கொண்டே கேட்டேன், "ஏண்டி, கூடப்போறதுக்கு யாராவது பணம் தருவார்களா?" கூடப்போவதென்றால் சேர்ந்து நடப்பது என்று நான் நினைத்துக் கொண்டேன். அப்போதுதான் அவள் விளக்கமாகச் சொன்னாள். பணமுள்ள ஆட்கள் வருவார்கள், அவர்களுக்குப் பெண்கள் தேவை. அவர்களின் ஆசைக்கு நாம் இணங்கினால் பணம் தருவார்கள். பெண்கள் தேவைப்படு

வார்கள் என்றதுமே எனக்குப் புரிந்து விட்டது கணவன்போல் உபயோகிப்பதென்று. "ஏண்டி, அப்படிச் செய்தால் ஆட்களுக்குத் தெரிந்துவிடாதா?" என்று கேட்டேன். "அது நம்ம ஊரில் வைத்தொன்றுமில்லை. திருச்சூரில்." கல்லூருக்கும் திருச்சூருக்கும் நிறைய தூரமிருக்கிறது. அதிகம் பஸ்போக்குவரத்துகளெதுவும் இல்லாத காலம் அது. காலையிலும் சாயுங்காலமும் ஒரு பஸ் வந்து போகும்.

டவுனில்தானே, யாருக்கும் தெரியாது என்றதும் வேலை சுலபமாக இருக்கும் என்று தோன்றியது. அப்படியாக ரோசாக்காவைப் பார்த்துப் பேசிவிட முடிவு செய்தேன். பணம் கிடைக்குமென்று அவள் உறுதியாகச் சொன்னால்தானே நம்பிக்கை ஏற்படும்? நான் சுப்ரமணியனையும் பாஸ்கரனையும்தான் நினைத்துப் பார்த்தேன். அவர்களில் யாருக்குமே ஐம்பது ரூபாய்தர இயலாதென்பது எனக்குத் தெரியும். பாஸ்கரனுக்கு நிறைய பெண்களுடன் தொடர்பிருந்தது. அவன் நெல்தான் கொடுப்பான். இரண்டு மரக்கால் நெல்லு தந்தான், தேங்காய் தந்தான் என்பார்கள். பண்டமாற்று பாலியல் உறவுகள். பணம் தரும் ஒரு ஆள் பார்ப்பதற்கு எப்படியிருப்பான் என்பதை நினைத்துப் பார்த்தபோதே எனக்கு ஆச்சரியமாக இருந்தது. மிகப்பெரிய சம்பவமொன்று நிகழவிருக்கிறது. எனக்காக ஒருவன் ஐம்பது ரூபாய் செலவு செய்யப்போகிறான்.

ஜரிகை வேட்டியுடுத்திய ஒருஆள்

ஒரு காவல்துறை அதிகாரிக்கு விருந்தளிக்கும் இடத்திற்குப் போகவேண்டுமென்றுதான் ரோசாக்கா சொல்லியிருந்தாள். நான் அவளுடன் சென்றேன். முதலில் ராம்தாஸ் தியேட்டரில் சினிமா பார்த்துவிட்டு வெளியே வந்தோம். வழியில் ஒரு போலீஸ் ஜீப் வந்து எங்களை ஏற்றிக்கொண்டது. அந்த ஜீப் நேராக ராமநிலையத்துக்குச் சென்றது.

ராமநிலையம் அப்போது நாடகக் கொட்டகையாக இருந்தது. அங்கே எல்லாமும் எனக்குப் புதுவிஷயங்களாக இருந்தன. கொஞ்சமும் எதிர்பார்த்திராத ஒரு சூழல். ஆளுயரக் கண்ணாடியின் முன்நின்று உடைமாற்றிக் கொள்ளும் வசதி; ஆற்றிலும் குளத்திலும் மட்டுமே குளித்துப்பழகிய எனக்குக் குளியலறைக்குள் நின்று குளிக்கும் வசதி; அப்போதெல்லாம் எனக்கு நல்ல அடர்த்தியான தலைமுடி இருந்தது. முடியை அவிழ்த்துப் போட்டு அப்படியே நிற்கும்போது அந்த ஆள் இடைவராந்தாவில் நடந்து வந்தார். சந்தனத் திலகமணிந்து

ஜரிகை வேட்டியும் உடுத்திருந்தார். ஈழவ சமூகத்தில் பிறந்தவள் நான். இந்த வேஷங்களுடன் கூடிய நாயர்களையும் நம்பூதிரி களையும் நாங்கள் மதிப்புடன் பார்த்துக் கொண்டு நிற்பது வழக்கம். இங்கே, இப்போது அப்படிப்பட்ட ஒரு ஆள் எனது படுக்கையறைக்குள் வந்திருக்கிறார். நான் பதறிப்போய் விட்டேன். "ரோசாக்கா இவங்க . . . ?" "இவருதான் நான் சொன்னேனே, அந்த போலீஸ் ஆஃபீஸர்."

எல்லாமாக நானொரு மாயாலோகத்தில் சஞ்சரித்தேன். அங்கே ஒரு ஃபுல் பாட்டிலில் மது இருந்தது. "சாப்பிடுவியா ?" என்று என்னிடம் கேட்டார் அவர். நான், "ஆமாம்" என்றதும் தேவைக்கு எடுத்து சாப்பிடச் சொன்னார். ஏதோ கொஞ்சம் சாப்பிடுவேனாக இருக்கும் என்று அவர் நினைத்திருப்பார். நான் பெரிய கிளாசில் முக்கால் பாகம் ஊற்றிக்கொண்டேன். அவர் பதறிப்போய் "தண்ணி கலந்துக்க, தண்ணி கலந்துக்க" என்று சொல்லிக் கொண்டிருந்தார். நானும் சொல்கிறாரே என்பதற்காகக் கொஞ்சூண்டு தண்ணீரும் விட்டுக் கொண்டேன். உண்மையில் சிறிதளவு சபை நாகரிகமும் தெரியும். ஒரே மூச்சில் அதைக் குடித்தேன். இதைப் பார்த்ததும் அவர் திகைத்துப் போயிருக்கலாம். சிறிதளவு மதுவை விட்டு நிறைய தண்ணீரும் சேர்த்து அந்தத் தம்ளரைக் கையில் வைத்தபடி அவர் அமர்ந்திருந்தார்.

ஒரு அரசகுமாரனின் தோற்றம் அவரிடமிருந்தது. போலீஸ் காரனின் தோற்றம் கொஞ்சமும் இல்லை. பார்வைக்கு போலீஸ் காரனைப்போல் தோன்றியவர் இவருடன் வந்திருந்த ஒரு கப்படா மீசைக்கார அரசியல்வாதிதான்.

மிகவும் மிருதுவான முறையில் அவர் அன்றிரவு என்னிடம் நடந்து கொண்டார். ஒரு நாள் இரவு மட்டும்தான் என்றாலும் கூட சுப்ரமணியனை மனதில் வைத்துப் பார்க்கும்போது அந்த போலீஸ்காரனைக் குறித்த நினைவுகள் இனிமையானவை தான். என் கற்பனையிலிருந்த காதலன்.

இந்த அழகிய மன்மதன்தான் மறுநாள் காட்டியும் கொடுத் தார். ஒரு ஆண் அழகானவனாகவும் குரூரமானவனாகவும் இருக்க முடியும் என்ற பாடத்தை முதல் வாடிக்கையாளரிட மிருந்தே நான் கற்றுக் கொண்டேன்.

நேரம் விடியும்போது போலீஸ் ஜீப் வந்து மீண்டும் எங்களை ஏற்றி டவுனை அடுத்திருந்த மிஷன் குவார்ட்டர்சில் இறக்கிவிட்டது. ஜீப்பிலிருந்து இறங்கி நடக்கத் தொடங்கும் போது பின்னால் வேறொரு ஜீப் வந்து நின்றது. இரண்டு போலீஸ்காரர்கள் அதிலிருந்து இறங்கி "ஏறுங்கடி ஜீப்பில்"

என்று சொன்னார்கள். அது நெருக்கடிநிலை காலகட்டம். ஸ்டேசனுக்கு வந்ததுமே அடிக்கத் தொடங்கினார்கள். மூட்டுக்குக் கீழ் லத்தியால் அடித்தார்கள். அடிபட்ட வேதனையும் வருத்த மும் முட்டிக் கொண்டுவந்தன. நான் சத்தமாகச் சொன்னேன்; "ராத்திரி கூடப்படுக்கிறதும் போலீஸ்தான், பகல்லே அடிச்சுக் கொல்றதும் போலீஸ்தான்." அடிக்கும்போது ஏ.எஸ்.ஐ கேட்டார்: "ஏண்டி, ராத்திரி சார்கூட படுத்துட்டா, சார் எங்ககிட்டே சொல்லமாட்டார்னு நெனைச்சுட்டியா?" அந்த போலீஸ் அதிகாரி முதல் சர்க்கிள் இன்ஸ்பெக்டர் வரை, "சார் கூட கிடந்தவள்" என்றே சொன்னார்கள். இவர்களைவிடப் பெரிய அதிகாரிதான் என்னோடு படுத்த அந்த கற்பனைக் கதாநாயகன் என்பதை அப்படித்தான் நான் தெரிந்து கொண்டேன். கொஞ்ச நேரத்துக்குப் பிறகு எஸ்.ஐ. வந்தார். அவரை மின்னல் பாபு என்று சொல்வார்கள். மம்முட்டி, சுரேஷ்கோபியின் சினிமா பாணியில் தெருவிலிறங்கிக் குண்டர்களை உதைப்பதுதான் அவரது வழக்கம். அவர் என்னிடம் அன்பொழுக நடந்து கொண்டார். அடிப்பதை நிறுத்தச் சொன்னார். ராத்திரி தன்னுடன் வந்தால் விட்டு விடுவதாகப் பேரம் பேசினார். தற்சமயம் அங்கேயிருந்து போய்விட்டால் போதுமென்பதால் சம்மதம் தெரிவித்து விட்டுத் தப்பி விட்டோம்.

அதற்குப் பிறகு நான் அந்த அழகிய மணவாளனைப் பார்க்கவே இல்லை. அதை நினைத்துப் பார்க்கும்போது மனதிற்குள் இப்போது வேதனையேற்படும். ஒரு மனிதனால் எப்படி இவ்வளவு குரூரமாக நடந்துகொள்ள முடிகிறது? பிறகு யாரிடமுமே இவ்வளவு குரூரத்தையும் இவ்வளவு மிருது வான அணுமுறையையும் நான் பார்த்ததில்லை.

கம்பெனி வீடு

இந்தச் சம்பவத்திற்குப் பிறகு அங்கிருந்து வேறு இடத்திற்குப் போய் விடுவதாக முடிவு செய்து வாவன்னூருக்குச் சென்றோம். ரோசாக்கா, ஷீலா, கார்த்தியாயினி போன்றவர்கள் எல்லாம் சேர்ந்து அங்கே வாடகைக்கு ஒரு வீடு பிடித்தோம். ரோசாக்கா தான் தலைவி. உண்மையிலேயே தலைவியாவதற்கான தகுதியுள்ளவள்தான் ரோசாக்கா. அவளுடன் ஏற்கனவே அறிமுக மான இன்னும் சிலரும் இருந்தார்கள். நானும், ஷீலாவும், கார்த்தியாயினியும் புதுமுகங்கள்.

வாவன்னூரில் இந்தக் கம்பெனி வீடு தனியாக இருந்தது. அக்கம் பக்கங்களில் வீடெதுவும் இல்லை. ஒருபுறம் ஆறு.

மறுகரையில் மாந்தோட்டம். அதை அடுத்து பின்புறம் பாறைக் கூட்டங்கள். தரிசு நிலம்போன்ற பகுதி. ஆட்டோ ரிக்ஷா அறிமுகமாவதற்கு முந்திய காலகட்டம் என்பதாக ஞாபகம். ஆட்டோ ரிக்ஷா தொடர்பாக நினைவுகள் எதுவும் மனதில் வரவில்லை. ஆட்கள் காரில்தான் வருவார்கள். குட்டநாடு, பட்டாம்பி, மேழத்தூர் போன்ற பகுதிகளில் புரோக்கர்கள் இருந்தனர். அவர்கள் மூலமாகத்தான் ஆட்கள் வருவார்கள்.

கம்பெனி வீடுகள் என்றறியப்படுவதற்கான காரணம், இது போன்ற வீடுகளின் முன்புறம் பெயரளவில் ஏதாவது கம்பெனி என்று பெயர்ப்பலகை வைக்கப்பட்டிருக்கும். பெரும் பாலான இடங்களிலும் பெரிய குடும்ப வீடுகள்தான் இப்படி யான கம்பெனி வீடுகளாக மாற்றப்பட்டிருந்தன. குறிப்பாக, பாலக்காடு, மலப்புரம் மாவட்ட நாயர் குடும்பங்கள்தான் இதில் அதிகமும். கௌரவம் மிகுந்த நாயர் பெண்களால் இவை நடத்தப்பட்டன.

கம்பெனி வீடுகளில் புரோக்கர்கள் மட்டுமல்ல, அடியாட் களும் இருப்பார்கள். எங்களுடன் அப்படி இரண்டு பேரிருந்தனர். மானுக்காவும் குஞ்ஞுப்பாவும். சரியான அடியாள், குஞ்ஞுப்பா தான். முதல் நாளன்றே எனக்கும் குஞ்ஞுப்பாவுக்குமிடையே ஒரு தகராறு ஏற்பட்டு விட்டது. மாடிக்குச்செல்ல ஏணிப் படியேறும்போது அவன் பின்னால் நின்று நோண்டினான். திரும்பிக் கன்னத்தில் ஒன்று விட்டேன். ரோசாக்கா இடையில் வந்து சூழலைத் தணியச் செய்தாள். அவனை விரோதித்துக் கொள்ளக்கூடாது. தடவிக்கொடுத்து சமாளித்துதான் போக வேண்டும் என்று ரோசாக்கா வற்புறுத்திச் சொன்னாள். அவள் அடிக்கவில்லை, தெரியாத்தனமாக லேசாகத் தட்டி னாள் என்றெல்லாம் விளக்கம் சொல்லி பிரச்சினையைச் சமாளித்து விட்டாள் ரோசாக்கா.

மகிழ்ச்சியான நாட்கள்

எனக்கு மிகவும் பிடித்தமான ஆளாக மானுக்கா இருந்தான். எந்தப் பிரச்சினையாக இருந்தாலும் ஆறுதல் வார்த்தைகளுடன் மானுக்கா ஓடி வருவான். ஆறடி உயரமுள்ளவன் அந்த மானுக்கா. அவனுக்கு செக்ஸ் தேவைப்படவில்லை. தொடுவதும் தடவுவதுமே போதுமானதாக இருந்தது. சுயபாலின்பத்தில் தான் அவனுக்கு விருப்பம். அப்பாவின் இரண்டாவது மனை விக்குப் பிறந்தவன் என்பதால் அதிகமான புறக்கணிப்பினூடே வளர்ந்தவன். திருமணம் ஆகவில்லை. ஒரு வழக்கில் அகப்பட்டு

குஞ்ஞுப்பா அங்கிருந்து போய்விட்ட பிறகு மானுக்காவுடனான எனது காதல் மேலும் இறுகியது.

காதல்வசப்பட்டு நாங்கள் குந்தங்குளத்தில் ரீகல் ஹோட்டலில் ஃபாமிலி அறைக்குள் அமர்ந்து நீண்டநேரம் பேசிக் கொண்டிருப்போம். மகிழ்ச்சி நிறைந்த நாட்களாகவே அந்நாட்கள் கடந்துபோயின. வீட்டிற்குக் குறிப்பிட்ட நாட்களில் பணம் அனுப்பி விடுவேன். வீட்டுக்குள் நுழைய முடியாத நிலைமையிருந்தாலும் பணத்தை அவர்கள் பெற்றுக் கொண்டு தானிருந்தார்கள். தெரிந்த ஒரு பெண் மூலம் கணவனின் அம்மாவுக்கு அனுப்பிவைப்பது வழக்கம்.

அந்தக் காலகட்டங்களில் சற்று அதிகமான சுதந்திரம் இருந்தது. இன்றைய காலம்போல் சமூகப் பிரச்சினைகளோ போலீஸ் ரெய்டுகளோ அப்போது இல்லை. முறைக்கும் பார்வைகளும் குறைவுதான். சித்தீக் எனும் வாடிக்கையாளருடன் வெளியே செல்வது நினைவுகளில் இன்றும் பசுமையாகப் படர்ந்து நிற்கிறது. ஐந்து பேராகச் செல்வோம். நாங்கள் இரண்டு பேர், பாதுகாப்புக்காகக் குஞ்ஞுப்பா, மானுக்கா. கூடவே ரசிகனான இஸ்மாயில். இன்றுபோல் கும்பல் சேர்ந்த பாலியல் வன்முறை அப்போதெல்லாம் கிடையாது. மிகுந்த கொண்டாட்டமாக இருக்கும். எல்லாரும் சேர்ந்தமர்ந்து மதுவருந்துவோம். சிகரெட் பிடிப்போம். சித்தீக்குடன் உறவுகொண்டு மானுக்காவுடன் படுத்துத் தூங்குவேன்.

நீண்டகாலம் இப்படி வாழ்ந்துவிட முடியவில்லை. ரோசாக்காவுடன் தகராறு வந்து விட்டது. ரோசாக்காவின் காதலனான அபூவுடன் தொடர்பு வைத்ததுதான் தகராறுக்குக் காரணம். ரோசாக்காவின் அனுமதியுடன்தான் அபூ வந்தான். அப்போது நான் உடுத்தியிருந்த உடைகள் கிழிந்து போயிருந்தது. இதைக்கண்ட அபூ மறுநாள் எனக்கொரு பாவாடை வாங்கித் தந்ததை ரோசாக்காவால் தாங்கிக்கொள்ள முடியவில்லை. கோபத்துடன் எனது பெட்டியைத் திறந்து அத்தனை துணிமணிகளையும் வெளியே அள்ளிப்போட்டுத் தீ வைத்து விட்டாள். உடுத்திருந்த வேட்டியையும் ஜாக்கெட்டையும் தவிர எல்லாம் சாம்பலாகிவிட்டன. கோபால கிருஷ்ணன் என்ற வாடிக்கையாளர்தான் அப்போது உதவினார். அவர் எனக்குப் புதிய உடை வாங்கித் தந்தார்.

அத்துடன் அங்கே தொடர்ந்து தங்கி இருக்க முடியாத நிலைமையும் இருந்தது. குஞ்ஞுப்பா ஒரு கொலை வழக்கில் சிக்கிக்கொண்டான். அதற்கான காரணம் தனி நபர் விரோதம் தான். போலீஸ் விசாரணை கம்பெனி வீட்டை மையப்படுத்து வதில் தீவிரம் காட்டியது. அப்படியாக அங்கிருந்து திருச்சூர்

42 ◄ நளினி ஜமீலா

அமலா ஆஸ்பத்திரிக்கு சமீபமுள்ள ஒரு தோழியின் வீட்டிற்கு வந்தேன். அங்கிருந்தவாறே கம்பெனி வீடுகளுக்குச் சென்றேன்.

சிறிது காலம் இத்திருவம்மா என்ற பெண்ணின் நாயர் இல்லத்தில் தங்கியிருந்தேன். அவளுக்கு ராமன்நாயர் என்பவர் துணையாக இருந்தார். கணவன் காரியஸ்தன் புரோக்கர் எல்லாமே இந்த ராமன்நாயர்தான். பாலக்காட்டையடுத்த குட்டநாட்டிலிருந்தது இந்தக் கம்பெனி வீடு. இத்திருவம்மாவுக்கு ஒரு நம்பூதிரியுடன் திருமண உறவிருந்தது. ராமன்நாயர் உண்மையிலேயே ஒரு காரியஸ்தன்தான். அங்கே இது போன்ற முக்கோண உறவுகள் எல்லோரிடமும் சகஜமாக இருந்தது. எல்லோருமே இந்த விஷயத்தைப் பரஸ்பரம் அறிந்துதானிருந்தனர். இதனாலேயே அவர்களது உறவுகளும் பரஸ்பர புரிதல்களின்பேரில் உறுதியாக இருந்தது. மானுக்காவும் அங்குதானிருந்தான்.

சித்தீக் வெளிநாட்டுக்குப் போனபிறகு பழைய கம்பெனி முழுவதுமாகக் கலைந்துவிட்டது. மானுக்காவைப் பிறகு பார்க்கவே முடியவில்லை. என்றாவது ஒருநாள் பார்க்க முடியும் என்ற நம்பிக்கை இப்போதும் எனக்கு இருக்கிறது. அங்கிருந்து வந்துவிட்ட பிறகும் ரோசாக்கா, நான் தங்கியிருந்த இடத்திற்கு வந்து தகராறு செய்வாள். ரோசாக்கா இப்போது எங்கே இருக்கிறாள் என்ற விவரமும் தெரியவில்லை.

இடையில் கொஞ்ச நாட்கள் வேறொரு நாயர் இல்லத்தில் தங்கியிருந்தேன். அங்கே மாடு பிடிக்க வருபவர்களைப்போல் வாடிக்கையாளர்களைக் கூட்டிக்கொண்டு வருவார்கள் புரோக்கர்கள். மாடுகளைப் பார்த்து விலை பேசுவதினிடையே உள்ளே போய் விஷயங்களை முடிப்பார்கள். ஊர்க்காரர்களின் கண்ணை மறைப்பதற்காகவே இந்த மாட்டுத்தரகு. ஊர்க்காரர்களுக்கும் விஷயம் தெரியும். அப்படியாக ஒரு பிரத்தியேக அனுசரணை அன்றிருந்தது.

மகாராணி

ரோசாக்காவுடன் மனஸ்தாபம் ஏற்பட்டு நான் திருச்சூர் நகரத்தில் நிற்கத் தொடங்கிய சமயம் அது. இப்படி நிற்பதில் எனக்கு அவ்வளவாக விருப்பமில்லை. இரவு பகலாக அந்தப் பகுதியில் சுற்றித் திரிவது பிடிக்கவில்லை. தங்குமிடமில்லாதவர்களுக்கான முக்கிய பிரச்சினை குளிப்பதற்கு இடம் தேடிப்பிடிப்பதுதான். நகரத்திலிருந்து விலகி சிறிது தூரத்தில் சென்று ஆறோ, குளமோ தேடிப்பிடிக்கலாமென்றால் ரௌடி

களின் தொந்தரவு. இதற்கான ஒரே தீர்வு, நகரிலுள்ள கட்டணக் குளியலறையை உபயோகிப்பதுதான். எல்லா குத்தகைக் காரர்களும் இதனை அனுமதிக்க மாட்டார்கள். அடுத்த பிரச்சினை, கொஞ்சம் நிம்மதியாக அமர்ந்து சாப்பிட ஒரு ஹோட்டலைத் தேடுவது. எல்லா இடங்களும் பாதுகாப்பான தல்ல. இப்படியான பிரச்சினைகளைச் சமாளித்துவிட்ட பிறகு, பகல் பொழுதைக் கழிக்க சினிமா பார்ப்பேன். இரவு எட்டு மணிக்குப் பிறகுதான் வாடிக்கையாளர்களைத் தேடவேண்டும். இந்த நேரத்தில்தான் போலீஸ்காரர்களின் ஒரு ஷிப்ட் பணி முடியும். அடுத்த ஷிப்ட் தொடங்கும். ஆகவே இரண்டு பிரிவினர்களின் தொந்தரவுமிருக்கும். வாடிக்கையாளர்கள் கிடைத்தால் இரவைக் கழித்துவிடலாம். அப்படிக் கிடைக்காத போது இரவைக் கழிப்பது மிகுந்த சிரமமாகிவிடும். இந்த நேரங்கள்தான் மிகவும் சிக்கலாக இருக்கும்.

பகலில் தொழிலுக்கு நிற்பவர்களின் பிரச்சினை வேறு. வீட்டு வேலைக்கென்றோ குழந்தைகளைக் கவனிப்பதற் கென்றோ சொல்லி அவர்கள் வருவார்கள். அதன் காரண மாக அவர்கள் நேரந்தவறாமையைக் கடைப்பிடிக்க வேண்டும். வாடிக்கையாளர்களுக்காக பிக்அப் பாயின்ட்களில் நிற்பது மட்டுமல்ல வாடிக்கையாளர்கள் கிடைத்து பணம் கையில் வந்தாலும் உடனே போய்விட முடியாது. திரும்பிச் செல்ல வேண்டிய நேரமாகும்வரை மீண்டும் காத்திருக்கவேண்டும்.

பகல் நேரத்தில் தேவையில்லாமல் அலைந்து திரிய விருப்ப மில்லாமல் ஒருநாள் நான் கோழிக்கோட்டுக்குப் புறப்பட்டேன். போய்விட்டு உடனே திரும்பி விடலாம் என்றுதான் நினைத் தேன். அங்கே போய் இறங்கியதும் பக்கத்திலிருந்த பார்க்கில் போய் அமர்ந்தேன். அப்போது ஒரு ஆள் வந்து தன்னை அறிமுகம் செய்து கொண்டான். "என் பெயர் ராஜன். நீ என்னோடு வருகிறாயா?" என்று கேட்டான். அவன் அங்கே புகழ்பெற்ற ஒரு புரோக்கர். அதனால்தான் பெயரைக் குறிப்பிட்டுத் தன்னை அறிமுகப்படுத்திக் கொண்டான். நான் இதற்கு முன்பும் இந்த ஊருக்கு வந்திருக்க வேண்டுமென்று அவன் நினைத்திருக்கிறான். அப்போதெல்லாம் ஒரு பாலியல் தொழி லாளியைப் பார்த்த உடனேயே கண் மை தீட்டியிருப்பது, பொட்டு வைத்திருப்பது போன்ற அடையாளங்களிலிருந்து சொல்லிவிட முடியும். மகாராணி ஹோட்டலுக்கு வந்தால் தேவையான பணம் சம்பாதிக்கலாம் என்றான் அவன்.

தேவையில்லாமல் பகலில் இப்படிச் சுற்றித்திரிய வேண் டாம் என்ற எண்ணத்தில் நான் அவனுடன் சென்றேன். மகாராணி ஹோட்டலில் அறை எடுத்தோம். அறை விசேஷ

மான ஒரு முறையில் அமைந்திருந்தது. உள்ளே நுழைந்தால் ஒரு ஹால். அதில் சாதாரணமான ஒரு லாட்ஜுக்கான எல்லா செட்டப்புமிருந்தன. அதையொட்டி பாத்ரூம் போன்ற தோற்றமுள்ள ஒரு கதவு இருக்கும். அதுவும் ஒரு சிறு அறைதான். அதன் நடுவில் ஒரு கட்டில். அறையில் லைட் இருக்காது. வேலை முடிந்த பிறகு, வந்தவர் யார் என்பதைப் பற்றியெல்லாம் எதுவுமே தெரிந்துகொள்ள முடியாது. அங்கே இருக்கும்போது ஒரு ஆள் வழக்கமாக என்னிடம் வரத் தொடங்கினார். சினிமா உலகத்துடன் தொடர்புள்ள ஒருவர். சினிமாவைப் பற்றி அவர் என்ன சொன்னாலும் எனக்குப் புரிவதில்லை. அதிகமும் தொழில் நுட்பங்களைப் பற்றிதான் பேசுவார்.

என் முகத்தைப் பார்க்கவேண்டுமென்று அவர் ஒருநாள் ராஜனிடம் வற்புறுத்திக் கேட்டார். வெளி ஹாலுக்கு வந்து ராஜன் லைட்டைப் போட்டான். அவருக்கு ஒரே ஆச்சரியம். பார்க்க அழகாக இல்லாத பெண்கள் என்பதால்தான் ஒருவரை ஒருவர் பார்ப்பதற்கு அனுமதிக்க மறுக்கிறார்கள் என்று அவர் நினைத்திருந்தார். தவிர்க்கமுடியாத நிலையில் பெண் தேவைப் படுபவர்கள் மட்டும் தங்களது நோக்கத்தை நிறைவேற்று வதற்காக அங்கே வருவார்கள். ஆனால் இவருக்கு என்னோடு பேசிக்கொண்டிருப்பதில் விருப்பம். "நல்ல அழகாக இருக்கி றாயே, பிறகு ஏன் உன்னை இப்படி இருட்டில் வைத்திருக் கிறார்கள்?" என்றெல்லாம் கேட்டார். "இங்குள்ள நடைமுறை இதுதான். ஏன் என்பதெல்லாம் தெரியாது" என்றேன். இரவோடிரவாக வருவதையும் திரும்பிப் போவதையும் தவிர பார்க்க அழகாக இருக்கிறாய் என்று சொல்லும் வழக்க மெல்லாம் இந்தத் தொழிலில் கிடையாது. அதனால் இவருடன் எனக்குத் தனிப்பட்ட நேசமிருந்தது.

நேரில் பார்த்ததும் அவரது முகத்தில் ஏற்பட்ட விசேஷ மான மாற்றம் இப்போதுகூட என் மனதில் அழியாமல் பதிந்து கிடக்கிறது.

மனநிலை சரியில்லாதவள்

திருச்சூர் நகரில் ஒருநாள் சலீம் என்பவர் அறிமுக மானார். காரில் வந்து கொண்டிருக்கும்போது நான் வழியில் நிற்பதைக் கண்டு ஏற்றிக்கொண்டார். பேசிக்கொண்டிருக்கும் போது தன்னை ஒரு நாடக நடிகரென்று சொன்னார். அக்கால

கட்டத்தில் புகழ் பெற்ற ஒரு நடிகர் அவர். "கேள்விப்பட்டி ருக்கிறேன்" என்று சொன்னேன். அவர் என்னை அழைத்துக் கொண்டு குருவாயூருக்குச் சென்று லாட்ஜில் அறையெடுத்தார்.

என்னை யாராவது தெரிந்துகொண்டு விடுவார்களோ என்ற பதற்றத்துடனிருந்த அவர் பிறகு என்னிடம், "மனைவிக்கு மனநிலை சரியில்லை. சிகிச்சை செய்வதற்காக வந்திருக்கிறோம். இரவு மாத்திரைகள் கொடுத்த பிறகு எனக்குத் தூக்கம் வரவேண்டுமென்றால் கொஞ்சம் மது தேவைப்படும் என்றெல் லாம் பொய் சொல்லி ரூம் எடுத்திருக்கிறேன்" என்று சொன்னார்.

குருவாயூரில் கணவன் மனைவிபோல் கையில் பெட்டி யுடன் சென்று விடுதிகளில் அறை எடுப்பதுதான் வழக்கம். யாருக்குமே சந்தேகம் ஏற்படாமல் இதைச் செய்ய வேண்டும். இல்லையென்றால் அறை வாடகை அதிகமாகும். ஒரு சிலர் போலீசுக்குத் தகவல் சொல்லிவிடவும் செய்வதுண்டு. எனது நடவடிக்கைகளிலிருந்து மனைவி உத்யோகத்திற்கான தகுதி யின்மைகள் ஏதாவது தென்பட்டால் சந்தேகம் வராம லிருப்பதற்காகவே இப்படியொரு சித்த சுவாதீனமிழந்தவள் எனும் கதையை அவர் கற்பனையில் உருவாக்கியிருக்கிறார். பின்பும் பல தடவை அவர் என்னைத் தேடி வந்திருக்கிறார். திருச்சூரிலிருந்து வருவதுவரை இந்தத் தொடர்பு நீடித்தது. வழியில் தொடங்கி வழியிலேயே முடிந்த ஒரு உறவு இது.

ரெய்டும் சேலையும்

பாலக்காட்டு வேலாயுதன், செட்டியங்காடியில் வைத்து தற்செயலான ஒரு சந்திப்பின் மூலம் வாடிக்கையாளராக ஆனார். பெரிய துணி மில்லின் விற்பனையாளர். நல்ல அன்பான மனிதர். உயர்தரமான ஹோட்டல்களில் தங்க வைப்பார். சேலை வாங்கித் தருவார்.

சேலை வாங்கித் தருவதன் பின்னணியில் ஒரு கதை இருக்கிறது. சோட்டாணிக்கரைக்கு ஒருமுறை போயிருந்தோம். அப்போது என்னிடம் ஒரு ஜோடி உடுப்புதானிருந்தது. அவர் மீண்டும் கோயிலுக்குப் போகவேண்டுமென்று விரும்பினார். நான் துணிகளைத் துவைத்துப்போட்டுவிட்டு பெட்சீட்டை உடலில் சுற்றியிருந்தேன். அப்போது, திடீரென்று போலீஸ் வந்து கதவைத் தட்டியது. முழுநிர்வாணத்துடன் கைது செய்யப் படுவோம் என்ற சிக்கலான நிலைமை, வேலாயுதன் சூழ்நிலைக் கேற்றதுபோல் பேசியதால் தப்பித்துக் கொண்டோம். என்னைக்

கூப்பிடச் சொன்னபோது மனைவிக்கு உடம்புசரியில்லை. மாத்திரை போட்டுவிட்டு படுத்திருக்கிறாள். எழுப்பினால் பிரச்சினையாகும் என்று நயம்பட பேசி நம்ப வைத்து விட்டார்.

அதற்குப் பிறகு என்னிடம் வரும்போதெல்லாம் கூடவே ஒரு சேலையும் கொண்டு வரத் தொடங்கினார்.

விசுவநாதனின் பயிற்சிப் பட்டறைகள்

திருச்சூரில் ஒரு வாடிக்கையாளர் சொன்னதன்பேரில் களமசேரி எனும் ஊருக்குச் சென்றிருந்தேன். களமசேரி வாட்சு கம்பெனியை அடுத்து ஒரு நண்பனைப் பார்ப்பதற்காக நான் ஒரு சிறு கடைக்குப் பக்கத்தில் காத்து நின்றேன். கடைக்கு வருபவர்கள் வழக்கம்போல் பார்வைகளை வீசிக்கொண்டிருந் தார்கள். நான் ஒரு ஓரமாக நின்று கொண்டிருந்தேன்.

அப்போது ஒருவர் வந்தார். வாட்டசாட்டமான ஆள். லேசான வழுக்கைத் தலை, பார்ப்பதற்கு ஒரு ரௌடியைப் போன்ற தோற்றமிருந்தது. சிகரெட் பிடித்தபடி ஒரு விசேஷ மான புன்னகையை உதிர்த்தார். பெரிய அரசு அதிகாரி என்று எனக்குத் தோன்றவே இல்லை. எல்லா விஷமத்தனங் களும் கொண்ட ஒரு பணக்காரனாக இருக்கலாம் என்று நினைத்தேன். யாருக்காகக்காத்து நிற்கிறாய் என்று கேட்டார். நான் பெயரைச் சொன்னேன்.

அவர் சிகரெட்டைப் பற்ற வைத்துத் தீக்குச்சியை வீசுவ தற்கிடையே ரகசியமாகக் கேட்டார் "பார்க்கலாமா?" வசதி படைத்தவர்களைப் புறக்கணித்து விட முடியாது. காரணம். அவர்கள் கௌரவமாக நடந்து கொள்ள முயற்சி செய்வார்கள். வெறும் முயற்சி மட்டும்தான், அதில் கௌரவம் எதுவும் இருக்காது. அப்புறம், சொன்ன ஹோட்டலுக்கு அழைத்துச் செல்வார்கள். காசும் தந்து விடுவார்கள். நடு ராத்திரி இறங்கிப் போகச் சொல்ல மாட்டார்கள்.

நான் 'பார்க்கலாம்' என்று சொன்னேன். திருச்சூரில் எங்கு வந்தால் பார்க்கலாம் என்று கேட்டார். எனக்குக் குழப்பமாக இருந்தது. அரசு பேருந்து நிலையத்தின் அடுத்து தான் நான் வழக்கமாக நிற்பேன். ஆனால் அங்கே நிற்பவள் என்று சொன்னால் குறைந்த ரேட் உள்ள பாலியல் தொழிலாளி என்று நினைத்துக் கொள்வாரே. அது எனக்குக் கேவலமாகத் தோன்றியது. அதற்கடுத்த நிலையில் இருப்பவர்கள் ராகம் தியேட்டரிலிருந்து ராம்தாஸ் தியேட்டருக்குப் போகும்

திருப்பத்தில் நிற்பார்கள். சரி, அங்கே நிற்பதாகச் சொல்லலாம் என்றால் அதிலும் சிக்கல் இருந்தது. பார்ப்பதற்கு நல்ல கவர்ச்சியான பெண்கள் அங்கே நிற்பார்கள். அவர்களிடம் போய் விடவும் கூடும். ஆகவே, ராம்தாஸ் தியேட்டரின் பக்கத்தில் வந்தால் பார்க்கலாம் என்று சொன்னேன். அங்கே நின்றால் பாலியல் தொழிலாளி என்று தோன்றாது. யாரும் தொந்தரவு செய்யவும் மாட்டார்கள். அதுமட்டுமல்ல, சைகை காட்டவோ கண்ணடிக்கவோ அங்கே வேறு பெண்கள் நிற்க மாட்டார்கள். எனக்கு சைகை காட்டுவதெல்லாம் பிடிக்காது. வாடிக்கையாளர்களே இதற்கு முன்வர வேண்டும் என்ற நிர்பந்தம் எனக்கிருந்தது. நான் அங்கே ஐந்து தடவை நின்ற பிறகு அப்படியாக அது ஒரு பிக்அப் பாயின்டாக மாறிவிட்ட தென்பது வேறுவிஷயம். குறிப்பிட்ட இரண்டு நேரங்கள்தான் பிக்அப் டைம். ஒன்று சினிமா முடியும் நேரம், அல்லது தொடங்கும் நேரம். சினிமா தொடங்கும் நேரமென்றால், கணவனையோ குடும்பத்தையோ எதிர்பார்த்துக் கொண் டிருப்பதாக ஆட்கள் நினைத்துக் கொள்வார்கள். சினிமா முடிந்த நேரமென்றால் வீட்டுக்குப்போவதற்குக் குடும்பத்தை எதிர்பார்த்து நிற்பதாகத் தோன்றும்.

முதல் நாள் அவர் குறிப்பிட்ட நேரத்தில் வந்துவிட்டார். அட்டகாசமான ஒரு சேலையும் வாங்கித் தந்தார். பிறகு உடுத்திருந்த சேலையைக் களைந்துவிட்டு புதுச்சேலையை உடுத்தச் சொன்னார். அவருக்கு மனைவிபோல் நினைத்து கூடவே அழைத்துச்செல்ல வேண்டும். அதற்காகத்தான் நல்ல சேலை. ஜாக்கெட்டுக்குப் பொருத்தமாகவெல்லாம் எனக்கு அப்போது சேலையெடுக்கத் தெரியாது. புதிய சேலையை உடுத்துக் கொண்டு வந்ததும் அங்கிருந்த கோல்டுகவரிங் கடைக்கு அழைத்துப்போய் தாலிச்செயினும் வாங்கித் தந்தார். அப்படியே சொர்ணூருக்கு அழைத்துச் சென்றார். பாலியல் தொழிலாளி என்பது தெரிந்திருந்தும் எளிதாக வாடகைக்கு ரூம் கிடைக்கும் ஒரு ஊர், இந்த சொர்ணூர். அவர் ராம்தாஸ் தியேட்டரின் பக்கத்திலிருந்து என்னைத் தனது வண்டியில் ஏற்றிக் கொள்ளாமல் பஸ்ஸில் ஏற்றி அனுப்பி விட்டு அமலா வின் பக்கத்தில் இறங்கிக்கொள்ளச் சொன்னார். அங்கிருந்து பைக்கில் ஏற்றி சொர்ணூருக்குக் கொண்டுபோனார்.

ஒவ்வொரு முறையும் இதுபோல் சேலையும் மாலையுமெல் லாம் வாங்கித்தருவார். இது எனக்குள் மிகுந்த எதிர்பார்ப்பைத் தூண்டியது. விசுவநாதன் மீதான எதிர்பார்ப்பல்ல, அன்பளிப்புப் பொருட்களின் மீதான ஆர்வம். சேலைக்கும் ஆபரணங்களுக் கும் அவர் செலவு செய்வதைவிட அதிகமாக இருந்தது, பயணச் செலவும் மற்றுமுள்ள செலவும். எனக்கு இது ஒரு

வித்தியாசமான அனுபவம். அவருக்காகக் காத்து நிற்கும் போது சில பிரச்சினைகளும் ஏற்பட்டதுண்டு. முதல் தடவை குறிப்பிட்ட நேரத்தில் வந்தார். பிறகு பெரும்பாலும் தாமத மானது. ஷிஃப்ட் பிரச்சினை, நண்பர்களை கழற்றிவிடத் தாமதமானது என்றெல்லாம் காரணங்கள் சொல்வார். காத்து நிற்கும்போது சில நேரங்களில் யாராவது கூப்பிடுவார்கள். ஒரு ஆளை எதிர்பார்த்துக் காத்து நிற்பதாகச் சொல்வேன். சிறிது நேரத்திற்குப் பிறகு அவர்கள் திரும்பி வந்து மீண்டும் பிரச்சினை செய்வார்கள். அந்நேரங்களில் மிகுந்த டென்ஷனாக இருக்கும். முதலில் வந்து அவர் காத்து நிற்பதானால் வண்டியில் சாய்ந்தபடி சிகரெட் புகைத்துக் கொண்டு டென்ஷனுடன் நிற்பார். ஏன் இன்னும் வரவில்லை, வரமாட்டாளா என்றெல் லாம் யோசித்தபடி. அப்போது நான் வேகமாக வந்துசேர்வேன்.

விசுவநாதன் விசித்திரமான குணங்களைக் கொண்ட ஒரு மனிதராக இருந்தார். ரொம்ப அழகாகவெல்லாம் இருக்க மாட்டார். வயது நாற்பதைக் கடந்திருக்கும். மிகுந்த ரசனையுடன் அனுபவித்து வண்டியை ஓட்டுவார். எனக்கோ வண்டியில் அமர்ந்திருக்கப் பயமாக இருக்கும். பயத்துடன் அவரை இறுக்க மாகக் கட்டிப்பிடித்தபடியே நான் அமர்ந்திருப்பேன். பள்ளங் களில் விழும்போது இன்னும் அதிகமாகக் கட்டிப்பிடிப்பேன். அவருக்கும் இதில் ஒரு திரில். இந்தமோட்டார் சைக்கிள் பயணம், இப்போதுகூட என்மனதில் பசுமையாக இருக்கிறது. பாக்கியராஜின் ‘சின்னவீடு’ எனும் திரைப்படத்தில் பயந்த சுபாவமுள்ள கதாநாயகியைப் பின்னால் அமரவைத்து நாயகன் வேகவேகமாகச் செல்வதைப் பார்த்த பிறகுதான் எனக்கு விஷயம் பிடிபட்டது.

விசுவநாதன் ஒரு வாட்சு கம்பெனியின் பெரிய அதிகாரி யாக இருந்தார். மனைவியும் குழந்தைகளும் உண்டு. அவர் பணம் செலவு செய்வதை வைத்துப் பார்க்கும்போது நல்ல வசதி படைத்தவர்தான் என்று தோன்றியது. அந்த காலத்து வாடிக்கையாளர்களிடம் பொதுவாக ஒரு கணவனின் குணங்கள்தான் இருக்கும். அவர்களைப் பற்றியெல்லாம் எதுவுமே கேட்கக்கூடாது. நம்மைப் பற்றிய எல்லா விஷயத்தை யும் அவர்களுக்குத் தெரிந்து கொள்ள வேண்டும். ஏதாவது பேசுவதாக இருந்தாலும் நீ நினைத்திருப்பதைவிடவும் எத்தனையோ மடங்கு உயரத்தில் இருப்பவன் நான் என்று மார்தட்டிக் கொள்ள முயற்சி செய்வார்கள்.

விசுவநாதன் ஓரளவு பெரிய ஹோட்டலுக்குத்தான் அழைத்துச்செல்வார். பயிற்சி வகுப்பு நடந்து கொண்டேயிருக் கும். சேலை முந்தானையை எடுத்து இப்படிச் சொருகிக்கொள்ள

வேண்டும். சேலைத்தலைப்பால் முகம் துடைக்கக் கூடாது. சாப்பிடும்போது எதிரிலிருப்பவரைப் பார்க்கக்கூடாது, அப்படி செய்யக்கூடாது, இப்படிச் செய்ய வேண்டும், இப்படியிப்படி நடந்துகொள்ளவேண்டும்... என்று. எனக்கோ, இதையெல்லாம் கேட்பதே சிரமமாக இருந்தது. எதிரிலமர்ந்திருப்பவர் யார்? கூட வந்திருப்பவள் மனைவிதானா? என்பதையெல்லாம் அறிந்துகொள்ளும் ஆர்வத்துடன் நானிருப்பேன். கௌன்டரில் இருக்கும் பையன்கள் சூப்பராக இருக்கிறார்களா என்று பார்ப்பேன்.

ஒருநாள் குருவாயூரில் எலைட் ஹோட்டலில் நான் செயரில் சோர்ந்துபோய் அமர்ந்திருக்கும்போது அவர் சொன்னார்: "இப்படி இருக்கக் கூடாது. ஸ்டெடியாக இருக்க வேண்டும். கையை இப்படி வைத்துக்கொள்ள வேண்டும்." ஆனால், நான் எல்லாவற்றையுமே மறந்து விடுவேன். அவர் கவனித்துக் கொண்டேதான் இருப்பார். ஸ்டைலில் சின்ன குறைபாடிருப் பதைபோல் தோன்றியதும் நான் கையை மேலும் அதிகமாக இறுக்கிக் கட்டிக் கொண்டேன். பிறகு எங்களைக் கவனித்துக் கொண்டிருக்கும் ஹோட்டல் மானேஜரையும் பார்த்தேன். என்னை சரிப்படுத்த அவர் எடுக்கும் எல்லா முயற்சிகளுமே என்னை மேலும் சரியில்லாமலாக்கிக் கொண்டிருந்தன.

தூங்கச் செல்லும்போதும் அறிவுரைகள் தொடரும்: தூங்கும்போது குறட்டை விடக்கூடாது, குறட்டை விடுவது நல்ல சுபாவமல்ல, கவனமாக இருக்க வேண்டும். ஆனால் அவர் தூங்கியதுமே பீமசேனன்போல் கொர்... கொர்... என்று குறட்டை விடுவார். நான் தூங்கும்போது குறட்டை விடுகிறேனா என்றும் கேட்பார். 'சே... சே... கிடையாது' என்பேன். அப்போது சொல்வார்: 'என் மனைவியும் சொல் வாள், நீங்க தூங்கும்போது குறட்டையே வராது' என்று. மனைவி சொறிந்து விடுவதற்காகச் சொல்லியிருக்கலாம். சாப்பிட்ட பிறகு வாயை நன்றாகக் கொப்பளிக்க வேண்டும், தூங்கச் செல்லும் போது பல்விளக்க வேண்டும் என்றெல்லாம் சொல்வார். ஆனால், அவர் எதைச்சாப்பிட்டாலும் முகத்தில் எங்காவது ஒரு இடத்தில் சாப்பிட்ட உணவின் துணுக்குகள் ஒட்டியிருக்கும்.

ஒரே இடத்திற்கே போவதால் லாட்ஜில் உள்ளவர்களுக்கு நாங்கள் கணவன் மனைவியாகவே இருந்தோம். அவர் ஒவ்வொரு முறையும் ஏதாவது மதுவகையுடன்தான் வருவார். அதில் அரை பாட்டில்தான் இருக்கும். அதை அப்படியே ஊற்றிக் கொண்டாலும்கூட எனக்கு எதுவும் ஆகாது. ஆனால், சிறிதளவுதான் ஊற்றித் தருவார். எனக்கு அப்போதெல்லாம்

லார்ஜூம் தெரியாது, ஸ்மாலும் தெரியாது. எனது அளவுகோல் எளிமையானது. ஒரு முழு பாட்டிலை எடுக்க வேண்டும். தேவைக்குக் குடிக்க வேண்டும். அவரது நடைமுறைகள் தெரியு மென்பதால் நான் முதலிலேயே குடித்து விட்டுத்தான் வருவேன். எனக்குக் கொஞ்சம் ஊற்றித் தந்துவிட்டு பாட்டிலை மூடி வைத்து விடுவார். அவர் அங்கிருந்து விலகியதும் நான் தேவைக்கு எடுத்துக் குடிப்பேன். கொஞ்சம் ஊற்றியதுமே எனக்கு போதை ஏறிவிடுவதைப் பார்த்து அவர் ஆச்சரியப்படு வார். சிறிது நேரத்திற்குள் அவருக்கு டைட்டாகிவிடும். ஆனால், நான் அப்போதும் சுய போதத்துடன்தான் இருப்பேன். அதற்குப் பிறகு அவர் புலம்புவதை எல்லாம் சிரித்தபடி கேட்டுக் கொண்டி ருப்பேன். போதையேறிவிட்டதால்தான் நீ சிரித்தபடி கேட்டுக் கொண்டிருக்கிறாய் என்பார் அவர். ‘முட்டாளாக இருக்கி றாயே’ என்றுதான் உண்மையில் நான் நினைத்துக்கொண்டி ருப்பேன். அவர் குடிக்கும் அளவுக்கு எனக்கும் குடிக்கக் கிடைப்பதில்லை என்பதுதான் பிரச்சினையாக இருந்தது. பெண் என்பதால் நிறைய தண்ணீர் ஊற்றிக் கலந்து தருவார். எனக்கு மதுவை விடக் குறைவாகத் தண்ணீர் கலந்து குடிப்பது தான் பழக்கம். பேசுவதைக் கேட்டுக் கொண்டிருந்து போரடிக் கும்போது ஒண்ணுக்கிருக்கவேண்டுமென்று சொல்லி அடிக்கடி பாத்ரூமுக்குப் போய் விடுவேன். என்னதான் சொன்னாலும் ஓரளவுவரையிலான மேஜை நாகரிகங்களை நான் இது போன்ற சகவாசங்கள் மூலம்தான் கற்றுக் கொண்டேன்.

விசுவநாதன் நிறைய பேசும் சுபாவம் உள்ளவர். தனக்குக் கீழே வேலை செய்பவர்களின் தவறுகள், பெரிய அதிகாரி கள் இவரைப் பாராட்டுவது என்று ஒவ்வொரு முறையும் இதைப்பற்றிதான் பேசுவார். கொஞ்ச நேரம் கேட்டுக்கொண்டி ருக்கும்போது போரடிக்கும். கேட்டுக் கொண்டிருப்பதாக பாவித்தேயாக வேண்டிய கட்டாயம் வேறு. ரொம்ப கவன மாகக் கேட்டுக் கொண்டிருப்பதாகக் காட்டிக் கொள்வேன். ‘ஓஹோ அது சரி, அப்படியா’ என்றெல்லாம் சொல்வேன். அறுவை தாங்க முடியாமல் நான் சோர்ந்துவிடும்போது உடனே கேட்பார். ‘உனக்குத் தூக்கம் வருகிறதா’ என்று. ‘இல்லை, இல்லை கேட்டுக் கொண்டேதான் இருக்கிறேன் சொல்லுங்கள்’ என்பேன். சகிக்க முடியாத கட்டத்தில் விசு அத்தான் எனக்குத் தூக்கம் வருது என்று சொல்வேன். விசு அத்தான் என்று சொன்னால் போதும் மனிதர் அப்படியே உருகிப்போய் விடுவார்.

விசுவநாதனின் கதைகளின் நாயகன் எப்போதுமே அவராகத்தானிருப்பார். அப்படிச் செய்தேன்; இப்படிச் செய்தேன்; கீழே வேலை பார்ப்பவர்களைக் கட்டுப்பாட்டுக்குள்

வைத்தேன்; மேலதிகாரிகளை ஆச்சரியத்திலாழ்த்தினேன்; குழந்தைகளுக்குப் பழம் வாங்கியபோது ஏமாற்றிய கடைக்கார னிடம் மறுநாள் கொண்டுபோய்த் திருப்பிக் கொடுத்துவிட்டு எச்சரிக்கை விடுத்தேன்; காலையில் புறப்படும்போது மகன் டாட்டா காட்டினான்; மனைவி, போயிட்டு வாங்க விசு அத்தான் என்று வழியனுப்பி வைத்தாள் . . . என்று. எந்த இடத்தி லும் முழுமை பெற்ற கதாபாத்திரமாக அவர்தான் இருப்பார்.

அவ்வப்போது ஏதாவது பேசும்படி என்னிடமும் சொல் வார். நான் என் தோழிகளைப் பற்றி ஏதாவது சொல்வேன். அவர்கள் முதலில் காசு தர மறுத்த வாடிக்கையாளர்களிடம் தகராறு செய்தது போன்ற விஷயங்களை. சொல்லி முடிப் பதற்குக்கூட விடமாட்டார். 'சே . . . சே. . . அதெல்லாம் சரியில்லை. காசை முதலில் கேட்டால் செக்ஸில் இன்ட்ரஸ்ட் இருக்காது. நீ நடந்து கொள்வது தான் சரியான அணுகுமுறை' என்ற பாராட்டையும் தெரிவித்துக்கொள்வார். எனக்குச் சிரிப்புதான் வரும். இந்த ஆளிடமிருந்து கண்டிப்பாகக் காசு பெயர்ந்து விடும் என்ற நம்பிக்கை இருப்பதால்தான் நான் முதலில் காசு கேட்பதில்லை.

நான் என் தோழிகளின் விஷயத்தைப் பற்றிப் பேசினால் உடனே சொல்வார்: "அந்த அசிங்கங்களைப் பற்றிப் பேசாதே, வேறு ஏதாவது பேசு."

எனக்குக் கோபம் வரும். நான் சொல்வேன்: "நான் நேற்றைக்கு ஒரு சாருடன் போனேன்."

வாடிக்கையாளர்களில் மூன்று பிரிவினர் உண்டு. பெயரைச் சொல்லிக் கூப்பிட்டால் தரக்குறைவாக நினைப்பவர்கள். அத்தான் என்று கூப்பிடுவதை ஒரு விதமான மீடியம் மரியாதை யாகக் கருதுபவர்கள். சார் என்று சொல்வது பெரிய மரியாதை யான ஒரு விஷயம். சாருடன் போனேன் என்று சொன்னால் போதும் அவர், தான் ஒருவன் மட்டுமே சார் என்பதுபோல், "அது ஏதாவது போலீஸ்காரனாக இருக்கும்" என்பார்.

"இல்லை, இல்லை. உங்களைப்போல் ஒரு பெரிய ஆஃபீஸர்." இதைக் கேட்ட உடன் ஆள் சோர்ந்து போவார். ஒரு முறை நான் சொன்னேன்: "விசு அத்தான், எனக்கு நேற்றைக்கு ஒரு சூப்பர் வாடிக்கையாளர் கிடைத்தார்."

"யார் அது?"

"கோபி என்ற ஒருவர்."

கோபி என்று பெயரைச் சொன்னதும் கொஞ்சம் ரிலாக்ஸ் ஆனதுபோல் தெரிந்தது.

“நல்ல சுபாவம், பார்ப்பதற்கும் அழகாகயிருந்தார்”. அழகாக இருந்ததாகச் சொன்னது பிடிக்கவில்லை. “இவனுகளுக்கெல் லாம் அழகு இருந்து என்ன செய்ய? சம்பாதிக்கிற பணத்தை எல்லாம் வீட்டுக்காரிகளிடம் கொண்டுபோய்க் கொடுப்பானுங்க. அதிலேயும் இந்த போலீஸ்காரன்களுக்குப் பெருசா என்ன கிடைச்சுடப் போவுது.”

மற்றொரு நாள், நான் ஒரு சாருடன் போன விஷயம் பற்றிச் சொன்னேன். (அது ஒரு முசுடு சார். இந்த ஆளை உசுப்பேற்றி விடுவதற்காகத்தான் பெரிது படுத்திச்சொன்னேன்.)

“எந்த சார் கூட? அது சார் ஒண்ணும் இருக்காது. வேற ஏதாவது வேலை பாக்கிறவனா இருப்பான்.”

“இல்லை, இல்லை சாரேதான்! ஒரு சூப்பரான சார். பெரிய ஆஃபீஸர்.” பிறகு எதையுமே கேட்கும் மூடில் அவரில்லை. அப்படியே சொங்கிப் போய்விட்டார்.

அதிகமாகக் காசு தரும் ஆட்களைப் பற்றிப் பேசினால் “கூடுதலா காசு தந்தால் கூடுதலா வேலை வாங்கியிருப்பான்” என்பார்.

எப்படியாக இருந்தாலும் தொந்தரவு இல்லாத ஒரு ஆள் இந்த விசுவநாதன். வார்த்தைத் தொந்தரவு செய்பவர் களால் பாலியல் விஷயங்களில் பிரச்சினை ஏற்படாது. இப்படியே பேசிக்கொண்டிருக்கும்போது பாலியல் நாட்டம் குறைந்து போய்விடும். ஏதாவது பேசிக் கொண்டிருக்கும்போது பொதுவாகவே இந்தச் சிந்தனையில் மாற்றம் ஏற்பட்டு விடும்.

அதிகாரத்தையும் உரிமையையும் நிலைநாட்டுபவர்களை நீண்டகாலத்திற்கு என்னால் தாங்கிக்கொள்ள இயலாது. விசுவநாதனிடம் வருவதாகச் சொல்லிவிட்டு ஒருநாள் நான் போகாமலேயே இருந்து விட்டேன். அத்துடன் அவருடனான அந்தத் தொடர்பு முடிவுக்கு வந்தது.

மங்கலாபுரத்தில் . . .

திருச்சூர் தோழியின் வீட்டில் தொடர்ந்து நீண்ட நாள் தங்கியிருக்க முடியவில்லை. பிறகு நான் போய்ச் சேர்ந்தது மங்கலாபுரத்தில். அங்குள்ள கம்பெனி வீடுகளில்தான் எனது தொழிலுக்கு அனுகூலமான சூழ்நிலைகள் இருந்தன. முதலில், சுபாரி கம்பெனி என்று போர்டு வைத்திருந்த கம்பெனி வீட்டுக்குச் சென்றேன். ஒவ்வொரு வீட்டிலும் பத்து நாட்கள் என முறை வைத்துத் தங்கிக்கொண்டிருந்தேன்.

தொடர்ந்து அதிக நாட்கள் தங்கியிருந்தது ஒரு பிராமண குடும்பத்தில். அம்மாவும் மகனும் மருமகளும் கொண்ட ஒரு குடும்பம் அது. சாப்பாடும் தங்கும் வசதியும் எனக்கு அங்கே இலவசம். வாடிக்கையாளர்கள் கிடைத்தால் கமிஷன் கொடுக்க வேண்டும். வெளியே சென்றும் வாடிக்கையாளர் களைப் பிடிக்கலாம். உண்மையிலேயே அந்தக் குடும்பத்தில் ஒருத்தியாகத்தான் அங்கே நான் வாழ்ந்தேன்.

பிறகு அனிலா கம்பெனியில் தங்கியிருந்தபோது கோயக்கா எனும் ஒருவர் அறிமுகமானார். ரீனா கம்பெனியின் வாடிக்கை யாளர் அவர். (கம்பெனியை நடத்தும் பெண்களின் பெயர்கள் தான் அனிலாவும் ரீனாவும்.) கோயக்கா அவ்வப்போது எங்களிடம் வருவார். என்னிடம் நன்றாகப் பழகிய பின் எனது வாழ்க்கை வரலாறுகளை எல்லாம் கேட்டுத் தெரிந்து கொண்டார். கோயக்கா, அனிலா கம்பெனிக்கு வழக்கமாக வரத்தொடங்கியபோது ரீனா இங்கே வந்து தகராறு செய்த துடன் எனது பெட்டியை எடுத்து வேறொருவனிடம் கொடுத்து விட்டாள். உடைகள் உட்பட எனது எல்லா சாமான்களும் அதில்தான் இருந்தன. விவரத்தைக் கேள்விப்பட்டு அங்கே வந்த கோயக்கா என் பெட்டியைத் திரும்ப வாங்கித் தந்தார்.

இருப்பிடத்தை வேறு வீட்டுக்கு மாற்றும்படி கோயக்கா சொன்னார். அவரே வேறு வீடு பார்த்துத் தந்தார். அங்கே தங்கியிருந்து சுபாரி கம்பெனிக்குச் சென்று தொழில் செய்து வந்தேன். அவ்வப்போது கோயக்காவும் வருவார். அது, யாருக்கும் பயப்படாத சுதந்திரமான வாழ்க்கை.

வெள்ளைக்காரனின் மோதிரம்

மங்கலாபுரத்தில், வெள்ளைக்காரர்களுக்குப் பெண்களைக் கூட்டிக் கொடுக்கும் வேலை செய்து வந்தவன் ஹரி. என்னைப் பற்றி கோயக்கா, ஹரியிடம் சொல்லியிருக்கிறார். அழகான பெண் என்றெல்லாம் பெரிதாகப் புகழ்ந்து சொல்லியிருக்கிறார். ஒருநாள் கோயக்காவுடன் வந்த ஹரி சொன்னான்: ஒரு வெள்ளைக்காரன் வந்திருக்கிறான். அவனுக்கு நல்ல அழகான பெண் வேண்டுமாம், இரண்டாவது மனைவியாக வைத்துக் கொள்வதற்கு. என்னை அவனுக்கு அறிமுகப்படுத்த விரும்பி கேட்டான். நான் சம்மதித்தேன். அப்படியாக என்னை வந்து பார்த்த அந்த வெள்ளைக்காரனுடன் எனது ஒரு இரவு கழிந்தது. முந்நூறு ரூபாயை முதலிலேயே தந்துவிட்டான். அந்த வெள்ளையன் என்னைத் திருமணம் செய்து கொள்ள

விரும்பினான். அதற்கான சில நிபந்தனைகளையும் முன் வைத்தான். அவன் கப்பலில் இங்கே வரும்போது அவனுடனிருக்க வேண்டும். அதற்காக எனக்கு ஒரு வீடும் வாங்கித் தந்து பிற வசதிகளையும் செய்து தருவதாகச் சொன்னான்.

எனக்கு இதில் பெரிய நம்பிக்கை ஒன்றும் ஏற்படவில்லை. அப்போது இரவு மணி பன்னிரண்டு இருக்கலாம். தனது விரலில் கிடந்த மோதிரத்தைக் கழற்றி என் விரலில் அணிவித்தான். ஏழு கற்கள் பதித்த விலையுயர்ந்த மோதிரம். நேரம் விடியத் தொடங்கியது. எனக்குள் பயம் உருவாகிவிட்டது. நான் மோதிரத்தை அபகரித்துக் கொண்டதாக அவன் யாரிடமாவது சொல்லிவிட்டால் என்ன செய்வது? நான் பயந்து போய் மோதிரத்தைக் கழற்றி ஹரியிடம் கொடுத்துவிட்டுச் சொன்னேன்: "அந்த வெள்ளைக்காரனைத் திருமணம் செய்து கொள்ள எனக்குச் சம்மதம்தான். இருந்தாலும் எனக்கு இந்த மோதிரம் வேண்டாம்." ஆனால் ஹரி அந்த மோதிரத்தை வெள்ளைக்காரனிடம் திருப்பிக் கொடுக்கவில்லை. மறுநாள் வந்தபோது என் விரலில் மோதிரம் இல்லாததைக் கண்ட வெள்ளைக்காரன் மோதிரத்தை அபகரிப்பதற்காகத்தான் நான் திருமணத்துக்குச் சம்மதித்தேன் என்று சொல்லித் தகராறு செய்தான். உண்மையில் நான் அந்த மோதிரத்தைத் திருப்பிக் கொடுத்து விட்டேன். ஆனால் அதை அவனுக்குச் சொல்லிப் புரியவைக்கத்தான் எந்த வழியுமில்லை. அன்று இரவு என்னைப் பயன்படுத்திவிட்டு பிடிவாதத்துடன் பணம் தராமல் போய் விட்டான் அந்த வெள்ளைக்காரன்.

○

அப்போதும் வீட்டிற்குத் தொடர்ந்து பணம் அனுப்பிக் கொண்டுதானிருந்தேன். குழந்தையையோ மாமியாரையோ பார்ப்பதில்லை. இருந்தாலும் பணத்தைத் தவறாமல் அனுப்பி வைத்து விடுவேன். ஒருமுறை நான் அனுப்பிவைத்த பணம் கைப்பற்றப்படாமல் திரும்பி வந்தது. அதற்கான காரணத்தை ஒரு தோழியிடம் சொல்லி விசாரித்தேன். என் கணவனின் தம்பி அரபு நாட்டுக்குப்போய் நன்றாகச் சம்பாதித்து வீட்டுக்கு நிறைய பணம் அனுப்பிக் கொண்டிருப்பதாக அறிந்தேன். ஆகவே, நான் அனுப்பும் பணத்தைப் பெற்றுக்கொள்ள வேண்டாமென்று முடிவு செய்திருக்கிறார்களாம். பணத்தைத் தொடர்ந்து பெற்றுக்கொண்டிருந்தால் நாளை ஒருநாள் குழந்தைகளின் மீது உரிமை கொண்டாடி விடுவேன் என்ற பயம் அவர்களுக்கு இருந்தது. உறவு முற்றிலுமாக முறிந்து விடுவது குறித்து மனதிற்குள்

வருத்தம் இருந்தாலும் குழந்தைகள் நன்றாக இருப்பதை நினைத்து நிம்மதியடைந்தேன்.

குழந்தைகளை வளர்ப்பதற்காகத்தான் நான் இந்தத் தொழிலுக்கு வந்தேன். எல்லா தொழில்களையும்போல் இதிலும் அலுப்புத்தட்டிய பிறகும்கூடத் தொடர்ந்து இதில் ஈடுபட்டதும் குழந்தைகளை நினைத்துதான். இப்போது அந்தப் பொறுப்பு இல்லாமலாகி விட்டது. தொழிலை நிறுத்திக் கொள்வதைக் குறித்துத் தொடர்ந்து ஆலோசனை செய்தேன்.

அத்தியாயம் 3

மீண்டும் தாம்பத்யம்

முடிவு செய்வதைப் பற்றிய குழப்பத்திலாழ்ந்திருந்த போது கோயக்கா திருமண ஆலோசனையுடன் முன்வந்தார். திருமணம் முடிந்த பிறகு மங்கலாபுரத்தில் வேறொரு இடத்தில் வீடு பார்த்துத் தங்கலாம் என்று உறுதியளித்தார். முதலில் இரண்டு திருமணங்கள் செய்திருந்ததாகவும் குழந்தைகள் இல்லை யென்பதால் அந்த உறவுகளைத் துண்டித்துக் கொண்டதாக வும் சொன்னார். என்னிடமும் அந்த நிபந்தனையை வைத்தார். குழந்தை பிறக்கவில்லையென்றால் பிரிந்து விடுவேன். குழந்தை பிறந்தால்தான் தொடர்ந்து வாழ்க்கை நடத்துவேன்.

அதுவரையிலான அவரது நடவடிக்கைகளிலிருந்து அவர் மீது எந்த மோசமான அபிப்ராயமும் எனக்கு ஏற்பட்டிருக்க வில்லை. எல்லாவற்றையும் ஆலோசனை செய்த பிறகு இந்தத் திருமண உறவை ஏற்றுக்கொள்வதென முடிவு செய்தேன். அப்படியாகத் திருமணம் நடந்தது. நாங்கள் மங்கலாபுரத்தில் வாடகைக்கு ஒரு வீடெடுத்து வசித்தோம்.

கோயக்கா ஹார்பரில் லோடுமேனாக வேலைபார்த்து வந்தார். நல்லகுணம், உறுதியான சரீரம். ஆனால், அவர் சொன்ன விஷயங்கள் முழுவதும் உண்மையல்லவென்பதைத் தாமதமாகவே புரிந்து கொண்டேன். இரண்டு மனைவிகளை யும் விட்டு வந்துவிட்டதாகச் சொன்னது பொய். உண்மை யில் இரண்டாவது மனைவி அவருடன்தான் இருந்தாள். பிரசவத்திற்காகத் தாய்வீடு போயிருந்தாள். பிரசவம் முடிந்த தும் அவள் திரும்பி வந்தாள்.

என்னையும் அவளையும் ஒரே வீட்டில் வாழச் செய்வது என்பதுதான் கோயக்காவின் திட்டம். அவர்களது சமுதாயச் சட்டப்படியும் அதில் தவறேதுமில்லை. அவள் நல்ல ஒரு பெண். என்னை அக்கா என்றுதான் அழைப்பாள். ஆனால் நாட்கள் செல்லச் செல்ல எங்களுக்குள் மனஸ்தாபங்கள் உருவாயின. எனக்கு அங்கே கிடைத்து வந்த மரியாதைகள் குறையத் தொடங்கின. இரண்டாவது இடத்தில் பொருந்திப் போவதற்கு எனது சுய மரியாதை இடந்தரவில்லை. அவளது அப்பாவும் அம்மாவும் அங்கே வந்த பிறகு மனஸ்தாபங்கள் மேலும் அதிகமாயின.

* ஹராம்

நான் அப்போது கர்ப்பிணியாக இருந்தேன். கர்ப்பத்தைக் கலைத்து விடலாம் என்று சொன்னபோது கோயக்கா மறுத்து விட்டார். அந்த வீட்டில் தொடர்ந்து வாழ்வதற்கு இயலாத நிலை வந்து விட்டது. கோயக்காவின் அக்காவும் அவளுடைய கணவனும் வந்து அங்கே நிரந்தரமாகத் தங்கியிருந்தார்கள். நான் பாலியல் தொழில் செய்பவள் என்ற விஷயமும் அதற்குள் அங்கே தெரிந்துவிட்டிருந்தது. இதைத்தெரிந்து கொண்ட அவரது அக்காவின் கணவன் என்னைப் படுக்கைக்கு அழைக்கத் தொடங்கினார். ஒருவேளை விஷயம் வெளியில் தெரிந்து விட்டாலும் குற்றவாளி நான்தான் என்றாகி விடுமல்லவா?

அப்படியாக, ஆறுமாத கர்ப்பமாக இருக்கும்போது நான் தனியாக ஒரு வீடு பார்த்துச் சென்றுவிட்டேன். அங்கே வைத்துதான் ஸீனத்தைப் பிரசவித்தேன். பிரசவிப்பதுவரை யிலான எல்லா விஷயங்களையும் கோயக்கா கவனித்து வந்தார். என்றாலும் கர்ப்பிணியான பிறகு என்மீதான அவரது அக்கறை படிப்படியாகக் குறைந்து கொண்டேயிருந்தது. பிறர் சொல் வதைக் கேட்டதுதான் இதற்கான காரணம் என்று தோன்றியது. வேற்று மதத்தைச் சேர்ந்த பெண்ணுக்குப் பிறக்கும் குழந்தையைச் சொந்தப் பிள்ளையென கருதக் கூடாது என்ற எண்ணமும் அதிலிருந்தது.

ஒரு வேடிக்கைப் பேச்சினூடே அவர் மனதில் இருப்பதை நான் சரியாகப் புரிந்து கொண்டேன். அந்த மனைவிக்குப் பிறந்த குழந்தையான நுஸ்ரத் பானுவுக்கு அப்போது ஒன்றரை வயது. ஸீனத்பானுவுக்கு மூன்றுமாதம். நுஸ்ரத், உம்மாவின்

---

* விலக்கப்பட்டது

அதே சாயலுடனும், ஸீனத் வாப்பாவின் அதே சாயலுடனு மிருந்தார்கள். நுஸ்ரத்தை உம்மாவிடம் காண்பிக்கக் கொண்டு போகும்போது நான், என் மகளையும் கொண்டுபோகும்படி கோயக்காவிடம் சொன்னேன். அதற்கு அவர் பரிகாசம்போல், 'உன் மகளை ரெயிலில் விட்டு விட்டுப் போய் விடுவேன்' என்று பதில் சொன்னார். ஹராமாகப் பிறந்த குழந்தையை யாரும் கொஞ்சமாட்டார்கள் என்றும் சொன்னார். வார்த்தை களின் பொருளைக் குறிப்பாக என்னால் அப்போது புரிந்து கொள்ள முடியவில்லை. என்றாலும் இப்படிச் சொன்னது மனதைத் தைத்தது. என் மகளின் தகப்பன் ஒரு முஸ்லிமாக இருப்பதால் அவளையும் ஒரு முஸ்லிமாகவே வளர்ப்பதென்ற பிடிவாதமும் எனக்குள் உருவானது.

குழந்தையை விட்டு விடுவதாகக் கூட அவர் சிந்திக்கிறார் என்பதைப் புரிந்து கொண்டபிறகு, இருபது மாதம் நீண்ட இந்த தாம்பத்ய உறவை முடிவுக்குக் கொண்டு வந்துவிட நான் தீர்மானித்தேன். அவர் என்னைப் புறக்கணிப்பதற்குள் நான் அவரைப் புறக்கணித்து விட வேண்டுமென்ற பிடிவாதம் உருவானது. கடைசியில் நாங்கள் ஒரு முடிவுக்கு வந்தோம். மூன்று மாதத்திற்குப் பிறகு, எனக்கு வாழ்வதற்கான சூழ்நிலை கள் சரியான பிறகு நான் போய்விடலாம் என்பதுதான் அந்த முடிவு.

மூன்று மாதத்திற்குப் பிறகு நான் விடைபெற்றுப் புறப்படும் போது எனக்கு அவரிடமிருந்து கிடைத்ததெல்லாம், ஒரு பால்குப்பி, ஒரு டர்க்கிடவல், புதிய ஒரு உடுப்பு இவ்வளவும் தான். அவரிடமிருந்து எதையும் கெஞ்சிப் பெறுவதற்கு நானும் தயாராக இல்லை.

திரும்பவும் திருச்சூருக்கு

கோயக்கா என்னைக் கவனிக்காமலிருந்தபோது எனக்கு ஆதரவுகாட்டி உதவிகளைச் செய்து தந்த ஒருவர் வேலாயுதன். கோயக்காவுடனான தொடர்புக்கு முன்பே எனது வாடிக்கை யாளராக இருந்தவர். இவருக்கும் ஹார்பரில்தான் வேலை. நான் ஊருக்குத் திரும்பிச் செல்வதையறிந்ததும் எனக்கு விருப்ப மிருந்தால் என்னோடு மங்கலாபுரத்திலேயே வாழலாம் என்று தெரிவிப்பதற்காக ரெயில்வே ஸ்டேஷனுக்கு வந்திருந்தார் வேலாயுதன். அவர் ரெயில்வே ஸ்டேஷனுக்கு வருவதை யறிந்து அங்கே வந்த கோயக்கா ஏதோ பெரிய உதவி செய்வதைப் போல் சொன்னார்: "வேலாயுதனும் நானும் சேர்ந்து உனக்குச்

செலவுக்குத் தருகிறோம். நாம் இங்கேயே சேர்ந்து வாழலாம்.” நான் இப்போதுதான் உன்னைப் பார்க்கிறேன் என்பது போன்ற ஒரு பேச்சு அது. எனக்குக் கோபம் வந்தது. இப்படி நாங்கள் வாக்குவாதம் செய்து கொண்டிருக்கும்போது வேலாயுதன் வந்தார். எனக்கு விஷயம் பிடிபட்டது. வேலாயுதன் வருவதை யறிந்துதான் கோயக்கா வந்திருக்கிறார்.

கோயக்கா நல்ல திடகாத்திரமான ஆள். கம்பீரமான நடை. யாரையும் அவர் தொந்தரவு செய்வதில்லையென்றாலும் ரௌடி போன்ற பாவனையுடன்தான் நடப்பார். அவருக்கெதிரில் வேலாயுதன் ஒரு குழந்தைபோல் தெரிவார். பயந்து அரண்டு போய் வந்து நின்றிருந்த வேலாயுதன் சொன்னார்: “ஒண்ணுமில்லே, கோயக்கா அக்கா ஊருக்குப் போவதாகக் கேள்விப்பட்டு சும்மா பார்க்க வந்தேன்.”

நான் வெளிப்படையாகவே சொன்னேன்: ”இரண்டு பேருமே பார்க்க வரவேண்டாம். யாருக்கும் அந்த சிரமம் வேண்டாம். நான் போவதாகவே முடிவு செய்து விட்டேன்.”

வேலாயுதனுக்கு என்னைத் திருப்பிக் கூப்பிடத் தோன்றியது. ஆனால், கோயக்காவின் முன் வைத்துக் கூப்பிடுவதற்கான தைரியம் இல்லை. கோயக்காவோ இரண்டுபேருடனும் என்னைத் தங்க வைக்கும் யோசனையுடன் வந்திருந்தார். என்னால் ஒருபோதும் ஏற்றுக்கொள்ள முடியாத விஷயம் இது. பாலியல் தொழில் செய்பவர்களை இப்படி வைத்துக் கொள்ளும் ஒரு முறை கேரளத்தில் இருந்தது. ஒரு ஆள் கணவன் என்ற பெயரிலும் மற்றொருவர் சகோதரன் என்ற பெயரிலுமாக!

என்னை ஏற்றுக்கொள்வதில் எல்லோருக்கும் விருப்பம் தான். ஆனால் குழந்தை இருப்பதுதான் பிரச்சினை. முதலில் குழந்தை பிறந்தால்தான் வாழ முடியும் என்றுசொன்ன கோயக்கா இப்போது குழந்தையை அனாதை இல்லத்தில் சேர்த்து விடலாம் என்று சொல்லும் நிலைக்கு வந்து விட்டார். வேலாயுதன் என்னைப் பார்க்க வரும்போது உடுப்புகளும் சாப்பிட ஏதாவது வாங்கிக் கொண்டும் வருவார். ஆனால், அதில் குழந்தைக்கு எதுவும் இருக்காது. கோயக்காவுடனிருக்கும் போது பிறந்த குழந்தையல்லவா? முஸ்லிம் ஒருவனுக்குப் பிறந்த குழந்தை வேண்டாம். ஆனால் முஸ்லிம் குழந்தையின் தாய் வேண்டும். இப்படியான வேறுபாடுகள் வகுக்கப்பட்டிருந்தன. போயே தீருவேன் என்று இரண்டு பேரிடமும் முடிவாகச் சொல்லி விட்டேன். இந்தத் தகராறை வேறொரு ஆள் பார்த்துக் கொண்டு நின்றார். அவருக்கு விஷயம் பிடிபட்டது. ரெயிலில் ஏறும்போது அவர் என்னைப் பின்தொடந்தார்.

ரெயில் கோழிக்கோட்டுக்கு முந்திய ரெயில்வே ஸ்டேஷனை அடையும்போது அவர் சொன்னார்:

"நீ இங்கே இறங்குவதானால் நமக்கு ஒரு லாட்ஜில் தங்கிக் கொள்ளலாம்." தொகையைப் பேசி முடிவு செய்துவிட்டு நான் அங்கே இறங்கினேன். "நான் ஒரு டாக்டர்" என்று அவர் சொன்னார்: "நான் டாக்டர்களையும் பெரிய பெரிய ஆட்களையுமெல்லாம் நிறைய பார்த்துவிட்டேன். இன்று நேற்றொன்றும் இந்தத் தொழிலுக்கு வந்தவள் அல்ல. எனக்கு உங்களது பதவியை வைத்தெல்லாம் எதுவும் ஆகப்போவ தில்லை. இப்போதைய தேவை பணம் மட்டும்தான்."

அவர் வெளியே போய் உடுப்பும் குழந்தைக்கான உணவும் விளையாட்டுச் சாமான்களும் வாங்கிக் கொண்டு வந்தார். டாக்டரின் எண்ணம் குழந்தைக்குப் பாதுகாப்பாக இருப்ப தாகத் தன்னைக் காட்டிக் கொண்டால் நான் அவருடனிருந்து விடுவேன் என்பது. அந்த ஒரு இரவு டாக்டருடன் கழிந்தது. நேரம் விடிந்ததும் முந்நூறு ரூபாய் தந்தார். அன்று அது மிகப்பெரிய தொகை. பேசி முடிவு செய்த தொகையை விட அதிகம்.

அங்கிருந்து திருச்சூருக்கு வந்தேன். நான் திருச்சூரில் இருப்பதையறிந்த வேலாயுதன் என்னைத் தேடி வந்தார். கோயக்கா கைவிட்டு விட்ட இந்த வாய்ப்பைப் பயன்படுத்தி என்னுடனிருக்கும் எண்ணத்துடன். நான், வேலாயுதன் மூலமாக தன்யா லாட்ஜில் ஒரு அறை வாடகைக்கு எடுத்தேன். வேலாயு தனைக் கணவன் போல் வைத்துத் தொழில் செய்யலாம் என்பது எனது நோக்கம். அதில் மற்றொரு பிரச்சினையும் இருந்தது. திருச்சூரில் தொழில் செயய வேண்டும் என்றால் குண்டர்களைச் சமாளிக்க வேண்டும். அங்கே பல பகுதிகளில் குண்டர்களின் ஆட்சிதான் நடந்து வந்தது. அங்கே வந்து சேர்ந்த முதல் வாரமே ஒரு ரௌடியுடன் மோத வேண்டிய தாயிற்று. அவனது பெயர் வில்சன். அரசு பேருந்து நிலையத் துக்குப் பக்கத்தில் பாப்புலர் ஆட்டோ மொபைல்ஸ் இருக்கும் பகுதி அவனுடைய ஏரியாதான். புதிதாகத் தொழிலுக்கு வந்திருக்கும் பெண்களைக் கடத்திச் செல்வது அவனுடைய முக்கியமான பொழுதுபோக்கு. பணம் செலவழிக்காமல் இன்பம் அனுபவிப்பதுதான் அவனது நோக்கம். ஒரு பெண்ணை அவன் விரும்பினால் அவளைக் கடத்திக் கொண்டுபோய் அனுபவித்தே தீருவான். வந்த முதல் வாரத்தில் ஒரு நாள், தன்யாவில் ஓய்வெடுத்துக் கொண்டிருந்தேன். போலீஸ் ரெய்டுக்கு வரப்போவதாக ஒரு தகவல் கிடைத்தது. உடனே ஹோட்டலின் மொட்டைமாடிக்கு ஓடிப்போய் ஒளிந்து

கொண்டேன். போலீசார் வந்து லாட்ஜின் அறைகளை எல்லாம் சோதனையிட்டார்கள். யாருமே அகப்படவில்லை. அவர்கள் திரும்பிப் போய்விட்டார்கள். கொஞ்ச நேரத்திற்குப் பிறகு நான் கீழே இறங்கி வரும்போது எதிரில் வில்சன். "நீ யாருடா?" என்று அவன் கேட்டதும் அதே ஆவேசத்துடன் நான் "நீ யாருடா?" என்று கேட்டேன். "நான்தாண்டி வெகிளி," என்றான். வெகிளி வில்சன் என்ற பேர்பெற்ற ரௌடிதான் எதிரில் நிற்கிறான் என்பதை அறிந்ததும் கொஞ்சம் உதற லெடுத்தது. இருந்தாலும் நான் விட்டுக் கொடுக்கக் தயாராக இல்லை. "என்னது, வெகிளியா, அதென்ன பெயர்?" என்று கேட்டேன். தகராறு மூண்டது, அப்போது ஹோட்டல் மானேஜர் ஓடி வந்து என்னைத் தனியாக அழைத்துக்கொண்டு போய் "அவனை விரோதித்துக்கொள்ள வேண்டாம்" என்று மன்றாடிக் கேட்டுக்கொண்டார். அப்படியாக மானுக்காவுக்குப் பிறகு ஒரு ஆளுடன் காசு வாங்காமல் படுத்தேன். மானுக்காவுடன் படுத்தது நட்பினால். முதன்முதலாக ஒரு ரௌடிக்கு இலவச இன்பம் அளித்தேன். ஆனால் இச்சம்பவத்திற்குப் பிறகு அவனு டன் நல்ல உறவு அமைந்தது. இன்றும் அவன் இதே நகரில் ஒரு வாட்ச்மேனாக வேலை பார்க்கிறான். எப்போதாவது அபூர்வமாக நாங்கள் சந்திப்பதுமுண்டு.

இதற்கிடையில் வேலாயுதனுக்கும் வில்சனுக்குமிடையில் கடும் போட்டியாகிவிட்டது. வேலாயுதனை என் மகள் மாமா என்றும் வில்சனை அப்பா என்றும் கூப்பிடுவாள். கடைசியில் வேலாயுதனை நீக்கி விடவேண்டியதாயிற்று. இதில் ஏற்பட்ட பிரச்சினை என்னவென்றால் வெகிளிக்குப் பொறுப்பற்ற தன்மைகள் அதிகம். குழந்தையைப் பாதுகாப்பதிலும் பொறுப் பில்லை.

ஷீலா, விஜயா என்ற தோழிகள் அன்று என்னுடனிருந் தார்கள். ஷீலா சொன்னாள்: "எனக்குத் தெரிந்த ஒரு பெண் இருக்கிறாள். குழந்தையைப் பார்த்துக்கொள்ள அவளை ஏற்பாடு செய்யலாம். அதிகமாகப் பணம் எதுவும் கொடுக்க வேண்டிய தில்லை" என்று. அவளிடம் குழந்தையை ஒப்படைத்து விட்டு தொழிலுக்குப் போய்க் கொண்டிருந்தேன். இரண்டு மூன்று நாட்களுக்குப் பிறகுதான் தெரியவந்தது, குழந்தையைப் பார்த்துக் கொள்பவளுக்குத் தினமும் நூறு ரூபாய் கொடுக்கவேண்டும் என்பது. அவர்கள் குழந்தைகளை இவ்வளவு தொகை வாங்கி தான் வழக்கமாகக் கவனித்துக் கொள்கிறார்களாம். ஆனால், தினமும் நூறுரூபாய் கொடுத்து குழந்தையைக் கவனித்துக் கொள்ள என்னால் முடியாது. நான்கைந்து நாட்கள், நான் அவளைக் கூடவே கொண்டு சென்றேன். அதுபோன்ற நாட்களில் இரவு பத்து மணிக்குப் பிறகுதான் வாடிக்கையாளர்களுடன்

போக முடியும். இரவு பகல் பாராமல் டவுனில் திரியவேண்டும். ஒரு நாள் அரசு பேருந்து நிலையம் என்றால் மற்றொரு நாள் ரெயில்வெ ஸ்டேஷனில் நிற்பேன். பாலியல் தொழில் என்ற வகையில் வாழ்க்கை சலிப்புத்தட்டியது. இனி இதில் நீடித்திருப்பது சிறிது கூட இயலாது என்ற சூழ்நிலை ஏற்பட்டது. ஸீனத்துக்கு அப்போது ஒரு வயது.

நீண்ட கால தாம்பத்ய வாழ்க்கை

ஒருநாள் நானும் ஷீலாவும் பேருந்து நிலையப் பகுதியில் சுற்றிக் கொண்டிருந்தோம். அப்போது கையில் ஒரு தமிழ்நாட்டுப் பெட்டியுடன் நல்ல உயரமான, பார்ப்பதற்கு அழகாகவும் தெரிந்த ஒரு ஆள் வந்தார். பார்த்ததுமே அவர் எதைத்தேடுகிறார் என்பது புரிந்தது. உன்னைத்தான் தூக்குவார் என்று ஷீலாவும் இல்லை உன்னைத்தான் என்று நானும் பேசிக்கொண்டிருந்த போது சீட்டு எனக்கு விழுந்தது. அவர் நல்ல ஒரு லாட்ஜில் ரூம் எடுத்தார். இருநூறு ரூபாய் தந்தார். என் வாழ்க்கையைப் பற்றி முழுவதும் கேட்டறிந்தார். ஸீனத் என்ற முஸ்லிம் பெயர் குழந்தைக்கு வரக்காரணம் என்னவென்றும் கேட்டார். எல்லாவற்றையும் தெரிந்துகொண்ட பிறகு "குடும்பமாக வாழ்வதில் விருப்பமிருக்கிறதா?" என்று கேட்டார். இதுவரை யிலான மூன்று தாம்பத்ய அனுபவங்களை நினைத்துப்பார்த்த போது பெரிய விருப்பமெதுவும் தோன்றவில்லை. அவர் திரும்பவும் நிறைய பேசினார். கணவன் மனைவியாக வாழலாம். தமிழ்நாட்டில் நாகர்கோவிலில் வீடு. தொழில் பிசினஸ்தான். பாலியல் தொழிலாளி என்பதைச் சொந்தக்காரர்களிடம் சொல்லமாட்டேன். ஸீனத்தைச் சொந்தக் குழந்தையாகவே வளர்ப்பேன். ஏற்கனவே ஒரு திருமணம் செய்திருந்தேன். மனைவி மற்றொருவனுடன் ஓடிவிட்டாள். அதில் இரண்டு குழந்தைகளுமுண்டு. குழந்தைகளுக்குச் செலவுக்குக் கொடுத்து வருகிறேன். நல்ல பொருளாதாரப் பாதுகாப்பிருக்கிறது. சிரமப் படவேண்டியதில்லை. மனைவி ஓடிப்போய்விட்ட பிறகு சாதாரணமான முறையில் மற்றொரு திருமணம் செய்வதற்குத் தனக்கு விருப்பமில்லையென்றெல்லாம் சொன்னார். இதெல் லாம் எனக்குப் பெரிய ஆர்வத்தையெதுவும் தூண்டவில்லை. வாடிக்கையாளர்கள் வழக்கமாகச் சொல்லும் விஷயங்கள்தான் இவை. அப்போதைய நேரத்தில் அதிகபட்ச நட்பையும் இன்பத்தையும் அதிகரித்துக் கொள்வதற்கான ஒரு உத்தி மட்டும்தான் இது. கொஞ்ச நேரத்திற்குள் அவர்கள் இதை மறந்து விடுவார்கள். ஆனால், இவர் அப்படி இல்லை.

திரும்பவும் பல தடவைகள் வந்தார். வரும்போதெல்லாம் இதையே மீண்டும் மீண்டும் கேட்பார்.

அது ஒரு ஆகஸ்ட் 15. இதுபோன்ற உற்சாக தினங்களில் தொழிலுக்கு இறங்க முடியாது. ரௌடிகளின் அட்டகாசம் அதிகமாக இருக்கும். ஷீலா அவளுடைய வீட்டிற்குக் கூப்பிட்டாள். முதன் முதலாக ஒரு பாலியல் தொழில் செய்பவளின் வீட்டுக்குச் சென்றேன். அங்கே போனபிறகு சூழ்நிலை வேறு மாதிரியாக இருந்தது. அவளுக்கு ஒரு வாடிக்கையாளன் இருந்தான். அவனது தம்பியுடனும் அவளுக்குத் தொடர்பிருந்தது. இரண்டு பேரையும் சமாளிப்பதற்கு அதாவது, ஒரு ஆளை தவிர்ப்பதற்குத்தான் என்னை அழைத்துச் சென்றிருக்கிறாள். அப்படி ஒருவனை ஏற்றுக் கொள்வதற்கு நான் தயாராக இல்லை. அப்போதே அங்கிருந்து வந்துவிட்டேன்.

மகளைக் கவனித்துக் கொள்ளும் இடத்துக்கு அனுப்பி வைத்து, மூன்று நாட்கள் கடந்து விட்டன. கையில் காசில்லை. அன்றும் அவர் வந்திருந்தார். மீண்டும் திருமணத்தைப் பற்றி பேசினார். நான் சொன்னேன்: “பிரச்சினை இதுதான்; திருமணம் ஒன்றும் தேவையில்லை; ஒரு உதவி செய்வீர்களா? குழந்தையை ஒரு இடத்தில் ஒப்படைத்திருக்கிறேன். பணம், பாக்கி வைத்திருப்பதால் அவளை இப்போது அழைத்துக் கொண்டு வர முடியாத நிலைமை. முந்நூறு ரூபாய் தாருங்கள்.” எவ்வளவு ரூபாய் வேண்டுமானாலும் தருகிறேன். முதலில் குழந்தையை அழைத்துக் கொண்டு வா என்று சொன்னார். இப்படியான சிரமங்களுடன் வாழ்வதை விட மேலும் ஒரு முயற்சி செய்து பார்த்து விட்டால் என்ன என்று தோன்றியது. ஒரு லாட்ஜில் அவருடன் சேர்ந்து வாழத் தொடங்கினேன்.

நளினி என்ற என் பெயரைக் கேட்டதும் அவர் தனது பெயரை ஜெயராஜ் என்று சொல்லிக் கொண்டார். பிறகுதான் உண்மையைச் சொன்னார். அவரது உண்மையான பெயர் ஷாகுல் ஹமீது. நான் என்னுடைய பெயரை ஜமீலா என்று மாற்றிக் கொண்டேன். மதம் மாறவில்லையென்றாலும் தன் மனைவி முஸ்லிம்தான் என்று உறவினர்களுக்குக் காட்டிக் கொள்வதில் அவர் உறுதியாக இருந்தார்.

சேர்ந்து வாழத்தொடங்கிய பிறகு அவரும் ஸீனத்தும் நல்ல நெருக்கமாகிவிட்டார்கள். அக்கால கட்டங்களில் தொழிலுக்குப் போகவில்லை. அவருக்கு ஏற்கனவே ஒரு இரண்டாவது மனைவியும் இருந்தாள். அவளுக்கு இது தெரிந்து விட்டது. இந்த விஷயங்கள் எதுவுமே எனக்குத் தெரியாது. பொதுவாக வாடிக்கையாளர்கள் சொல்வதுபோல் மனைவி இருந்தாள் என்றும் அவள் சரியில்லை என்றும் மற்றொருவனுடன் ஓடிப்

போய்விட்டாள் என்றும்தான் சொல்லியிருந்தார். மனைவிக்கு நான் இவருடனிருப்பதைப் பற்றியெல்லாம் எந்தப் பிரச்சினைகளும் இருக்கவில்லை. எங்களிடம் நிறைய பணமிருப்பதாக நினைத்து ஆட்களை அனுப்பிக் கேட்பாள். பணத்திற்காக மட்டும்தான் அவள் இவரைக் கணவனாகக் கருதுகிறாள் என்றால் நான் அவளைக் கணக்கில் எடுத்துக்கொள்ளவேண்டியதில்லை என்று எனக்குத் தோன்றியது. நான் ஷாகுலிடம் சொன்னேன்:

"நாம் இனி லாட்ஜில் தங்கவேண்டாம். வீடு வாடகைக்கு எடுத்துத் தங்குவோம்."

பன்னிரண்டு வருடங்கள் மகளை வளர்த்துவதில் எனக்கு சிரமமேதும் இருக்கவில்லை. நாங்கள் கணவனும் மனைவியுமாகவே வாழ்ந்தோம். மகளைப் பள்ளிக்கூடத்திற்கு அனுப்ப முடியாத கட்டம் வந்தபோது அவர் அதற்காகத் தனது குடும்பத்துடன் தொடர்பை ஏற்படுத்திக் கொண்டார். மகள் அப்போது ஷாகுலுடன் மிகவும் பாசத்துடன் நெருக்கமாகியிருந்தாள். அவரை வாப்பா என்றுதான் அழைப்பாள்.

பத்துபேருடன் பிறந்த ஷாகுல்தான் குடும்பத்தில் மூத்தவர். வீட்டில் எல்லோரும் அவரை நல்ல மரியாதையாக நடத்தினார்கள். ஆகவே எனக்கும் நல்ல மதிப்பிருந்தது. கணவனை இழந்த பெண் என்று மட்டும்தான் என்னைப்பற்றி நெருங்கிய உறவினர்களிடம் சொல்லிவைத்திருந்தார். உறவினர்களும் என்னை மதிப்பாகவே நடத்தினார்கள். திருமணமோ வேறு ஏதாவது சடங்குகளோ நடக்கும்போது நான் முன்நின்று எல்லாவற்றையும் கவனித்துக் கொண்டேன்.

பிளாஸ்டிக் பெயர்ப்பலகைகளும் பாட்ஜுகளும் செய்து விற்பனை நடத்தும் ஒரு தொழிலை செய்து வந்தார் ஷாகுல். எந்த இடத்திலும் நிரந்தரமாகத் தங்கியிருக்க இயலாது. எப்போதுமே சுற்றித்திரிய வேண்டும். பெரிய ஆர்டர்கள் கிடைத்தால் வேறு இடங்களில் கொடுத்து செய்துவாங்கி அனுப்புவார்.

மகளின் கல்வி

இடம் மாறிமாறி நடத்தும் இந்த வியாபாரத்தால் அதிகமாக பாதிக்கப்பட்டது மகளுடைய கல்விதான். பள்ளிக்கூடத்திற்கு அனுப்பி, தொடர்ச்சியாகப் படிக்க வைக்க முடியவில்லை. ஆனால் அவ்வப்போது டியூசன் டீச்சர்களை வைத்து ஒவ்வொரு பாடத்தையும் சொல்லிக்கொடுத்தோம். நடைமுறை வாழ்க்கைப் பாடங்களை நானே சொல்லிக்கொடுத்தேன்.

'ஒரேயொரு' மகளாக இருந்தபோதும் ஸீனத் அதிகமாகக் குறும்புகள் எதுவும் செய்யமாட்டாள். தொட்டதற்கெல்லாம் "நான் ஒரே ஒரு மகள்தானே?" என்று மட்டும் சொல்வாள். "ஒரே ஒரு மகள்தானே நான். நான் எதற்கு வீட்டுவேலை செய்யவேண்டும்?" "நான் ஏன் பாத்திரம் கழுவவேண்டும்?" என்பதுபோல். ஒரே ஒரு மகள்தான் என்பது அவளது நம்பிக்கை யல்லவா? சில சமயங்களில் நான் உம்மாவுக்கும் வாப்பாவுக் கும் செல்லமகள் என்று சொல்வாள். இப்படிச் சொல்வது பெரும்பாலும் ஏதாவது வேலை செய்யாமலிருக்க அவள் மேற்கொள்ளும் ஒரு உத்தி. இந்தச் சோம்பலைப் படிப்பதில் காண்பிக்க மாட்டாள். என்றாலும் இந்த 'மகள்' என்று சொல்லி வேலை செய்வதிலிருந்து தப்பித்துக் கொள்ளப்பார்க்கும்போது நான் அடிப்பதுமுண்டு. ஒரு அடி கொடுத்தால் அது ஆறுமாத காலம் பலன்தரும். அப்போதெல்லாம் நல்ல பிள்ளையாக கவனமாக நடந்து கொள்வாள்.

யாராவது மோசமான வார்த்தைகளைப் பயன்படுத்தினால் அவளால் புரிந்து கொள்ள இயலாது. ஒரு தடவை யாரோ அப்படிப் பேசியபோது என்னிடம் வந்து சொன்னாள்: "உம்மா என்னை அவன் மயிலே (மயிரே) என்று திட்டினான்." "சரி, பரவாயில்லை," என்றேன். இல்லை இல்லை, நல்ல மயில் இல்லை. இது கெட்ட மயில்" என்றாள். எனக்கு விஷயம் பிடிகிடைத்தது. பிறவிக்குணம்போல் அவளுக்குச் சில குணங்கள் இருந்தன. மோசமான வார்த்தைகளை ஒருபோதுமே பேச மாட்டாள். மற்றொரு குணம், பக்கத்து வீடுகளிலிருந்து ஏதாவது தின்பண்டம் கிடைத்தால், "அக்கா இது நீங்கள் செய்ததா, கடையிலிருந்து வாங்கியதா" என்று கேட்பாள். "நீங்கள் செய்த தென்றால் உம்மாவுக்குச் சொல்லிக்கொடுத்து செய்வதற்குத் தான் கேட்கிறேன்" என்பாள். வாப்பாவுடன் ஷாப்பிங் போனால் வளையலையோ வேறு சாதனங்களையோ பார்த்து விருப்பப் பட்டால் எனக்கு வேண்டும் என்று கேட்க மாட்டாள். "வாப்பா, பக்கத்தில் வேறொரு கடை இருக்கிறது. அங்கே அழகழகான வளையல்கள் இருக்கின்றன" என்பாள். அல்லது, "அந்தக் கடையில் நல்ல உடுப்புகள் இருக்கின்றன" என்பாள். அவளுக்குத் தேவையான சாமான்கள் விற்கும் ஒரு கடை வேறொரு இடத்தில் இருக்கிறது. அங்கே எல்லா சாதனங்களும் கிடைக்கும் என்பதான ஒரு எண்ணம். வாப்பா இருக்கும் போது என்னிடம் எதுவும் கேட்கமாட்டாள்.

பன்னிரண்டு வயது எட்டாவது மாதத்தில் அவள் பருவ மடைந்தாள். ஷாகுல் நல்ல மனிதர். அவளைச் சொந்த மகளாகவே பாவித்தார். ஆனால், என் மனதில் இரண்டாவது

அப்பாமார்கள் முதல் தாரத்தின் பெண்மக்கள் மீதான பாலியல் துன்புறுத்தல்களைப் பற்றிய விவரங்கள் நிறைய இருந்தன. இது தனக்குப் பிறந்தவள் இல்லையே என்ற எண்ணம் ஒரு கணம் உருவாகிவிட்டால் . . .?

அவருக்கு வேறொரு பெண்ணுடனான தொடர்பு ஏற்பட்டது. பிறகு அவர் சரியாக வீட்டுக்கு வருவதில்லை. ஸீனு அவரைத்தேடத் தொடங்கினாள். அப்போது நான் அவளிடம், "உன்னிடம் சில முக்கியமான விஷயங்களைப் பற்றிப் பேச வேண்டும். நீ இனிமேல் வாப்பாவின் மடியில் உட்காரக் கூடாது" என்று சொன்னேன். ஷாகுல் அவளுடைய சொந்த வாப்பா இல்லையென்பதை முதன்முதலாக அவளிடம் சொன்னேன். இதைக் கேட்டு நீண்டநேரம் அவள் வாய்விட்டு அழுதாள். வாப்பாவுக்கும் உம்மாவுக்குமிடையில் ஏற்பட்ட சண்டையால் நான் இப்படிச் சொல்வதாகவும் அழுகையினூடே சொன்னாள். மெதுவாக அவளைத்தேற்றி விவரங்களைப் பக்குவமாகச் சொல்லிப் புரியவைத்தேன்.

திரும்பத்திரும்ப அவளுக்குச் சொல்லிப் புரிய வைத்த மற்றொரு விஷயமும் உண்டு. "நீ உனக்குப் பிடித்த ஒருவனைக் காதலிப்பதற்கும் மற்றொருவனுடைய விருப்பத்திற்கு இணங்கு வதற்கும் நிறைய வித்தியாசங்கள் உண்டு. இதனால் நமது சுதந்திரம் பறிக்கப்படுவதுடன் பிரச்சினைகளும் வந்து சேரும்." வாரப்பத்திரிகைகளில் காதல் கதைகளைப் படிக்கும்போது அவளிடம்; "ஸீனத், அது காதலிப்பது பற்றிய கதைகள் அல்ல, எப்படியான காதல்கள் தவறு என்று புரியவைக்கும் கதைகள்" என்பேன். எல்லா விஷயங்களையுமே அவள் என்னிடம் வெளிப்படையாகப் பேசுவாள். "உம்மா, இப்போ ஒரு ஒண் சைடு லவ் நடக்குது, தெரியுமா?" என்பாள். ஏதோ ஒரு பையனுக்கு அவள் மீது காதல், அவளுக்குக் காதல் கடிதம் கிடைத்தால் நாங்கள் இரண்டு பேருமாகச் சேர்ந்தமர்ந்து வாசிப்போம். அவளுக்குத் தமிழ், மலையாளம், இந்தி, கொஞ்சம் இங்கிலீஷ் ஆகிய மொழிகள் தெரியும். பாடசாலைக் கல்வி பெரிய அளவில் இல்லையென்றாலும் அவளுடைய அறிவில் பெரிய குறைவொன்றுமில்லை.

உதகமண்டலத்தில் வியாபாரம்

1989இல் நாங்கள் ஊட்டிக்கு வந்து சேர்ந்தோம். எல்லா நகரங்களிலும் பிளாஸ்டிக் பெயர்ப்பலகைகளுக்கான ஆர்டர்கள் கிடைக்கும். அதனால் ஒரு நகரிலிருந்து மற்றொரு நகருக்கு

நாங்கள் இடம்பெயர்ந்து கொண்டிருந்தோம். அப்படித்தான் ஒசூரிலிருந்து ஊட்டிக்கு வந்தோம்.

தொழிலுக்குத் தேவைப்படும் பொருட்களைக் கோவை யிலிருந்து கொள்முதல் செய்ய வேண்டும். சில, பெரிய விளம்பரப் பலகைகளுக்கான ஆர்டர் கிடைத்தபோது பெட்டியையும் சுமந்து இடம் பெயர்வதை நிறுத்திவிட்டு தினசரி வாடகைக்கு ஒரு லாட்ஜில் ரூம் ஏற்பாடு செய்து கொண்டோம். நாங்கள் ஏதோ பெரிய குடும்பத்தைச் சேர்ந்தவர்கள் என்று நினைத்த லாட்ஜ் உரிமையாளர் சில பொருளாதார உதவிகளைச் செய்தார். இதன் காரணமாக மூன்று வருடத்தில் எட்டுபேரை வைத்து வேலை செய்யும் நிலைக்கு நாங்கள் வளர்ந்தோம்.

பிளாஸ்டிக் போர்டு வேலையை நான் தனியாகவே செய்வேன். ரெடிமேடாகக் கிடைக்கும் பிளாஸ்டிக் எழுத்துக் களை ஆசிட் கலந்த விசேஷமான பசையை உபயோகித்து ஒட்டுவதுதான் வேலை. வீட்டின் பெயர், நபரின் பெயர், டாக்டர், வழக்கறிஞர் என்று எந்த விளம்பரப்பெயராக இருந்தாலும் எழுதித் தருவதை அப்படியே செய்து கொடுக்க எனக்குத் தெரியும். விளம்பரப் பலகையாக ஒரு பிளாஸ்டிக் ஷீட் உபயோகப்படுத்தப்படும். அதைக் கத்தியால் சரியாகவும் அழகாகவும் வெட்டுவதற்கு எனக்குத் தெரியும். கண்ணாடி களைத் தேவைப்படும் அளவுக்கு வெட்டியெடுப்பதைப் போன்ற ஒரு முறை அது. இதனுடன் பிளாஸ்டிக் பூக்கள், வளையல்கள், பெண்களுக்கான சிலைடு போன்றவைகளை வேறொரு ஆளை வைத்து வியாபாரம் செய்து வந்தோம்.

மூன்று வருடங்களுக்குள் நாங்கள் ஒரு லட்சத்திற்கும் அதிகமாகச் சம்பாதித்தோம். அதில் பெரும்பகுதியையும் ஷாகுல் வேறொரு பெண்ணுடனிருந்த தொடர்பின் காரண மாகத் தீர்த்துவிட்டார். கோவையிலிருந்து பிளாஸ்டிக் ஏற்றி வந்த லாரி நிலச்சரிவில் சிக்கி பள்ளத்தில் விழுந்து விட்டது. இதில் மேலும் ஒன்றரை லட்சம் ரூபாய் நஷ்டம் வந்து சேர்ந்தபோது எல்லாவற்றையும் வாரிச்சுருட்டி விட்டு ஊட்டி யிலிருந்தும் கிளம்பவேண்டியதாயிற்று.

இதனிடையில் எங்களுடைய உண்மையான நிலைமையைத் தெரிந்துகொண்ட லாட்ஜ் உரிமையாளருக்கு என்மீது மிகுந்த காதல் உருவானது. இந்தக் காதலுக்கு அவரது பெரிய மகனின் ஆதரவுமிருந்தது என்பதுதான் இதிலுள்ள வேடிக்கை. அவருக்கு மூன்று ஆண் மக்கள் இருந்தார்கள். என் மகள் ஸீனத்தை அவர்கள் ஒரு சகோதரியாகவே நடத்தினார்கள். பெரியவனுக்கு அப்போது இருபத்திரண்டு வயது. லாட்ஜ் உரிமையாளர் ஒருநாள் வேடிக்கையாகச் சொல்வதுபோல் என்னை வைத்துக்

கொண்டே தன் மகனிடம் “டேய், தங்கச்சி வேணும்னா ஒண்ணு செய்யலாம், நான் இவளைக் கல்யாணம் செஞ்சுக் கிறேன்” என்றார்.

அவர்கள் முஸ்லிம்கள் என்றாலும் அவரது பிள்ளைகள் அவரை அப்பா என்றுதான் அழைப்பார்கள். “அப்பா, கல்யாணம் செஞ்சுக்கிடுங்க. எங்களுக்கும் ஒரு தங்கச்சி கிடைப்பாள்.”

“தங்கச்சி கிடைப்பாள், சரிதான். உங்க அம்மா வந்து என்னை அடிச்சு விரட்டிவிடுவாளே?”

அவரது மனைவி சண்டையிடும் குணமுள்ள ஒரு பெண்ணாக இருந்தாள். அந்த ஊரிலுள்ள லட்சாதிபதி ஒருவரின் பேத்தி. இவர், முன்பு லட்சாதிபதியாக இருந்து எல்லாவற்றையும் இழந்தவர். அதனால் கணவனை இவள் துச்சமாகவே நடத்தினாள்.

ஆனால், அவரது மகன் இந்த விஷயத்தை சீரியஸாக எடுத்துக் கொண்டான். அன்பு பாராட்டப்படாத ஒரு பையன் அவன். நான் என் மகளிடமும் ஷாகுலின் அண்ணனுடைய இரண்டு பிள்ளைகளிடமும் காட்டும் பாசத்தைக்கண்ட அவன் கற்பனையில் என்னை அம்மாவாகக் கருதிக் கொண்டிருக் கிறான். அவன் சென்று அவனது அம்மாவின் சகோதரனிடம் விஷயத்தைச் சொல்லிவிட்டான். “ஜமீலாம்மாவை அப்பா கல்யாணம் செஞ்சுக்கப் போறாங்க.” விளையாட்டுக்குத்தான் சொல்கிறான் என்று நினைத்து அவர் அதில் கவனம் செலுத்த வில்லை.

“உண்மையாகத்தான், மாமா. அப்பாதான் எங்கிட்ட சொன்னாங்க.”

“அதுலே உனக்கு விருப்பம்தானா?”

“விருப்பம்தான்.”

அவர் என்னைக் கூப்பிட்டுக் கேட்டார்.

“உங்களை இவனோட அப்பா கல்யாணம் செஞ்சுக்கப் போறதா இவன் சொல்றான்.”

“அது, அவங்க சும்மா விளையாட்டாகச் சொன்னது” என்றேன். அப்போது அவன் திரும்பவும் சொன்னான், “அய்யே, அது விளையாட்டுக்கு ஒண்ணுமில்லே, அப்பா எப்பவும் கேக்குறதுண்டு, உனக்கு உன்னோட அம்மாவைப் பிடிக்குமா, ஸீனத்தோட அம்மாவைப் பிடிக்குமாண்ணு.”

மனதால் என்னை அம்மாவாக சுவீகரித்துக் கொண்ட அந்தப் பையனின் முகத்தை இப்போது நினைத்துப் பார்த்தாலும்

வருத்தம் தோன்றும். எல்லா வசதிகளும் அவர்களுக்கிருந்தன. சொந்த லாட்ஜும் காரும் இருந்தன. பல கட்டடங்களைக் கட்டி வாடகைக்கு விட்டிருந்தார்கள். ஆனால், பாசத்தைத் தேடும் மனநிலைதான் அவனுக்கு இருந்தது. வீட்டில் விஷேமான உணவு ஏதாவது தயாரித்தால் நண்பர்களுக்கென்று சொல்லி, கொண்டு வந்து எங்களுக்குத் தருவான்.

நாங்கள் அங்கே இரண்டாவது மாடியில் வசித்து வந்தோம். அந்த மூன்று வருடகாலமும் அதிலிருந்து கீழே வருவது பற்றி நான் யோசனை செய்து பார்த்தது கூட இல்லை. அதை விட்டு கீழே வருவதானால் பக்கத்திலுள்ள பேருந்து நிலையத்திற்குச் சென்று கோயமுத்தூருக்குச் செல்வேன். வேறு எந்த இடத்திற்கும் பயணம் சென்றதில்லை. புதிய காதலெதுவும் உருவாகவுமில்லை. ஷாகுலின் புதுக்காதலும் நிலச்சரிவும் சேர்ந்து அந்த அத்தியாயத்தை முடிவுக்குக் கொண்டு வந்தன.

வீரப்பனின் சிங்கம்

1992இல் ஊட்டியிலிருந்து ஊருக்கு வந்த பிறகும் ஷாகுல் பிளாஸ்டிக் தொழிலைத் தொடர்ந்து செய்து வந்தார். பணப் புழக்கமிருந்து கொண்டிருந்த கையில் எதுவுமில்லை என்ற நிலை ஏற்பட்டபோது மனதிற்கு மிகுந்த வருத்தமாக இருந்தது. துணி வியாபாரத்திற்குப் பெயர்பெற்ற பீமாபள்ளியில் அப்போது வசித்து வந்தோம். அங்கே வைத்து நான் புதிய வியாபாரம் ஒன்றைத் தொடங்கினேன். ரொக்கப் பணம் கொடுத்துத் துணி வாங்கி வேறு இடங்களுக்குச் சென்று விற்பனை செய்யத் தொடங்கினேன். வேலைக்கு, இரண்டு பெண்களையும் வைத்திருந்தேன். தினசரி ஆயிரம், ஆயிரத்து ஐநூறு ரூபாய்வரை லாபமாகக் கிடைத்து வந்தது. இதுவும் ஒரு ஒரு வருடம்தான் நிலைத்திருந்தது. 1993இன் நடுப்பகுதிவரை கௌரவமான குடும்பத்தலைவியாகவும் வியாபாரியாகவும் ஆடம்பரமாக வாழ்ந்தேன்.

நாங்கள் வாடகைக்கு எடுத்திருந்த வீட்டின் சொந்தக்காரி, பெரிய சண்டி. வட்டிக்குப்பணம் கொடுத்து வாங்குபவள். இயல்பாகவே இந்தத் தொழிலுக்கு சிறிது அகங்காரத்தையும் தன்திடத்தையும் காட்டியே தீரவேண்டும். சுற்றிலும் கடைகளிருக்கும் ஒரு பகுதியில்தான் எங்களின் வீடுமிருந்தது. வீட்டுக்காரியுடன் நான் வெளியே கிளம்பும்போது, வீரப்பனும் வீரப்பன் காட்டுச் சிங்கமும் புறப்பட்டு விட்டது என்று ஆட்கள் கேலி செய்வதுண்டு.

பிறகு, மிகப்பெரிய வீழ்ச்சியை நான் எதிர்கொண்டேன். 1994இல் கஷ்டகாலம் தொடங்கியது. சிறிதும் எதிர்பாராத ஒரு சூழ்நிலையில் நான் நோயால் பாதிக்கப்பட்டேன். ஒரு மலையிலிருந்து விழுவதுபோலவோ ஒரு கெட்டகனவு போலவோ அந்தக் காலகட்டம் என்மனதில் இப்போதும் பதிந்து கிடக்கிறது. முன்னேறியதுபோல் படுகம்பீரமாகவே இருந்தது வீழ்ச்சியும்.

மகளுடன் தெருவில்

நோய்ப் பாதிப்பு எனது வாழ்கையை மீண்டும் புரட்டிப் போட்டது. அது, ஒருபோதுமே எதிர்பார்த்திராத மாற்றங்களை ஏற்படுத்திவிட்டது. பல வருடங்களாக நடந்து வந்த தண்ணீர் கூட சேர்க்காத மதுவருந்தும் பழக்கமும், முறையற்ற உணவுப் பழக்கமும், அலைச்சலும் அதற்கான எதிர்வினைகளைக் காட்டத் தொடங்கின. கல்லீரல் வீக்கமாக அது வெளிப்பட்டது. அத்துடன் ட்யூமர். வலதுகாலில் நீர் கட்டி உடைந்து வடிந்தது. பிறரின் உதவியில்லாமல் எழுந்து நடமாட முடியாத நிலையில் படுக்கையிலானேன். ஷாகுல் மெதுவாக அகன்று போகத் தொடங்கினார். எப்போதாவது ஒரு தடவைதான் வீட்டுக்கு வந்தார். அவருக்கு ஏற்பட்டிருந்த வேறுசில தொடர்புகள் இதனிடையே வலுப்பட்டிருந்தன. அவரது அபூர்வமான வருகைக் கூட தகராறை மட்டும்தான் ஏற்படுத்தியது. பன்னிரண்டு வருடம் தொடர்ந்திருந்த தாம்பத்தியவாழ்வு முடிவுக்கு வந்துகொண்டிருப்பதை நான் உணர்ந்தேன். முதல் மனைவி அவரைப் புறக்கணித்துவிட்டுச் சென்ற கோபம்தான் அவர் என்னைத் திருமணம் செய்துகொள்வதற்கான உண்மையான காரணம். எனக்கும் பிடிவாதம் வலுத்தது. அவர் என்னை முழுவதுமாகக் கைவிடுவதற்கு முன் நானே அவரைப் புறக் கணித்து விடுவதென்று முடிவு செய்தேன். ஷாகுல் அங்கே இல்லாத நேரம் பார்த்து அவருடைய அண்ணனிடம் விவரங் களைச் சொல்லிவிட்டு அங்கிருந்து புறப்பட்டேன். அண்ணன் தடுப்பதற்குச் செய்த முயற்சியை நான் கண்டுகொள்ளவில்லை.

திடீரென்று இப்படியொரு முடிவை மேற்கொள்ள மற்றொரு காரணமுமிருந்தது. வீட்டில் அவ்வப்போது ஏற்பட் டிருந்த கருத்து முரண்பாடுகள் பெரும்பாலும் சண்டைகளாகவே மாறிக்கொண்டிருந்தன. ஒரு தடவை இதுபோல் நடந்த தகராறு முற்றிவிடவே அக்கம்பக்கத்திலிருந்து ஆட்கள் வந்து கூடிவிட் டனர். "நான், தினமும் அவளுடன் படுக்க வேண்டும். அவளுக்கு அதில் விருப்பமில்லை என்பதால்தான் சண்டை போடுகிறாள்" என்று அவர் ஆட்களிடம் சொல்லிவிட்டார். அவர் ஏன்

இப்படியொரு தேவையில்லாத பொய்யை மற்றவர்களிடம் சொன்னார் என்பது எனக்கு இன்றுகூட தெரியாது. ஒருவேளை தன் பக்க நியாயத்தை நிறுவுவதற்காகத் திடீரென்று தோன்றிய குயுக்தியாகவுமிருக்கலாம். விஷயங்கள் இதுவரைக்கும் வந்து விட்டபிறகு நானும் விட்டுக் கொடுக்கத் தயாராக இல்லை. வாழ்க்கையில் இனி ஒருபோதுமே அவருடன் படுக்கப்போவதில்லை என்று நானும் சவால் விட்டேன்.

இதற்குள் கையிலிருந்த பணம் முழுவதும் சிகிச்சைக்காகச் செலவாகிவிட்டது. காலிலிருந்த புண் அதிகமானதைத் தவிர எந்தப் பலனும் கிடைக்கவுமில்லை. பதின்மூன்று வயதான என் மகளுடன் தெருவுக்கு வந்தேன். எங்கே செல்வது? பாலியல் தொழிலுக்குச் செல்ல உடல்நிலை இடம்கொடுக்கவில்லை. என்ன செய்வது?

இந்தச் சூழ்நிலையில்தான் ஆற்றங்கரைப்பள்ளி வாசலுக்குச் சென்றேன். மிகச் சிக்கலான பிரச்சினைகள் உள்ள பகுதி அது. இராப்பொழுதுகளில் பெண்களைத்தேடி ஆட்கள் வருவார்கள். பள்ளிவாசல் முஸ்லிம்களுடையது. சுற்றுப்புறங்களில் வாழ்பவர்கள் நாடார்கள். நாடார்களுக்குப் பள்ளிவாசல் மீது பக்தி எதுவுமில்லை. அங்கே வந்து சேரும் ஏழைப் பெண்களைக் காதலிப்பதாக நடித்து ஏமாற்றுவதும் கடத்திச் செல்வதும் வழக்கமாக நடப்பவை. ஸீனத்தின் பாதுகாப்பிற்காக நான் அங்கிருந்த சிலரை நண்பர்களாக்கிக் கொண்டேன். இரவுநேரங்களில், பாய்விரித்து நடுவில் அவளைப் படுக்க வைத்து நாங்கள் சில பெண்கள் அவளைச் சுற்றிப் படுத்துக் கொள்வோம். அதில் மூன்றுபேர் நாடார் பெண்கள்தான். எந்தப் பக்கத்திலிருந்து யார் வந்தாலும் எங்களைக் கடந்துதான் அவளை எதுவும் செய்ய இயலும். அங்கிருந்து பெண்களைக் கடத்திக் கொண்டுபோய் விற்பவர்களுமிருந்தார்கள். சொந்த உபயோகத்திற்காக வைத்துக்கொள்பவர்களுமிருந்தார்கள். காதலிப்பதாகச் சொல்லி ஏமாற்றுபவர்களும் உண்டு. கள் குடித்து விட்டுப் போகும் வழியில் பெண்களைத் தொந்தரவு செய்வதற்காக வருபவர்களும் உண்டு. பயங்கரமான அனுபவங்களைக் கொண்டதாக இருந்தது அந்த வாழ்க்கை.

சமையல் செய்யவும் படுத்துக் கொள்ளவும் பள்ளி வாசலைச் சுற்றி நிறைய அறைகள் கட்டப்பட்டிருந்தன. இரவில் படுப்பதற்கு இடமிருக்காது. ஒரே அறைக்குள் ஐந்தாறு குடும்பங்கள் தங்கியிருக்கும். அடுப்பு, பாத்திர பண்டங்கள், தட்டுமுட்டுச் சாமான்கள் இதற்கிடையில்தான் படுத்துக் கொள்ளவும் வேண்டும்.

அக்கால கட்டங்களில் மகளைப் பாதுகாத்ததை இப்போது நினைத்துக்கூட பார்க்க முடியவில்லை. குளிக்கப் போகும்

போதும் கூடவே கூட்டிச்செல்வேன். கக்கூசுக்குப் போகும் போது வேறொரு பெண்ணிடம் ஒப்படைத்துச் செல்வேன்.

மனநோய் பிடித்தவர்களை அங்கே சங்கிலியால் கட்டிப் போட்டிருந்தார்கள். இவர்களைக் குளிப்பாட்டுவதற்கான உதவிகளைச் செய்தும் பிச்சையெடுத்தும்தான் என்னைப் போன்றவர்கள் அங்கே காலந்தள்ளினார்கள். காலிலிருந்த புண் சீழ்பிடித்துப் புரையோடிப் போயிருந்தது. கல்லீரலில் வீக்கமிருந்தாலும் அது வெளியே தெரியப் போவதில்லை. பார்வைக்குச் சுமாரான தோற்றத்துடன் இருந்ததால் அதிகமாக யாருமே எனக்குப் பிச்சை போடுவதில்லை. பிச்சை கிடைப்பதற் கான பரிதாபத் தோற்றத்தை உருவாக்குவதற்கு வேறு ஏதாவது நடித்தாக வேண்டும். பள்ளிவாசலில் நேர்ச்சை நடக்கும்போது மட்டும் சோறு கிடைக்கும்.

ஷாகுல் இரண்டுதடவை இங்கே வந்தார். இரண்டு தடவை யும் இருநூறு ரூபாய் தந்தார். மூன்றாவது தடவை வரும்போது கூடவே ஒரு நண்பனையும் அழைத்துக் கொண்டு வந்தார். ஸீனத்துக்குக் கொலுசு வாங்கிக் கொடுத்தார். நான் அப்போது பொருட்காட்சி நடத்தும் ஒரு கடையில் வேலை பார்த்து வந்தேன். அங்கே ஒரு பையன் இருந்தான். அக்பர். புதிய இஸ்லாம் என்ற காரணத்திற்காகவும் என்னிடம் அவன் மிகுந்த மதிப்பு வைத்திருந்தான். அவன் ஷாகுலிடம் மாமியை ஏன் இங்கே விட்டிருக்கிறீர்கள் என்று கேட்டான். என்னை எதிரில் வைத்துக்கொண்டு அவர் சொன்ன பதில்: “அவளுக்குத் தலைக்கு சுகமில்லை.” இந்த மனிதருடன் பன்னிரண்டு வருட காலம் வாழ்க்கை நடத்திய என்னைப் பற்றி அவர் சொன்ன வார்த்தைகள் இவை. அந்நிமிடமே நான் மனதிற்குள் சங்கல் பித்துக் கொண்டேன். இனிமேல் ஒருபோதுமே இந்த ஆள் என்னைப் பார்க்க வரக்கூடாது. எனக்குப் பைத்தியம் பிடித் திருப்பதாகச் சொல்லி என்னைப் பாதுகாப்பதாக நடிப்பது எவ்வளவு குரூரமான ஒரு செயல்! முதல் இருபத்தொரு நாட்களுக்குள் மூன்று தடவை என்னைப் பார்க்க வந்தவர், பிறகு வரவேயில்லை. அத்துடன் தரித்திரம் இன்னும் அதிகரித் தது. பள்ளிவாசல் வாழ்க்கை மேலும் துயரம் தந்தது. நீண்ட நாட்கள் தங்கியிருப்பவர்களுக்கும் சுயவிருப்பங்களுக்கு இசை வாக நடந்து கொள்ளச் சம்மதிக்காதவர்களுக்கும் எதுவும் தராமலிருக்கும் ஒரு நிலை எங்களுக்கும் ஏற்பட்டது. பள்ளி வாசலுக்கு யானை கொண்டு வரும் ஒரு பாகன் மற்றவர்களின் கைரேகையைப் பார்த்துப் பலன் சொல்வதுண்டு. அது சரியாக வும் இருந்தது. அவர் என்னிடம் பதினைந்து நாட்களுக்குள் இந்த இடத்தை விட்டு நீ போய்விடவில்லையென்றால் ஆபத்து களைச் சந்திக்க நேரும் என்று குறி சொன்னார். அதைத்

தொடர்ந்து பலர் என்னிடம் அங்கிருந்து போய் விடும்படி சொன்னார்கள். அவருடைய எச்சரிக்கைகள் தவறியதில்லை யாம். தர்மமாகக் கிடைத்த கொஞ்சப் பணத்துடன் போகத் தயாராக நிற்கும்போது எதிர்பாராமல் ஷாகுல் வந்து நானூறு ரூபாய் தந்தார். நான் அவரிடம் பொட்டல்புதூர் பள்ளி வாசலுக்குப்போக நினைத்திருப்பதாகச் சொல்லி போக வழி தெரியாது என்றும் சொன்னேன். அவர் என்னைப் பொட்டல் புதூருக்கு அழைத்துச் சென்றார். இருபத்தைந்து ரூபாய் தினசரி வாடகைக்கு ஒரு அறையெடுத்து ஆறு நாட்கள் சேர்ந்து தங்கியிருந்தோம். பிறகு ஊருக்குப்போய் பணத்துடன் வருவ தாகச் கூறிச்சென்றவர் திரும்பி வரவேயில்லை. இரண்டாவது நாள் பள்ளிவாசல் ஆள் வந்து அறையைக் காலி செய்யச் சொன்னார். வெளியே இருந்த சிறு இடத்தில் துணி கட்டி மறைத்துப் படுத்துக் கொண்டோம்.

ஸீனத்தின் பாதுகாப்புப் பிரச்சினை மீண்டும் தலைதூக்கி யது. பெரிய பள்ளிவாசலையடுத்து சிறு *கபருஸ்தான் ஒன்று இருந்தது. அங்குள்ள அப்துல் ரஸாக் என்பவன் வந்து என்னிடம் ஸீனத்தைக் கல்யாணம் செய்து கொள்ள ஆசைப்படுவதாகச் சொன்னான். நான், பதிவுத்திருமணம் செய்து கொள்வதாக இருந்தால் சம்மதிப்பதாகச் சொன்னேன். உண்மையில் ஸீனத்தை அவனுக்குக் கட்டிவைப்பதில் எனக்குக் கொஞ்ச மும் விருப்பமில்லை. கல்யாணம் செய்து கொள்வதாகச் சொல்வதெல்லாம் வெறும் தந்திரம்தான். தலாக் சட்டங்களை மனதில் கொண்டு அவன் கேட்பதாக இருந்தால் என்ன செய்வது? ஸீனத்துக்கு அப்போது பதினான்கு வயது. இருந்தா லும் இவனும் கூடவே இருப்பது சிறிது பாதுகாப்பானது தான். பள்ளிவாசலில் உள்ள ஒரு ஆள் என்ற நிலையில் அவனுக்குச் சிறிதளவு செல்வாக்கும் இருந்தது. மூன்று வாரம் அங்கே தங்கியிருந்தோம். கடைசி சில நாட்களில் பெரும்பாலும் வெறும் வடிநீர்தான் ஆகாரம். இந்தப் பள்ளிவாசலிலிருந்து போய்விடுவதுதான் நல்லது என்று தோன்றியது. போய்விடுவ தாக முடிவு செய்த அன்று ஷாகுலின் சகோதரியும் மச்சினனும் அவர்களது மூத்த மகனும் மருமகளும் பக்கத்து வீட்டிலுள்ள ஒரு அக்காவுமாக அங்கே வந்தார்கள். மச்சினன் பள்ளிவாசலில் மோதீனாராக வேலை பார்ப்பவர். அவரது பெயரும் ஷாகுல் ஹமீதுதான். தொரை சாகிபு என்று அவரைச் சொல்வார்கள். ஷாகுலின் உறவினர்களில் அதிகமாக என்மீது அன்புகாட்டு பவர் அவர்தான். எனக்கு மிகவும் பிடித்தமான பாசமுள்ள மருமகனும் கூடவே வந்திருந்தான். அவனுடைய கல்யாணத்

---

* சமாதி

திற்கு நான் ஒரு மோதிரம் அன்பளிப்பாகக் கொடுத்திருந் தேன். தொரை சாகிபு ஸீனத்தைக் கட்டிப்பிடித்து அழுதார்.

"மாமா, சாப்பிட்டு இரண்டு நாள் ஆச்சி, மாமா" என்று ஸீனத் சொன்னபோது தொரை சாகிபு, "மாமா, உனக்கெதுவும் கொண்டுவரவில்லையே" என்று சொல்லி பத்துரூபாய் கொடுத் தார். பத்து ரூபாயை வைத்து எதுவுமே செய்ய முடியாதென்பது ஸீனத்துக்குத் தெரியாது. இதைப் பார்த்ததும் அந்த பக்கத்து வீட்டு அக்கா – இவள்தான் பள்ளிவாசலில் வைத்து நிக்காஹ் முடிந்ததும் என்கையைப் பிடித்து வீட்டிற்குள் முதலில் அழைத்துச் சென்றவள் – பத்துரூபாய் கொடுத்தாள். வீட்டில் பலகாரங்கள் செய்து விற்பனை செய்பவள் இந்த அக்கா; பொருளாதாரவசதி எதுவுமில்லாதவள். மருமகன் ஐந்து ரூபாய் நோட்டையெடுத்து கையில் கொடுத்தான். நாங்கள் ஊட்டியில் கடை வைத்திருந்தபோது மூன்று வருடம் எங்களுடனிருந்தவன் இவன். நூறு ரூபாய்க்குக் குறைந்து நாங்கள் இவனுக்குப் பாக்கெட் மணி கொடுத்ததில்லை. நான் ஸீனத்திடம், "இந்த ஐந்து ரூபாயை நீ வாங்கக்கூடாது. இதை நீ வாங்கிக்கொண் டால் அம்மா உன்னை இங்கேயே விட்டு விட்டுப் போய் விடுவேன்" என்று சொன்னேன். அந்த ஐந்து ரூபாயையும் அவள் திருப்பிக் கொடுத்தபோது அவன் வாங்கவில்லை. வேண்டாமென்று சொல்லி அதை வண்டியிலேயே போட்டு விட்டு வந்தாள் ஸீனத்.

பள்ளிவாசலிலுள்ளவர்கள் இதைக் கேள்விப்பட்டு என் னிடம் வந்தவர்களைப் பற்றி விசாரித்தார்கள். நான் விளக்க மாகச் சொன்னேன். அவர்கள் சொன்னார்கள்: "இங்கே இருந்தால் சாப்பிடுவதற்கான காசுகூடக் கிடைக்காது. ஏர்வாடிப் பள்ளிவாசலுக்குப் போனால் அங்கே தினமும் சாப்பாடாவது கிடைக்கும், மகளுக்கு ஏதாவது வேலையும் கிடைக்கும்." பள்ளிவாசலில் ஜமாஅத்காரர்கள் சேர்ந்து பணம் வசூலித்துத் தந்தார்கள். பணம் கிடைத்ததை அறிந்ததும் அப்துல்ரஸாக் வந்து சொன்னான். "மாமி, ஏர்வாடிக்கு நானும் வருகிறேன். அங்கே வைத்து ஸீனத்திற்கும் எனக்கும் கல்யாணத்தை நடத் தலாம்." ஏர்வாடிப் பள்ளி வாசலுக்குச் செல்லும் வழியும் எனக்குத் தெரியாது. கூடவே ஒரு ஆள் வருவது நல்லதுதான். கல்யாணம் என்ற பெயரில் அவனும் வரமுயற்சி செய்வான் என்பதை நான் முதலிலேயே ஊகித்து வைத்திருந்தேன். சரியென்று சொன்னேன். அங்கே போய்ச் சேர்ந்தபிறகு அவனும் எங்களுடன் சேர்ந்து தங்குவதான நோக்கத்துடன் இருந்தான். நான், "கல்யாணத்திற்கு முன் இப்படிச் சேர்ந்து தங்குவது சரியில்லை, நீ ஒன்று செய். எங்களுக்கு ஒரு ரூம் எடுத்துத் தா, நீ பள்ளி வாசலிலேயே தங்கிக் கொள்" என்றேன்.

எங்களுக்குப் பள்ளிவாசலுக்கு எதிரிலேயே ஒரு அறையெடுத்துத் தந்தான். இரண்டுமூன்று நாட்களிலேயே அவனுக்குப் புரிந்து விட்டது. நான் ஸீனத்தை அவனுக்குக் கல்யாணம் செய்து கொடுக்கப் போவதில்லையென்ற விஷயம்.

அப்படியிருக்கும்போது அப்துல் நாஸர் என்பவர் அறிமுகமானார். ஓதுவதும் நூல் மந்திரித்துக்கட்டுவதும் பள்ளிவாசல் விஷயங்களைக் கவனிப்பதும்தான் அவரது வேலை. முல்லாக்கா எல்லாவற்றையும் கேட்டறிந்து கொண்ட அவர் என்னிடம் சொன்னார்: "நீ ஒரு காரியம் செய். ஸீனத்தை மட்டும் என் வீட்டுக்கு அனுப்பிவை, நீயும் வந்தால் வீட்டிலுள்ளவர்கள் சந்தேகப்படுவார்கள்."

இப்போது அவருடன் இருப்பது அவரது இரண்டாவதோ மூன்றாவது மனைவி. இரண்டு மாதம் ஸீனத் அங்கே தங்கியிருந்தாள். இதற்கிடையில் ஒரு பிரச்சினை வந்தது. அவருக்கு ஒரு நண்பர் இருந்தார். அந்த நண்பருக்கு புத்தி சுவாதீனமில்லாத ஒருமகன் இருந்தான். அவனுக்கு ஸீனத்தைக் கல்யாணம் செய்து கொடுக்கலாம் என்று முல்லாக்கா சொன்னார். நான் உறுதியாக மறுத்துவிட்டேன்.

"மனநிலை சரியில்லாத ஒருவனுக்கு என் மகளைக் கட்டி வைக்க எனக்குக் கொஞ்சமும் விருப்பமில்லை. ஒருவேளை, உங்கள் வீட்டில் ஸீனத் தங்குவதில் ஏதாவது பிரச்சினை இருக்கிறதென்றால் சொல்லுங்கள்."

o

ஸீனத் ஒருநாள் என்னிடம் சொன்னாள்:

"உம்மாவுக்கு உடனே ஒரு காதல் கடிதம் கிடைப்பதற்கான வாய்ப்பிருக்கிறது."

"யாருடீ அது?" என்று கேட்டேன்.

"ஒரு வெளுப்பான மாமா."

அப்துல் நாஸரும் நண்பனும் சேர்ந்து கடிதம் எழுதுவதைப் பார்த்துதான் அவள் சொல்லியிருக்கிறாள். 'நான் வெளிநாட்டிற்குப் போய் லட்சங்கள் சம்பாதித்தப் பிறகும்கூட என் மனைவிக்கு என்மீது பாசமில்லை. வழிப்பாதையிலிருந்து ஒரு பெண்ணை ஏற்றுக்கொண்டால் உங்களின் *முஹப்பத் எனக்குக் கிடைக்கும் ...' இப்படியான வாசகங்கள். அவருடைய மனைவி அவருக்கெழுதிய கடிதத்தின் வாசகங்களையும்

---
* அன்பு

இடையே சேர்த்திருந்தார். இப்படி ஒரு கடிதத்தை எழுதி தயாராக வைத்துவிட்டு அவருடைய நண்பரான அப்துல் நாஸர் என்னிடம் வந்து கேட்டார்.

"உன் வியாதி குணமாவதற்குப் பதினாறாயிரம் ரூபாய் செலவு செய்தால் போதுமா?"

"எனக்காகப் பதினாறாயிரம் ரூபாய் செலவுச் செய்யத் தயாராக இருப்பவர் யார்?"

"ஆள்இருக்கிறது. நோயையும் தீர்த்து பிறகு உனக்கொரு வாழ்க்கையும் ஏற்படுத்தித்தர முடியும். நானும் அண்ணனும் (நாஸரின் நண்பன்) வெளிநாட்டுக்குப் போகவிருக்கிறோம். உங்க இரண்டு பேருக்கும் ஆளுக்குப் பத்துபவுன் போட்டு ஸீனத்தின் கல்யாணத்தையும் நடத்திவிடலாம்."

மனநிலை சரியல்லாத பையனுக்கு ஸீனத்தைக் கட்டி வைப்பது குறித்துதான் திரும்பவும் சொல்கிறான். இவனுட னான தொடர்பை அதிக நாள் நீட்டிக்கொண்டு போவது முடியாத விஷயம் என்பதை நான் புரிந்து கொண்டேன். எனக்கு உடல்நிலை சரியில்லையென்று சொல்லி ஸீனத்தை ஆள் அனுப்பிக் கூப்பிட்டேன். அவளுக்குச் சாப்பாடு கொடுப்ப தால்தானே இப்படியெல்லாம் சொல்லும் அதிகாரம் அவர் களுக்குக் கிடைத்திருக்கிறது. அதோடு எனக்குக் கிடைக்க விருந்த காதல் கடிதம் கிடைக்காமல் போனது.

○

அடுத்தச் சிக்கலை எதிர்பார்த்திருக்கும்போது எனது தோழி ஒருத்தி ஒரு ஆலோசனையை முன்வைத்தாள். *ஒரு தங்ஙளின் வீடு இருக்கிறது. நாம் இரண்டு பேரும் அங்கே போய் தங்கியிருக்கலாம். அவளுக்கும் ஸீனத்தின் வயதில் ஒரு மகள் இருக்கிறாள். நாங்கள் இரண்டு பேரும் தங்ஙளின் வீட்டுக்குப் போனோம்.

வியாதியென்று வருபவர்களை வீட்டில் தங்கச்செய்து அவர்களின் சிறுவயதுப் பெண்களைப் பாலியல் ரீதியாகப் பயன்படுத்திக் கொள்வது தங்ஙளின் வழக்கம் என்பதைப் பிறகுதான் அறிந்து கொண்டேன். அந்தப் பெண்ணுடன் அவருக்குத் தொடர்பிருந்தது. இடையே, இந்த இரண்டு வயதுப் பெண்களையும் தன்வசப்படுத்தும் நோக்கமும் அதிலிருந்தது. என் மகளை மட்டும்தான் விரும்புவதாகவும் அவளை நம்ப

* சூஃபி அறிஞர்

வைத்திருந்தார் தங்ஙள். ஒருநாள் அவள் என்னிடம் சொன்னாள்:

“ஒண்ணு செய்வோம் ஜமீலாக்கா, நம்ம இரண்டுபேரும் ராத்திரி பள்ளியில படுப்போம். பிள்ளைங்க ரெண்டும் இங்கே தங்ஙளோட வீட்டில படுத்துக்கிடட்டும்.” அப்போது எனக்கு இதில் சூழ்ச்சியெதுவும் இருப்பதாகத் தோன்றவில்லை. இவ்வளவு பெண்கள் இருக்குமிடத்தில் ஸீனத்தும் பாதுகாப்பாகத்தான் இருப்பாள் என்று முடிவு செய்தேன். பக்கத்தில் ஹக்கீம் டாக்டர் தர்கா என்ற பெயரில் ஒரு தர்கா இருக்கிறது, ஏர்வாடிப் பள்ளிவாசலின் பின் பக்கத்தில். அங்கே இரவில் பெண்கள் படுப்பதற்கான வசதியிருந்தது. நாங்கள் அங்கே போனோம்.

மூன்றாம் நாளிரவு மனதுக்குள் ஒரு விபரீத உணர்வு. ஸீனத்துக்கு ஏதோ ஆபத்து நேரப்போவதுபோன்ற மனப்பதற்றம். அதிகாலை மூன்று மணிக்கு ஏதோ கனவுகண்டு திடுக்கிட்டு எழுந்து தங்ஙளின் வீட்டைநோக்கி நடந்தேன். தங்ஙளின் வசிப்பிடம் இரண்டு பிரிவுகளாக இருந்தது. ஒன்றில் பெண்களும் குழந்தைகளும் படுத்துக் கொள்வார்கள். மற்றொன்றில் தங்ஙள்.

இரவில் அவர் அங்கேயிருந்து சில அங்கசேஷ்டைகள் காண்பிக்கத் தொடங்கியிருக்கிறார். இவர்கள் பயந்துபோய் பின்வழியாக வந்து ஓலைப்புரையின் ஓரமாக ஒதுங்கியிருந்தார்கள். என்ன நடந்தது என்று கேட்டேன். “ராத்திரி ஸெலின் அக்காவோட மகள் பக்கத்தில் தங்ஙள் வந்து படுத்துட்டாரு. அவ பயந்துபோய் என்னைக் கூப்பிட்டா.”

இந்த ஆளின் எல்லா ஏடாகூடங்களுக்கும் அவரது இரண்டாம் மனைவியும் இந்த ஸெலினும் உடந்தையாக இருந்தனர். இனிமேலும் இங்கே இருப்பது சரியாகாது என்று நினைத்தேன். வேண்டாமென்று சொன்ன வாடகை வீட்டைத் திரும்பவும் எடுத்தேன். ஐந்தும் பத்துமாகப் பலர் தந்த பணம் கொஞ்சம் இருந்தது. இடையில், சாகுல், அவரது அண்ணன் மகனிடம் கொடுத்தனுப்பிய பணமுமிருந்தது.

ஆற்றங்கரைப்பள்ளிவாசலிலாவது உதவி செய்ய யாராவது இருந்தார்கள். ஏர்வாடியில் மூன்றரை மாதம் தங்கியிருந்ததில் ஒன்றைப் புரிந்து கொண்டேன். அங்கே பரஸ்பரம் ஒருவரையொருவர் ஏமாற்றிக் கொள்கிறார்கள். என் தோழியின் எண்ணம் என் மகளைத் தங்ஙளுக்குக் கூட்டிவிட்டால் அவளுடைய மகளைக் காப்பாற்றிக் கொள்ளலாம் என்பது. இனியும் இங்கே நீடித்துப் போகமுடியாது. அப்படியாகத் திரும்பவும் ஆற்றங்கரைப்பள்ளிக்கே வந்து சேர்ந்தேன்.

அங்கே வந்த பதினைந்து நாட்களுக்குப் பிறகு சாகுலின் தம்பி இறந்து போனார். அதைத் தொடர்ந்து மீண்டும் அங்கே போனேன். பதின்மூன்று நாட்கள் அங்கு தங்கியிருந்தேன். பிறகு சாகுலின் சகோதரி உறவுள்ள ஒருவரது வீட்டில் தங்கி இவரது வீட்டிற்குத் தேவைப்படும் நேரங்களில் போய்வந்தேன். அப்படியிருக்கும்போது, ஸீனத்திற்கு ஐந்து வயதுவரை ஓதிக் கொடுத்த சித்தி முறை சபூராவைத் தற்செயலாகச் சந்திக்க நேர்ந்தது. நீங்கள் இங்கே கிடந்து அலைந்து திரியவேண்டாம். நான் இவளைக் கவனித்துக் கொள்கிறேன் என்றாள். அவள் வசதிவாய்ப்புகள் எதுவுமற்றவளாக இருந்தபோதும் இப்படிச் சொன்னாள்.

சபூரா, ஸீனத்தை அவளது வீட்டுக்கு அழைத்துச் சென்றாள். என்னைச் சபூராவின் மூத்த சகோதரியான ஆரிபா, அவளுடைய வீட்டுக்கு அழைத்துச் சென்றாள். அவர்கள் மொத்தம் எட்டு பேர். அதற்குப் பிறகான எனதுவாழ்க்கை, கொஞ்ச காலம் இப்படியே கழிந்தது. ஆகாரமும் மருந்தும் மனநிம்மதியும் கிடைத்தபோது உடல் ஆரோக்கியம் பரவாயில்லை என்ற நிலைக்குத்தேறியது. சிறிது வேலை செய்ய இயலும் என்ற நிலை வந்தது. பக்கத்து வீட்டில் குழந்தையைக் கவனித்துக் கொள்ளப் போகத்தொடங்கினேன். இரண்டுவயதுக் குழந்தை. அப்படி, அத்தியாவசியத் தேவைக்கான வருமானம் கிடைத்து வந்தது. ஆகாரமும் உடுதுணிகளும் அவர்களே தந்தார்கள். குழந்தையைக் கவனிப்பதுடன் வீட்டு வேலைகளையும் செய்யத் தொடங்கியபோது உடல்நிலை திரும்பவும் மோசமடைந்தது. மருந்துச் செலவும் சாப்பாட்டுச் செலவும் சேர்த்து அவர்களால் கவனித்துக்கொள்ள முடியவில்லை.

○

கன்னியாகுமரி மாவட்டத்தைச் சேர்ந்த சிலர் திருவனந்த புரத்தில் வாழ்கிறார்கள். விசாரித்ததில் அவர்கள் ஷாகுலின் உறவினர்கள். ஹார்லிக்ஸ் வியாபாரம் சம்பந்தமான கம்பெனி ஆட்கள். அவர்களது வீட்டில் குழந்தையைக் கவனித்துக் கொள்ளும் வேலைக்கு ஸீனத்தைச் சேர்த்தேன்.

அந்த வீட்டில் தொடர்ந்து வேலை செய்வதில் ஸீனத்திற்கு சிரமமெதுவுமிருக்கவில்லை. நல்ல சூழ்நிலையில் வளர்ந்த பெண் என்பதால் அவளுக்கு நன்றாகச் சமையல் செய்யத் தெரியும். சமையலறைச் சாமான்களை நன்றாகக் கையாளவும் தெரியும். ஆனால் அவர்களின் அடிமனதில் ஒரு விருப்பமின்மை

இருந்தது. ஷாகுல் ஹமீதின் உறவினர்கள் என்ற எண்ணத்தில் தான் ஸீனத்தை அங்கே அனுப்பி வைத்தேன். ஆனால், ஒரு வேலைக்காரப்பெண் என்ற நிலையில் அவள் இவ்வளவு கருத்தோடு காரியங்கள் செய்வதை அவர்களால் ஏற்றுக் கொள்ள இயலவில்லை. அவள் அங்கே சென்று எழுபத்தைந்து நாட்களுக்குப் பிறகு தெரிந்தவர் ஒருவரின் அறிவுரைப்படி நான் திருவனந்தபுரம் மெடிக்கல் காலேஜில் சேர்ந்தேன்.

ஸீனத்திற்கு அந்த வீட்டைவிட்டு வந்துவிட இயலா மலாயிற்று. அந்த வீட்டுக்காரம்மா அவளைத் தனது பேரக் குழந்தையைக் கவனித்துக் கொள்வதற்காகப் பத்தனம்திட்டா வுக்கு அனுப்பி வைத்தாள். அவர்களது அந்தஸ்திற்குச் சமமான ஒரு வேலைக்காரப் பெண்ணை ஏற்றுக்கொள்ள அவர்கள் விரும்பவில்லை என்பதுதான் இதற்கான காரணமே தவிர வேலை செய்யத்தெரியவில்லை என்பதல்ல. ஸீனத் சொன் னாள்: "நீ அப்படிச் சொல்லக்கூடாது, இப்படிச் செய்யக் கூடாது என்றெல்லாம் எப்போதும் சொல்லிக் கொண்டிருப் பார்கள் உம்மா. குழம்பில் இந்த மசாலாவைச் சேர்த்தால் நன்றாக இருக்குமே என்று நான் சொன்னால், உடனே அவர்களுக்குக் கோபம் வந்துவிடும்."

நான் அவளுக்கு ஆறுதல் சொல்வேன். "மக்களே, நீ வேலைக்காரியுமல்ல, வீட்டுக்காரியுமல்ல. இரண்டுக்கும் இடைப்பட்ட ஒரு அந்தஸ்துதான் உன்னுடையது. நீ எதிலுமே தலையிடவோ பேசவோ கூடாது. தெரிந்த விஷயமாக இருந்தாலும் கூட நீ அதைப்பற்றி பேசக்கூடாது. இது ஒரு வாழ்க்கை நியதி."

மெடிக்கல் காலேஜில்

மெடிக்கல் காலேஜில் கொண்டு வந்து சேர்த்த ஆள் சொன்னார்: "இங்கே அக்பர் என்ற ஒரு டாக்டர் இருக்கிறார். யாருமில்லாத அனாதையென்றால் அவர் பரிவுடன் நடந்து கொள்வார். உதவியும் செய்வார்."

ஒரு பெருநாளையொட்டி நான் அங்கே உள் சிகிச்சைப் பிரிவில் சேர்க்கப்பட்டேன். குழந்தைகளின் விருப்பத்தின்படி என் கைகளிலும் கால்களிலும் மருதாணி இடப்பட்டிருந்தது. நான் ஏதோ பெரிய குடும்பத்தைச் சேர்ந்தவளாக இருக்கலாம் என்று டாக்டர் சந்தேகித்தார். எனக்கு யாருமில்லை என்ற போது, "உண்மையாகவா?" என்று கேட்டார்.

"ஆமாம்" என்றேன்.

"அதெப்படி இருக்க முடியும்? பெருநாளெல்லாம் கொண்டாடியதுபோல் தெரிகிறதே?" என்றார். அப்போது நான் அவரிடம் சொன்னேன்:

"நான் ஒரு இந்துப்பெண். இஸ்லாத்தை ஏற்றுக் கொண்டவள். பொன்னானிக்குச் சென்று சம்பிரதாயப்படி ஏற்றுக் கொண்டவளில்லை. ஆகவே, நான் இன்னும் முழுமையான முஸ்லிமாக அங்கீகரிக்கப்படவில்லை. மதம் மாறியதால் இந்து உறவினர்கள் என்னைப் புறக்கணித்துவிட்டார்கள். இப்படித்தான் நான் அனாதையாக்கப்பட்டேன்."

அவர் மருத்துவம் பயிலும் மாணவர்களை அழைத்துச் சொன்னார்:

"இந்த அம்மாவை நன்றாகக் கவனித்துக் கொள்ள வேண்டும். மருந்தும் ஆகாரமும் கொடுக்க வேண்டும். டியூட்டியிலிருக்கும்போது தேவைப்பட்ட எல்லா உதவிகளையும் செய்ய வேண்டும்."

மருந்தும், ஆகாரமும், தேவைப்பட்ட சிகிச்சைகளும், கவனிப்பும் சரியான வேளைகளில் கிடைத்து வந்தன. அப்போது, பத்தனம்திட்டாவிலிருந்து ஸீனத் திரும்பிவந்து விட்டாள். அவள் வந்த பிறகு ஆஸ்பத்திரியில் எனது வாழ்க்கை சிக்கலுக்குள்ளானது. அனாதை என்பதாகப் பொய் சொன்னது வெட்ட வெளிச்சமாகிவிட்டது. மாணவர்களுக்கும் எங்களது நிலைமை தெரிந்துதான் இருந்தது. ஆனால், எனக்கு உதவியாக இருந்த அக்பர் டாக்டர் மீது போட்டி மனோபாவம் கொண்ட மற்றொரு டாக்டர் அங்கிருந்தார். இவரும் முஸ்லிம்தான். பெயர் நினைவில் இல்லை. நளினி அனாதையல்ல, அவளுடைய மகள் ஆஸ்பத்திரிக்கு வந்திருக்கிறாள். என்றெல்லாம் சொல்லி எனக்கு அபயம் தந்திருந்த டாக்டரை அவர் கடும் விமர்சனம் செய்து கொண்டிருந்தார். மறுநாள் தற்செயலாக டாக்டர் அக்பர் அங்கே வரும்போது ஸீனத்தைப் பார்த்துவிட்டார். என்னிடம் எதுவுமே கேட்கவில்லை. என்றாலும் அவருக்குப் புரிந்துவிட்டது. என்மீதான அவரது மனோபாவத்தில் பிறகு மாற்றம் ஏற்பட்டது. அந்த நேரத்தில் மெடிக்கல் காலேஜில் ஏதோ போராட்டம் தொடங்கியது. அதைத் தொடர்ந்து முதலில் நீக்கம் செய்யப்படும் பெயர்களில் எனது பெயரும் சேர்க்கப்பட்டு நான் வெளியேற்றப்பட்டேன். வியாதி தீரவில்லை. பொய் சொன்னதன் பேரிலான நடவடிக்கை இது.

டிஸ்சார்ஜ் செய்யப்பட்ட பின்பும் ஆஸ்பத்திரி வராந்தாவிலேயே நான் தங்கியிருந்தேன். விஷயங்களை முழுவதுமாகத் தெரிந்து கொண்ட அக்பர் டாக்டர் மீண்டும் அட்மிட் செய்தார்.

அந்தப் போட்டி டாக்டர் உடனே டிஸ்சார்ஜ் செய்தார். இருபத்திரெண்டு நாட்களாக இந்த நாடகம் தொடர்ந்து நடந்தது. இதனிடையே காலிலிருந்த புண்ணும் சிறிது குணமாகியிருந்தது. ஆஸ்பத்திரியை விட்டுப் போய்விடுவதாக முடிவு செய்தேன்.

○

என் கைவசம் மிகக் குறைவான பணம்தான் மிச்சமிருந்தது. மகளையும் கொண்டு எங்கே போவதென்று தெரியவில்லை. நான் மட்டும்தான் என்றால் எங்காவது விழுந்துகிடந்து செத்துப் போக முடியும். ஸீனத்தோ, கொஞ்ச நாட்கள் வசதியான வீட்டில் வேலை செய்ததால் நல்ல டிப்டாப்பாக இருந்தாள். அங்கிருந்து கிடைத்த நவநாகரீகமான உடுப்புகளை அணிந்து கொள்வாள். அவளையும் வைத்துக் கொண்டு கண்ட இடத்தில் தங்குவதென்பது மிகப்பெரிய பிரச்சினையாக இருந்தது. ஆகவே, ஷாகுலின் குடும்ப வீட்டுக்கே போனோம். குடும்பத்தில் பிறந்த யார் வேண்டுமானாலும் வந்து தங்கிக்கொள்ளலாம் என்று மாமா இறப்பதற்கு முன் சொல்லியிருந்த மூன்று சென்ட் பூமியும் வீடும் அது. இரண்டாவது சகோதரியும் பிள்ளைகளும் அங்கே தங்கியிருந்தார்கள். ஸீனத், சாகுலின் மகள் அல்ல என்ற விஷயம் அங்கே யாருக்கும் தெரியாது. ஷாகுல் ஒரு போதும் இந்த விஷயத்தை யாரிடமும் சொன்னதுமில்லை. ஷாகுலின் உம்மாவுடைய முகச்சாயல் ஸீனத்திற்கு இருப்பதா கவே எல்லோரும் சொல்லிக்கொண்டார்கள்.

அங்கே போவதற்குமுன் ஷாகுலுடைய வாப்பாவின் சகோதரியைப் பார்ப்பதற்குச் சென்றோம். அவளை நான் மூத்தும்மா என்று அழைப்பேன். அந்தக் குடும்பத்தில் மூத்தும்மா தான் என்மீது பிரியம் வைத்திருந்தாள். ஆஸ்பத்திரியிலிருந்து புறப்பட்டபின் ஒரு திங்கள்கிழமை இரவு அங்கே சென்றேன். திங்கள் இரவும் செவ்வாய்க் கிழமையும் அங்கே தங்கியிருந்து விட்டு புதன்கிழமை தொரைசாகிபின் வீட்டுக்கு வந்தேன். வியாழக்கிழமை காலையில் தொரையண்ணன் என்னைக் கூப்பிட்டுக் கேட்டார்: "உனக்கு எங்காவது போவதற்கு இடமிருக் கிறதா ?"

மாமாவின் மகள் வேறுஒரு இடத்தில் வசிக்கிறாள். அவளுக் கும் என்னைப் பிடிக்கும். ஒன்று, அங்கே போக வேண்டும், அல்லது இங்கேயே தங்கிவிடவேண்டும். அங்கே எனக்குக் குளிப்பதற்கான வசதியெதுவுமில்லை. ஆகவே, "எந்தப் போக் கிடமுமில்லை" என்றேன்.

“ஷாகுல் வந்து பார்ப்பானா?” என்று கேட்டதற்கு “உங்கள் மச்சினன் வந்து பார்ப்பார் என்ற விஷயத்தில் எனக்கு எந்த உறுதிப்பாடுமில்லை” என்றேன். “அப்படியென்றால் உன் [1] மய்யித்து காரியங்களையும் நான்தான் கவனிக்கவேண்டிய திருக்குமோ” என்றார். இவர் மய்யித்துகளைக் குளிப்பாட்டச் செல்பவர். ஆகவே இந்தப் பொருளில்தான் முதலில் இதைப் புரிந்து கொண்டேன். பிறகுதான் புரிந்தது, இவர் ஆண்களின் மய்யித்தை மட்டும்தானே குளிப்பாட்டுவார்? அப்படியென் றால் எனது இறுதிச்சடங்கிற்கான செலவைத்தான் அவர் குறிப்பிட்டிருக்கிறார். அந்த ஜமாஅத்தில் வைத்துதான் எனது [2] நிக்காஹ் நடந்தது. அதனால் அடக்கம் செய்யப்படுவதும் அதே ஜமாஅத்தில்தான் நடக்கும். அந்த பதற்றம்தான் தொரை சாகிபிற்கு. உயிரோடிருக்கும் என் மரணச்செலவு குறித்து அவர் யோசனை செய்கிறார்.

ஆரிபாவின் நான்காவது மகளின் பெயர் சஃபி. என்னிடம் மிகுந்த பிரியம் வைத்திருந்த அவள் என் நோய் அதிகமானதும் கேட்டாள்:

“மாமி, நீங்கோ மரிச்சா, இந்த ஜமாஅத்துலே அடக்கணுமா, திருவாங்கோடு ஜமாஅத்துலே அடக்கணுமா?”

அவள் கொஞ்சமும் யோசிக்காமல் கேட்ட கேள்வி இது. அவளுக்கு இருபத்தெட்டு வயது இருக்கும். உயிரோடிருக்கும் எனக்கு என்ன செய்யலாம் என்பதல்ல இவர்களது ஆலோசனை. நான் இறந்தபிறகு தங்களுக்கு வரும் பொறுப்புகளைக் குறித்து இப்போதே ஆலோசனை செய்கிறார்கள். இந்தக் காரணங்களுக் காகவும்தான் நான் அந்த வீட்டிற்குப் போகவில்லை.

ஆஸ்பத்திரியிலிருந்து வந்த பிறகு, நிறைய மருந்துகள் சாப்பிட்டதன் காரணமாக அதிகமாக உடல் பலகீனமடைந் திருந்தேன். எழுந்து நடமாடவும் முடியவில்லை. பிடியுள்ள இடங்களைப் பலமாகப் பற்றிப் பிடித்துக் குனிந்தவாறே நடப்பேன். முப்பத்தைந்து நாட்களுக்கான மருந்து கைவச மிருந்தது.

என்னிடம் பரிவுகொண்ட ஆட்களைத் தேர்வுசெய்து அவர்களது வீடுகளுக்குச் சென்றேன். ஒருதடவை ஷாகுலின் மூன்றாவது உடன்பிறந்தாளின் வீட்டுக்குச் சென்று பார்க்க லாமென்று முடிவு செய்து ஸீனத்தையும் அழைத்துக் கொண்டு புறப்பட்டேன். கையில் ஒரு பார்சலுமிருந்தது. அப்போது

---

[1] சடலம்

[2] திருமணம்

அவர் என்னிடம் "நீ எங்கே போகிறாய்?" என்று கேட்டார். நான், "ஹாஜரா *மைனி வீட்டுக்கு," என்று சொன்னேன். ஐம்பது ரூபாயை எடுத்து என் கையில் தந்தார். இதன் பொருள்: இனிமேல் நீ இங்கே வரவேண்டாம் என்பதுதான். ஒரு வியாழக் கிழமை ஹாஜரா மைனியின் வீட்டுக்குச் சென்றேன். சாயுங் காலம் காஃபியெல்லாம் முடித்துவிட்டு நானும் ஸீனத்தும் அமர்ந்திருந்தோம். வீட்டின் பக்கத்தில் ஒரு ஆறு ஓடுகிறது. ஸீனத், அங்கே தங்கியிருக்கலாம் என்ற நோக்கத்துடன் ஆற்றுக்குச் சென்று அழுக்கடைந்த உடைகளை அலசிப்போட்டாள். அந்த வீட்டில் இரண்டு படுக்கையறைகளும் இரண்டு உட்கூடங்களு மிருந்தன. சமையலறையின் பக்கத்தில் சாதனங்கள் வைக்கும் ஒரு அறையுமிருந்தது. வேறொரு வழி பிறப்பது வரை அங்கே தங்கியிருக்கலாம் என்றுதான் கருதினேன். ஹாஜராவும் அதைப் புரிந்து கொண்டிருக்கவேண்டும். அவள் என்னிடம் சொன்னாள்:

"உங்களை இங்கேயே தங்கிவிடச் சொல்லலாமென்றால் இங்கே ரூம் வசதியெதுவுமில்லை."

ஒரு உட்கூடமும் சமையலறைப் பகுதியும் அங்கு காலி யாகத்தான் கிடந்தன. நான் ஸீனத்திடம், "உடுப்புகளை எடுத்துக் கொள், நாம் போகலாம்" என்றேன். "உடுப்புகள் சரியாகக் காயவில்லை" என்றாள் ஸீனத். "பரவாயில்லை காய்ந்த வரைக் கும் போதும் எனக்குத் தெரிந்த ஒருத்தி இருக்கிறாள். அங்கே போகலாம்" என்றேன்.

அதே ஊரில் எனக்குத் தெரிந்த ஒருத்தி இருந்தாள். அவளுடைய வீட்டுக்குப் போவதோ எதுவும் சாப்பிடுவதோ கூடாது என்று ஒருமுறை என்னிடம் சொல்லப்பட்டிருந்தது. இவர்கள் கூடாதென்று சொன்ன இடத்திற்கே போவதாகத் தீர்மானித்தேன். அவளுடைய பெயர் சுல்ஃபத். அங்கே சென் றதும் அவள் "என்னடி பிரச்சினை?" என்று கேட்டாள். நான் விவரத்தைச் சொன்னேன்.

"நீ, பயப்படாதே, இன்று வெள்ளிக்கிழமை இரவல்லவா? நீ எங்கேயும் போகவேண்டாம். எங்க ஜமாஅத்தில் வந்துவிட்டு இந்த ராத்திரி நீ எங்கும் போகக்கூடாது."

மறுநாள் காலையிலும் இதே நிச்சயமற்ற சூழல்தான். சுற்றிலும் நிறைய உறவினர்கள் இருந்தார்கள். எல்லோருக்கும் என்னைப் பிடிக்கும்தான். கல்யாணங்களுக்கும் விசேஷங் களுக்கும் என்னை அவர்கள் அழைக்கத் தவறமாட்டார்கள்.

---

* அண்ணி

ஆனால், நான் தோற்றுவிட்டதையறிந்த அவர்கள் மனம் மாறிவிட்டார்கள். மூன்றுவேளையும் சாப்பாட்டுவிட்டுப் பிறகு அங்கிருந்தும் புறப்பட்டேன். *ஜும்ஆ தொழுகை முடிந்தபிறகு புறப்பட்டால்போதுமென்று அவள் சொல்லியிருந்தாள். அந்த வீட்டிலிருந்து இறங்கியதும் பக்காஹாஜிரா – பெரிய குடும்பத்தைச் சேர்ந்தவள், எங்களுக்கு உறவு எதுவுமில்லை – கூப்பிட்டு விவரங்களைக் கேட்டாள். ஆஸ்பத்திரியில் இருந்ததையும் சொன்னேன். அவள், அவளுடைய மகன், மகள் எல்லோரும் ஆளுக்கு இருபத்தைந்து ரூபாய் தந்தார்கள்.

திருவிதாங்கோடு பள்ளிவாசலின் எதிர்புறம்தான் நான் முதன்முதலில் தங்கியிருந்த மூத்தும்மாவின் வீடு. அங்கிருந்து இறங்கினால் வலதுபுறம் பள்ளிவாசல். இடதுபுறத்தில்தான் தொரை சாகிபின் வீடு. தொரை சாகிபின் வீட்டிலிருந்துப் புறப்பட்டுப் பள்ளியை வலம் வந்தால் ஹாஜரா மைனியின் வீடு. அங்கிருந்து அடுத்தச் சுற்றைத் தொடங்கி சுல்ஃபத்தின் வீட்டையடைந்தபின் அடுத்த சுற்றுக்குத் திரும்பி நடந்தால் பக்காஹாஜிராவின் வீடு. யோசித்துப் பார்க்கும்போது நட்சத்திரச் சுற்றின் நான்கு புறமும் தொட்டுப் பார்த்தாகிவிட்டது. ஒரு வலம் வந்து விட்டதாக அர்த்தம். இத்தோடு பிரச்சினைகள் தீர்ந்துவிடுமென்று நினைத்துக் கொண்டேன்.

அங்கேயிருந்து புறப்பட்டு ஷாகுலின் மச்சினன் வீட்டுக்குப் போனோம். இவர், ஷாகுலின் வாப்பாவின் சகோதரியின் மகன். அவரது மனைவி பெரிய குடும்பத்தில் பிறந்தவள். கணவனின் தான்தோன்றித்தனங்களால் பொருளாதாரப் பாதுகாப்புகள் அனைத்துமே தகர்ந்து ஏறக்குறைய என்னைப் போல் பிச்சையெடுத்து வாழ்பவள். ஹவ்வா மைனி என்று அவளை அழைப்பேன். என்னிடம் அவள் மிகவும் பிரியமாக நடந்துகொள்வாள். நான் ஒருதேசாடனம் செய்து முடித்து விட்டு வருகிறேன் என்று அவளிடம் சொன்னேன், “நீங்க சின்ன மாமி (மூத்தும்மா) வீட்டிலேயே தங்கியிருக்க வேண்டியது தானே ?” என்று கேட்டாள். “அவளுக்கு என்னைத் தன்னுடன் வைத்துக்கொள்வதில் விருப்பம்தான். ஆனால் அவள் மருமக்களுக்குப் பயப்படுகிறாள்” என்றேன். ஹவ்வாமைனி எனக்குத் தைரியம் தந்தாள். “இந்த வீட்டில் செலவுகளைப் பார்த்துக் கொள்வது உங்களது அண்ணன் அல்ல. அதனால் இங்கிருந்து உங்களைப்போகச் சொல்வதற்கு யாருக்கும் உரிமையில்லை. நீங்கள் இங்கேயே இருங்கள்” என்றாள். ‘பிச்சையெடுக்கும்

* வெள்ளிக்கிழமை மதிய நேரத்தொழுகை

இந்த நிலைமையில் உங்களால் எப்படி எங்களைக் கவனித்துக் கொள்ள முடியும்," என்று கேட்டேன்.

"அதெல்லாம் முடியும். ஆண்டவன் இருக்கிறான்" என்றாள். அப்படியாக, நாங்கள் அங்கே தங்கினோம். வந்த மூன்றாவது நாளன்று மூத்தும்மா இறந்து விட்டதாகப் பன்னிரண்டு மணிக்கு ஆள் வந்தது. இரவில் அங்கே சென்றோம். சகோதரி மார்கள் சேர்ந்து வசித்து வரும் வீடு அது. மய்யித்து வீட்டில் கலந்து கொண்டவர்கள் மூன்றாம் நாள் குளிமுடிந்த பிறகுதான் திரும்பிப் போகமுடியும். மாதத்திற்கொரு தடவைதான் நான் தலைக்குக் குளிக்கலாம் என்று டாக்டர் சொல்லியிருக்கிறார். வாரத்திற்கொரு முறை உடல் குளிக்கலாம். நான் விஷயத்தைச் சொன்னேன். அப்போது எல்லாரும் சேர்ந்து சொன்னார்கள், மய்யித்து குளித்தால் பிரச்சினை எதுவும் வராது என்று. அத்துடன், நம்முடைய ஆட்கள் எல்லாம் வந்து சேர்ந்த பிறகு ஷாகுலிடம் பேசி உங்களுடைய விஷயத்தில் ஒரு முடிவெடுக்க வும் செய்யலாம் என்றார்கள்.

பள்ளிவாசலில் வைத்துதான் கல்யாணம் நடந்ததென்றா லும் உறவைச் சொல்லி இவரையோ உறவினர்களையோ நான் சென்று பார்த்ததே இல்லை. ஒரு தீர்மானத்தின் அடிப் படையில் நடந்த கல்யாணம் இல்லையே இது? திடீரென்று தோன்றிய விருப்பத்தின்பேரில் தொடங்கிய உறவுதானே? என் மகளின் வாப்பா ஷாகுல் அல்ல என்ற உண்மையும் இதற்குள் அடங்கியிருந்தது. ஆகவே, உரிமையைச்சொல்லி வாதம் செய்யக் கூடாதென்று நான் முடிவுசெய்திருந்தேன். எல்லோரும் சொன்னார்கள். நமக்கு மத்தியஸ்தம் பேசலாம் என்று. மூன்றாவது நாள்தான் அவர் வந்தார். "என்னைக் கூப்பிடவில்லை, தகவல்தெரிவிக்கவில்லை" என்ற குற்றச் சாட்டுடன் வீட்டில் ஏறினார். உண்மையில் நான் இங்கே இருப்பதையறிந்து பிரச்சினைகள் எந்த அளவுக்கு வந்திருக்கிற தென்பதைப் பற்றி அறிவதற்காகவே அவர் வந்திருந்தார். அப்போதைய சூழ்நிலையில் தன்னை நிறுவிக்கொள்வதற் காகவே இந்த தாட்பூட் வசனங்கள்.

எல்லோரும் சேர்ந்து, "நீ எங்கே இருக்கிறாய் என்று யாருக்குமே தெரியாது. உன் மனைவியும் சொல்ல மறுத்து விட்டாள்," என்று சொன்னார்கள்.

அவரும் அவரது வைப்பாட்டியும் எங்கே இருக்கிறார்கள் என்பதைத் தெரிவிப்பதில் எனக்கு விருப்பமில்லை. ஆளை அனுப்பி வரவழைத்தால் இரண்டு பேரும் வந்துவிடுவார்கள். எதுவாக இருந்தாலும் மய்யித்தை அறிவிக்க வேண்டாமென்று சொன்ன மகாபாவியானேன் நான். என் அவஸ்தையைப்

பற்றி யாருக்கும் கவலையில்லை. கடைசியில் தர்க்கம் ஏற்பட்டது. ஒரு பிரிவினர் என் பக்கமும் மற்றொரு பிரிவினர் அவர் பக்கம் நின்று நியாயம் பேசினார்கள்.

"நானும் என் மகளும் இவ்வளவு நாட்களாக எப்படி வாழ்ந்தோம் என்பதைப் பற்றியெல்லாம் நீங்கள் யாருமே விசாரிக்கவில்லை. புதிய இஸ்லாம் என்பதெல்லாம் தெரிந்திருந்தும் இந்தக் குமரிப் பெண்ணுடைய விஷயத்தில் கூட நீங்கள் யாரும் அக்கறைகாட்டவில்லை. ஆகவே, நீங்கள் என்ன சொன்னாலும் எனக்குப் பிரச்சினையில்லை."

அப்போது ஷாகுல் நாடகபாணியில் ஒரு அறிவிப்பு செய்தார். "இவள் என்னுடைய மனைவி. நான் இவளைக் கைவிடமாட்டேன்." கை விடுவதாகச் சொன்னால் காரணம் சொல்ல வேண்டியதிருக்குமே? பிறகு, எல்லோருமே தங்களைப் பாதுகாப்பாளர்களாக உருமாற்றிக்கொண்டார்கள். எங்கே தங்கவைப்பது? மூத்த சகோதரிதான் எல்லா விஷயங்களையும் முடிவு செய்வாள். அவள் சொன்னாள்: "மைனியைக் குடும்ப வீட்டில் தங்கவைக்கலாம்." நான் கேட்டேன்: "குடும்ப வீட்டில் படுத்துத் தூங்கலாம். ஆகாரம் தருவது யார்?" ஏழு சகோதரிமார்கள் இருந்தனர். இவர்களில் யாருக்குமே ஸீனத், சாகுலுக்குப் பிறந்தவளல்ல எனும் விஷயம் தெரியாது. இந்த உண்மையைத் தெரிந்து கொண்ட பிறகு அவர்கள் இப்படி நடந்து கொள்வதாக இருந்தாலும் ஏற்றுக்கொள்ளலாம். அப்போது மைனி சொன்னாள்: "மூன்று நாட்களுக்குள் அண்ணன் திரும்பி வந்துவிடுவார். அதுவரை நான் கவனித்துக் கொள்கிறேன்." மூன்று நாள் செலவுக்கென்று இருபது ரூபாயோ என்னமோ ஷாகுல் கொடுத்தார். மூன்றுநாளில் வந்துவிடுவதாகச் சொல்லிவிட்டுச் சென்றவர் ஆறு நாட்களாகியும் வரவில்லை. அவரைக் காணவில்லையென்றதும் ஹவ்வாமைனியின் கணவனின் இளைய சகோதரி வந்து சொன்னாள்: "என் கொளுந்தன் உங்களைக் கைவிட்டாலும் நான் உங்களைக் கைவிடமாட்டேன். உங்களையும் மகளையும் நான் பார்த்துக்கொள்கிறேன்." இது ஏற்கனவே நடந்த ஒரு நாடகத்தின் மிச்சக் காட்சிகள்தான் என்பது எனக்குப் புரிந்துவிட்டது. எங்களை இங்கேயிருந்து போக வைக்கும் இந்த ஏற்பாடு ஷாகுல் சொன்னதன் பேரில்தான் நடக்கிறது. நாங்கள் இங்கே இருப்பது ஷாகுலுக்கு அவமானம்.

❍

இதனிடையே மற்றொரு சம்பவமும் நடந்தது. ஹவ்வா மைனியின் வீட்டிலிருந்து குளிக்கப்போகும் வழியில் பள்ளி

வாசலையடுத்து ஓலைவேய்ந்த ஒரு கடை இருந்தது. நான் வடக்கன் கேரளத்திலிருந்து வந்தவள் என்பதால் அந்தக் கடைக் காரன் எங்கள் பகுதி மொழியில் பரிகாசம் செய்வான். “பெண்ணே, உன் புதுமாப்பிளை எங்கே?”

நான் சொன்னேன்: “என்னத்தைச் சொல்ல, புதுமாப்பிளை யெல்லாம் பழைய காலம். இப்போ ஆக இருப்பு ஒரேயொரு பழைய மாப்பிளைதான். அவரும் எங்கே போனாரோ நான் என்னத்தைக் கண்டேன்.” நான் சொன்னதைக் கேட்டுக் கொண்டு நின்றவர் பக்காஹாஜிராவின் சகோதரன். பள்ளி வாசலின் நிர்வாகக் குழுவினரில் முக்கியமானவர். அவர் கேட்டார். “அவன் எங்கே போனான், உன்னைக் கைவிட்டுட் டானா?” “அப்படியெல்லாம் எதுவுமில்லை. என்னைப் பரிகாசம் செய்ததற்கு நான் சும்மா பதில் சொன்னேன்” என்றேன். உண்மையில் என் நிலைமையை மற்றவர்கள் அறிந்துகொள்வதில் எனக்கு விருப்பமில்லை. ஆகவே, இதை ஏதோ விளையாட்டுபோல் மாற்றினேன்.

இதைச் சொல்லும்போது முகத்தில் என்னையுமறியாமல் வெளிப்பட்ட வேதனையை அவர் உணர்ந்திருக்க வேண்டும். எங்களது குடும்ப வீட்டிற்கு வந்து அவர் விசாரித்தார். “இந்த ஜமாஅத்தில் வைத்து நிக்காஹ் செய்த ஜமீலாவை ஷாகுல் ஹமீது கைவிட்டுட்டானா?” இது வீட்டிற்குள் மீண்டும் பிரச் சினையானது. தங்களுடைய சகோதரன் என்னைக் கைவிட்டு விட்டது பிரச்சினையில்லை. நான் வெளியே போய் பராதி சொல்லிவிட்டேன் என்பதுதான் பிரச்சினை. இந்த சூழ்நிலை யில் ஷாகுலின் உறவிலுள்ள பெண், சைனபா என்பவள், எங்களை அவளுடைய வீட்டிற்கு அழைத்துச் சென்றாள். அவளுடைய உறவினர் வீட்டிற்கு ஒரு பெண் தேவையாம். பி.ஏ. படிக்கும் வயதுப்பெண்ணுக்குத் துணையாக. அவள் சொன்னாள்: “சொந்தக்காரர்களின் வீடுதானே? ஸீனத்தை அனுப்பி வைக்கலாம்.”

“வேறொரு இடத்தில் என்மகளை நிறுத்தியதில் மோசமான அனுபவம் எனக்கு ஏற்பட்டதுண்டு. பிச்சையெடுத்தாவது நான் என் மகளைக் கவனித்துக் கொள்வேன்.”

நல்லபடியாகப் பார்த்துக்கொள்வதாக அவர்கள் உறுதி யளித்ததன் பேரில் அவளை அந்த வீட்டில் நிறுத்திவிட்டு நான் ஆற்றங்கரைப்பள்ளிவாசலுக்குச் சென்றேன். ஒரு வாரத் திற்குப் பிறகு ஸீனத் இருக்கும் வீட்டிலிருந்து ஆள் வந்தது. ஸீனத்தைக் கொண்டு அங்கே சேர்த்த சைனபா, அவர்களிட மிருந்து இரண்டாயிரம் ரூபாய் வாங்கியிருக்கிறாள். உதவி

செய்வதாகச் சொல்லி வந்த சைனபா ஸீனத்தின் பெயரால் பணம் வாங்கிக்கொண்டு போயிருக்கிறாள்.

இங்கே எனக்கு ஹைதுரூஸ் என்பவரைத் தெரியும். அவருக்கு இரண்டு மனைவிகள். குழந்தைகள் இல்லை. இந்த ஹைதுரூஸ் என்மீது ஒருதலைக் காதலாகி அவ்வப்போது பத்தோ நூறோ தந்து உதவி செய்வார். அவரிடம் விஷயத்தைச் சொன்னேன். "நீ முதலில் அவளை அழைத்துக் கொண்டு வந்துவிடு. வேறு எங்காவது அவளைச்சேர்த்து விடலாம்," என்று சொல்லி இரண்டாயிரம் ரூபாய் தந்தார். நான் போய் ஸீனத்தை அழைத்துக் கொண்டு வந்து விட்டேன். இங்கிருந்து மீண்டும் ஏர்வாடிக்குச் சென்று தங்கினோம்.

நோன்புகாலம் வந்தது. நோன்பு காலங்களில் அங்கே தங்கியிருப்பவர்கள் குறைவாகவே இருப்பார்கள். வருமானமும் குறைந்து விடும். கையிலிருந்த காசு கரையத் தொடங்கியது. எங்காவது போய் செட்டிலாகிவிடலாம்போல் எனக்குத் தோன்றியது. பிச்சையெடுத்ததும் மற்றவர்கள் தந்ததுமான சிறுதொகை கைவசம் இருந்தது. இதுவும் தீர்ந்த பிறகு என்ன செய்ய முடியும்?

மீண்டும் பாலியல் தொழில்

என்ன செய்வது என்ற எந்தப் பிடிமானமும் இல்லாமல் மீண்டும் திருவனந்தபுரத்திற்கே வந்து சேர்ந்தேன். ட்யூமர் நோயின் காரணமாகத் தலைமுடி நரைத்து விட்டிருந்தது. தலை முடிக்கு டை அடிக்கும் ஒருவர் அறிமுகமானார். மீண்டும் பாலியல் தொழில் செய்ய முடிவு செய்தேன். திருவனந்தபுரத் திலிருந்த அக்காவிடம் கேட்டேன்: "நான் மாதம் அறுநூறு ரூபாய் தருகிறேன். மகளை உங்களுடன் வைத்துக்கொள்வீர்களா?" "வயசுப் பெண்ணல்லவா, அது சரிப்படாது" என்றாள் அக்கா.

நான் மருமகளிடம் "எனக்குத் திருச்சூரில் ஒரு சிறுவேலை கிடைக்கும் வாய்ப்பிருக்கிறது. ஸீனத்தின் விஷயத்தில் ஏதாவது செய்ய முடியுமா?" என்று கேட்டேன். "மாமி, மூணு பெண் மக்களையும் மாமியாரையும் சமாளிக்க முடியாமல் என் நிலைமையே சிக்கலாக இருக்கிறது" என்றாள் அவள்.

"உனக்குத் தைரியமிருந்தால் இங்கேயிருந்து விலகி வேறெங் காவது தங்கியிரு. என் மகளை நீ கவனித்துக் கொள்ளத்தான் வேண்டும்."

அப்படியாகப் பக்கத்திலிருந்த ஒரு வீட்டை வாடகைக்கு எடுத்தோம். ஒரேயொரு சிறு அறைதான். நான் மாதம்

அறுநூறு ரூபாய் கொடுக்கத் தயாராக இருப்பதையறிந்ததும் என் கணவர் பாதுகாவலர் எனும் போர்வையுடன் வந்து சேர்ந்தார். "நீ அவளை மருமகளிடம் விடுவது சரியில்லை. நான் என் தங்கச்சிமார்களிடம் விடுகிறேன்" என்றாள்.

"சரி, ஒன்று செய்யுங்கள், முதலில் உங்களுடைய தங்கச்சி மார்கள் யாராவது இதற்குத் தயாராக இருக்கிறார்களா என்று கேட்டுச் சொல்லுங்கள்?"

இதைக் கேட்டதும் உடனே கிளம்பிச்சென்றார். ஒவ்வொரு வருக்கும் ஒவ்வொருவிதமான பயமிருந்தது. தங்கள் ஆண்மக் களைக் காதலித்து விடுவாளோ, எங்காவது ஓடிப்போய்விடு வாளோ என்றெல்லாம். நினைத்த காரியம் நடக்காத நிலையில் அவர் திரும்பிவந்தார்.

நான் சொன்னேன்: "விஷயம் இதுதான். தங்கச்சிமார்கள் பார்த்துக்கொள்ளத் தயாராக இல்லை. மருமகள்தான் தயா ராக இருக்கிறாள். இவளுக்கு ஓடிப்போய்விடுவாளோ, என்ற பயமேதுமில்லை அப்படி ஓடிப்போய்விட்டால்கூட போய்ப் பிழைத்துக் கொள்ளட்டும் பாவம் என்றுதான் சொல்வாள்."

திரும்பவும் ஒருமுறை 1999ஆம் வருட ஆரம்பத்தில் நான் திருச்சூருக்கு வந்தேன். வாரத்திற்கு இரண்டுதடவைத் திருவனந்த புரத்திற்கு வந்து மகளைப் பார்ப்பேன். வரும்போதெல்லாம் நான் நிறைய பணம் கொண்டு வருவதையும், பெரிய ஹோட்டல் களிலிருந்து தின்பண்டங்கள் வாங்கி வருவதையும் கண்ட ஸீனத்திற்கு விஷயம் பிடிபட்டதென்றாலும் மனதிற்குள் ஏதோ ஒரு வருத்தம். எப்படி, எதற்கு என்றெல்லாம் கேட்கத் தொடங் கினாள். "எனக்கு ஒரு துணை கிடைத்தது. வாழ்க்கை நடத்து வதற்காக மட்டும்தான். வாப்பா கைவிட்டுவிட்டதால் வேறுவழி யில்லை" என்றெல்லாம் சொல்லி வைத்தேன்.

இப்படி நிறைய பணத்துடன் வரத்தொடங்கிய பிறகு ஸீனத்திடம் ஒருநாள் பாலியல் தொழில் செய்வதைப் பற்றிச் சொன்னேன். ஒரே இரவில் ஆயிரம் ரூபாய் கிடைக்கும். கிடைத்த உடனே மகளைப் பார்ப்பதற்கு வந்து விடுவேன். எந்த வசதிகளுமில்லாத இடத்தில் அவள் தங்கியிருப்பதாலும் அவளது தேவைகளைப் பற்றி எதுவும் தெரியவில்லையென்ப தாலும் வேலைமுடிந்தவுடன் வந்துவிடுவேன். இவ்வளவு பணம் எங்கிருந்து கிடைக்கிறது என்ற சந்தேகமும் முதலில் இருவருக்கு மிருந்தது. குறிப்பாக, இப்போது மருமகளுக்கு அதிகமாக இருந்தது. அப்படித்தான், உம்மா இப்படியெல்லாம் போவதுண்டு என்று மகள், மருமகளிடம் சொல்லியிருக்கிறாள். அவளிடம் விசேஷமான ஒரு குணமிருந்தது. அது இப்போதுமிருக்கிறது.

ஒரு விஷயம் அவளுக்குப் பிடிக்கவில்லையென்றால், கூடாது என்று சொல்ல மாட்டாள். அந்தக் குறிப்பிட்ட விஷயத்தில் மௌனமாக இருந்து விடுவாள். விருப்பமின்மைகளைத் தெரிவிக் காமலிருந்துவிட்டு, வருவதை எதிர் கொள்ளும் ஒரு மனோ பாவம் அது. ஆகவே, இதில் அவள் என்னை முழுவதுமாக அங்கீகரித்திருக்கிறாள் என்றுதான் சொல்ல வேண்டும்.

❖

அத்தியாயம் 4

தொழிலாளர் அமைப்பு

இப்படியாக பல்வேறுநிலைகளில் வாழ்க்கை நடத்தியும் பாலியல் தொழில் செய்தும் வாழ்ந்து வந்த நான் ஒரு பாலியல் தொழிலாளியென்று பிரகடனம் செய்து உறுதியுடன் வாழத் தொடங்கியது 'ஜுவாலாமுகி'யின் தொடர்புக்குப் பிறகுதான். சாரதாவும் லலிதாவும் மற்றும் சில பெண்களும் சேர்ந்து ஒரு அமைப்பை ஏற்படுத்தி செயல்பட்டுக் கொண்டிருந்தார் கள். நான் அப்படி புதிய அமைப்பை ஏற்படுத்திக் கொண்டு வந்தவளல்ல. ஏற்கனவே செயல்பட்டுக் கொண்டிருந்த அமைப் புக்குள் என்னையும் இணைத்துக் கொண்டவள்.

ஒருநாள் திருவனந்தபுரத்திலிருந்து திருச்சூருக்கு வந்த போது முனிசிபாலிட்டியின் கட்டணக் குளியலறையின் முன் காசு விஷயத்திற்காகத் தகராறு செய்து கொண்டிருந்தேன். இதைக் கவனித்தவாறே நின்று கொண்டிருந்த இரண்டு பெண்கள் என்பக்கத்தில் வந்து "நீயெல்லாம் ஒருகாலத்திலும் உருப்பட முடியாது" என்றார்கள். இதைக்கேட்டதும் எனக்கு ஒன்றுமே விளங்கவில்லை. எந்தவிதமான முன் பரிச்சயமுமில்லாத இவர் கள் ஏன் என்னைத் திட்டுகிறார்கள் என்பது பிடிபடவில்லை. "இங்கே நின்று எதற்காகப் பிரச்சினை செய்கிறாய் பேசாமல் நம்ம அலுவலகத்திற்கு வந்திருக்கலாமே" என்றார்கள். இப்படி யாகத்தான் முதன்முதலாக ஜுவாலாமுகியைப் பற்றிக் கேள்விப் பட்டேன். திருச்சூரிலிருந்து ஐந்து கிலோமீட்டர் தூரத்திலுள்ள அஞ்சேரியில்தான் அலுவலகம் இருக்கிறதென்று சொன்னார் கள். அன்று சாயங்காலம் ஆட்டோவில் ஏறி அஞ்சேரி பகுதியில் சுற்றினேன். அலுவலகத்தைக் கண்டுபிடிப்பதில்

சிரமம் எதுவுமில்லை. ஜுவாலாமுகி என்றபெயர் அப்போதே பிரசித்தி பெற்றிருந்தது. அமைப்பில் செயல்படுபவர்களும் ஜுவாலாமுகிகள் என்றே அறியப்பட்டனர். அன்று கூச்சப்பட்டு அலுவலகத்திற்குள் செல்லாமல் திரும்பி வந்து விட்டேன்.

மறுநாள் தயக்கத்துடன் அந்த அலுவலகத்திற்குச் சென்றேன். அஞ்சேரிச்சிறயின் முக்கியப் பகுதியில் அமைந்துள்ள ஒரு வீடுதான் அலுவலகமாக இயங்கியது. அப்போது அங்கே எயிட்ஸ் குறித்த வகுப்பு நடந்து கொண்டிருந்தது. நடத்தியவர், குருவாயூர் ஸ்ரீ கிருஷ்ணா கல்லூரிப் பேராசிரியர் கோகுல்தாஸ் என்பதைப் பிறகு அறிந்து கொண்டேன். பல பாலியல் தொழிலாளர்கள் தங்களது அனுபவங்களை அங்கே விவரித்தார்கள். போலீஸ் தலையீடு பற்றியும் பலதரப்பட்ட வாடிக்கையாளர்களைப் பற்றியும் அவர்கள் மனம் விட்டுப்பேசி விவாதித்துக் கொண்டார்கள். இதெல்லாம் எனக்குப் புதிய அனுபவங்களாக இருந்தன.

இரண்டாவது சந்திப்பிற்குச் சென்றபோது நான் பட்டும் படாமலும் அமைப்பின் சேவகியாக மாறியிருந்தேன். அனைவரும் கூடி பிரச்சினைகளைப் பேசுவதைத் தவிர தீர்வுகளெதையும் அவர்கள் முன் வைப்பதில்லை. திங்கள்கிழமை போலீஸ் அடித்தது; செவ்வாய்க்கிழமை அடித்தது; ரவுடி தொந்தரவு; வீட்டிலிருந்து வெளியேற்றியது; கடைக்காரன் கேலி செய்தான்; இப்படியான வருத்தங்கள். திருப்பி நாங்கள் இப்படிச் செய்தோம் என்று யாருமே சொல்லவில்லை. இதை என்னால் புரிந்து கொள்ளவே முடியவில்லை. ஒரு அமைப்பைச் சார்ந்திருப்பதாகச் சொல்கிறார்கள்; அமைப்புக்கென்று தனி வலுவுமிருப்பதாகச் சொல்கிறார்கள்; காவல்நிலையத்திற்குப் போகிறார்கள்; ஆட்களைப் பார்க்கிறார்கள்; கூட்டம் போடுகிறார்கள்; பிரச்சினைகளை விவாதிக்கிறார்கள்; தீர்வுகள் மட்டும் எதுவுமில்லை. சிறிது நேரம் மௌனமாகக் கேட்டுக்கொண்டிருந்தேன். பிறகு திரேசா பேசும்போது நான் ஒரு கேள்வி கேட்டேன். தேவைப்பட்டால், திருச்சூர் நகரையே ஸ்தம்பித்து விடச் செய்யும் அளவிற்கு மனத்திட்பம் கொண்டவள் இந்தத் திரேசா. போலீஸ்காரர்களின் எதிரில் சிறிது கூட கலங்காமல் உறுதியுடன் நிற்பவள். இப்படி புகார் சொல்லிக் கொண்டிருப்பதைத் தவிர இதற்கான தீர்வெதுவும் நம்மால் கண்டு பிடிக்க முடியாதா என்றுகேட்டேன். இதைக் கேட்டதும் பால்சனின் முகம் கறுத்தது. “தீர்வு எதையும் கண்டுபிடிக்க முடியாததால் தான் நம்முடன் சேர்ந்திருக்கிறாள்” என்றார் பால்சன். “தீர்மானங்கள் எடுப்பதற்காகத்தான் அமைப்பு என்றல்லவா நீங்கள் முதலில் சொன்னீர்கள்” என்று கேட்டேன். “இவற்றிற்கான தீர்வுகள் எதுவாக இருக்கலாம் என்று உங்களுடைய கருத்தைத்

தெரிவிக்கலாம்" என்றார் பால்சன். நான் சொல்வதை ஒருவரா வது ஏற்றுக்கொள்வார்கள் என்ற எந்த எதிர்பார்ப்பும் எனக்கில்லை. எல்லோருமே பலாத்காரம், பலாத்காரம் என்று தான் திரும்பத்திரும்ப பேசுகிறார்கள். முதல் சுற்றில் இப்படிப் பேசுபவர் அடுத்த சுற்றிலும் இதையேதான் பேசுகிறார். நான் எனக்குத் தோன்றிய ஒரு தீர்வை முன்வைத்தேன். "குறிப்பிட்ட ஒருத்தியை போலீஸ் பிடித்தது என்று வைத்துக்கொள்வோம். போலீஸ் பிடித்தது; வழக்கறிஞரைப் பார்த்தோம்; நீதிமன்றத் தில் அபராதம் கட்டப்பட்டது; மீண்டும் போலீஸ் பிடித்தது ... இப்படியாக வழக்கறிஞருக்குக் கொடுத்த பணத்தைப் பற்றியும் இங்கே பலர் பேசினார்கள். உண்மையில் இது தேவையற்ற செலவு, அபராதம் கட்டுவதென்றால் எதற்கு வழக்கறிஞரைப் பார்க்க வேண்டும்? நாங்கள் குற்றம் செய்யவில்லை. ஆகவே, தண்டனை விதிக்கக் கூடாதென்று சொல்லி நாம் வழக்கைத் தொடர்ந்து நடத்த வேண்டும்."

அதெல்லாம் நடக்காத விஷயம் என்று பலரும் கருத்து சொன்னார்கள். இது தவறு. இரண்டு தனிநபர் ஜாமீனிருந்தால் குற்றம் செய்யவில்லையென்று வாதம் செய்யவும் நிரூபிக்கவும் முடியும் என்றேன்.

"அதெப்படி குற்றம் செய்யவில்லையென்று சொல்லமுடி யும். நாம் ஃபீல்டில் நிற்பதே குற்றம் செய்வதற்காகத்தானே?" என்று பதில் விவாதம் முன்வைக்கப்பட்டது. நான் சொன் னேன்: "பிரச்சினை இதுதான். குற்றம்தான் என்ற முடிவுக்கு நாமே வந்து விட்டால் தண்டனை உறுதி. தவறு செய்வதாக நாமே முடிவு செய்யும்பட்சத்தில் முதலில் ஊர்க்காரர்கள் அடிப்பார்கள். பிறகு, போலீஸ் அடிக்கும், நீதிமன்றம் தண்டிக் கும். நாம் எந்தவகையில் குற்றவாளிகளாக அறிவிக்கப்படுகி றோம்? அதற்கான அர்த்தப்பாடுகள் எவையெவை? பாலியல் உறவில் ஈடுபடுவது குற்றமென்றால் இன்னொரு மனிதனின் பங்கும் இதில் இருக்கிறதல்லவா? அவன் குற்றம் செய்ய வில்லையா? அவனும் தண்டிக்கப்படவேண்டுமல்லவா?" "அதெப்படி ஆணையும் குற்றவாளியாக்கமுடியும்?" என்று மறுகேள்வி எழுந்தது. "தீர்வுக்குவர நம்மால் இயலாததற்கான காரணம் இந்தச் சிந்தனைதான்" என்று நான் சொன்னேன். குற்றம் செய்ததாக நினைக்கிறோம். வழக்கறிஞர்கள் பணம் வாங்கிக் கொண்டு தண்டனை வாங்கித் தருகிறார்கள். அபரா தம் கட்டவைக்கிறார்கள். அவர்கள் வழக்கைத் தொடர்ந்து நடத்துவதுமில்லை.

இத்தனையும் சொன்னபோது முதலில் முகம் கறுத்த பால்சன், என்னை உற்சாகப்படுத்தும் விதமாக என்ன செய்ய

லாம் என்று கேட்டார். இத்துடன் விரிவான விவாதமெழுந் தது. முதலில், ஜாமீனில் எடுக்க யார் முன்வருவார்கள் என்பதில் விவாதம் தரைதட்டி நின்றது. சொத்துத் தீர்வை செலுத்துபவர்கள்தான் ஜாமீனுக்கு வேண்டும். இதில் பலருக் கும் காதலர்கள் இருந்தார்கள். அல்லது வீட்டுக்காரர்கள் இருந்தார்கள். அவர்களிடம் போய் விஷயத்தைச் சொல்வது யார்? நான் சொன்னேன்: "நம்முடைய அமைப்பு செய்ய வேண்டிய மிக முக்கியமான வேலை இதுதான். நீங்கள் பிடிபட்டால் உதவிக்கு நான் வருவேன். என்னைப்பிடித்தால் நீங்கள் வரவேண்டும்." அப்படி ஜாமீனில் வெளியே கொண்டு வந்தால் குறிப்பிட்ட காலத்தில் சரியாக ஆஜராக மாட்டார் களே என்ற ஒரு கருத்தும் தெரிவிக்கப்பட்டது. நான் சொன் னேன்: "எல்லாருக்கும் நாம் ஜாமீன் தரவேண்டாம். ஆஜரா வார்கள் என்று நமக்கு நம்பிக்கையுள்ளவர்களை மட்டும் வெளியே கொண்டு வருவோம். மற்றவர்களுக்கு அவர்களுக்கு வேண்டியவர்கள் இருப்பார்கள், அதை அவர்களே பார்த்துக் கொள்ளட்டும்." அப்புறம், ஒரு வழக்கறிஞர் தேவை. அதற்கு யாரை நியமிக்கலாம் என்பதைக் குறித்தும் விவாதம் தொடர்ந்தது.

கடைசியில், 'பூனைக்கு யார் மணிகட்டுவது' என்பதுபோல் இதையெல்லாம் முன்நின்று கொண்டு செல்வது யார் என்ற பிரச்சினைக்கு விவாதங்கள் திரும்பிவந்தன. அறைக்கூட்டம் போட்டுப் பேசினால் மட்டும் போதாது. பொதுக்கூட்டம் போட வேண்டும் என்று சொன்னேன். இதற்குமுன் ஓரிரு பொதுக் கூட்டங்கள் நடந்திருக்கின்றன. ஆனால் சொந்த ஊரில் நடத்த வில்லை. இதை முன்னெடுத்துச்செல்ல நான் தயாராக இருப்பதாகச் சொன்னேன்.

முதல் பொதுக்கூட்டப் பேச்சு

மறுவாரம் நகரசபை அலுவலகத்தின் முன் பொதுக்கூட் டம் நடைபெற்றது. அதில் விஷயங்களை விவரித்துச் சொல் வதற்காக மைக் என்னிடம் வந்தது. உண்மையிலேயே, பொதுக்கூட்டத்தில் பேசுவதிலிருக்கும் பதற்றத்தை அப்போது தான் நான் உணர்ந்து கொண்டேன். மேடை பயத்தால் கைகள் நடுங்கத் தொடங்கின. என்ன பேசுவது என்று திட்ட மிடவுமில்லை. எதைச் சொல்வதாக இருந்தாலும் அரசியல் வாதிகளைப்போல் உரத்த குரலில் பேசவேண்டுமென்ற எண்ண முமிருந்தது. நான் ஒலி வாங்கியைக் கையில் வாங்கி சத்தமாக, "நாங்கள் பாலியல் தொழிலாளர் சங்கத்திற்காக இங்கே கூடி

யிருக்கிறோம். எங்களுக்கு எங்களது உரிமைகள் கிடைக்கப் பெற வேண்டும். எங்களைக் காவல்துறையினர் அடிக்கக் கூடாது. எங்களை ரவுடிகள் தொந்திரவு செய்யக் கூடாது" என்று சொன்னேன். இவ்வளவும் பேசியபோது பதற்றம் விலகி யிருந்தது. பிறகு இதைத் தொடர்ந்து மேலும் சில விஷயங்களைப் பேசத் தொடங்கினேன். "இந்தக் குற்றத்தை நாங்கள் தனியாகச் செய்துவிட முடியாது. எங்களிடம் வருபவர்களில் வழக்கறிஞர் கள், மருத்துவர்கள், வியாபாரிகள் போன்ற சமூகத்தின் எல்லா தரப்பினரும் இருக்கிறார்கள். ஆனால் அவர்கள் கண்ணிய மிக்கவர்களாகவும் நாங்கள் மட்டும் குற்றவாளிகளாகவும் மாற்றப்படுவது நியாயமல்ல."

இதைக் கேட்டதும் ஆங்காங்கே விலகி நின்று கொண்டி ருந்தவர்கள் வந்து கூடி விட்டார்கள். யாருடைய பெயரை நான் முதலில் வெளிப்படுத்துவேன் என்ற ஆவலுடன் அவர்கள் எதிர்பார்த்து நின்றார்கள். மேடை எதுவுமில்லாத பொதுக் கூட்டம் அது. ஆட்கள் மிக நெருங்கி வந்து நின்றார்கள். தொடர்ந்து எதைப் பேசுவதென்று எனக்குச் சந்தேகம் வந்தது. நான் சொல்வதில் தவறிருப்பதாகக் கருதுபவர்கள் யாராவது இருந்தால் மேடைக்கு வரவேண்டும் என்று சொல்லிவிட்டு மைக்கை வைத்து விட்டேன்.

நளினி நன்றாகப் பேசினாள் என்று எல்லோரும் பாராட்டி னார்கள். இத்தோடு பயமும் நடுக்கமும் விலகியது. எனக்கு மிகுந்த தன்னம்பிக்கை ஏற்பட்டது. இதையெல்லாம் அறிந்து அடுத்த வாரம் மைத்ரேயன் வந்தார். மாவட்ட ஆட்சியர் அலுவகத்தின் முன் ஒரு மறியல் போராட்டம் நடத்தவேண்டும் என்று மைத்ரேயன் சொன்னார். இது மேலும் ஆவேசத்தைத் தூண்டியது. மைத்ரேயனும் ஜெயஸ்ரீயும் திருவனந்தபுரத்தில் செயல்பட்டுக் கொண்டிருக்கிறார்கள் என்பதைத் தவிர இவர் களைப் பற்றி அன்று எனக்குப் பெரிய அபிப்ராயங்கள் எதுவு மில்லை. கடைசியில் மறியல் நடந்தபோது முந்நூறு, முந்நூற்றைம் பது பாலியல் தொழிலாளர்களில் நாங்கள் ஒன்பதுபேர் மட்டும் தான் பங்கு வகித்தோம். எங்களின் பின்னால் பெண் வழக் கறிஞர் நந்தினியும் மைத்ரேயனும் நின்றார்கள். மைத்ரேய னுடன் திருவனந்தபுரத்திலிருந்து வந்த இரண்டு பெண்கள். கூடவே, பால்சன் போன்றவர்கள். மொத்தம் பத்துப் பதினான்கு பேர்கள் ஊர்வலமாகச் சென்றோம். நந்தினி முன்புறம் வண்டி யிலமர்ந்து அறிவிப்பு செய்து கொண்டிருந்தார். கோஷம் போடவேண்டுமே? யாரும் வாயைத்திறக்கக் காணோம் சிறிது தூரம் நடந்தபிறகு நான் குரல் கொடுத்தேன். "காவல்துறையே, நீதியாக நடந்து கொள்." பெரிய பெரிய போராட்டங்களின் போது காதில் விழுந்த வாசகங்கள். கட்சிப்போராட்டங்

களைப் பார்த்த அனுபவம். இங்குலாப் இல்லாத ஊர்வலங்களை என்னால் கற்பனை செய்து பார்க்கவும் முடியவில்லை. என்னுடனிருந்த மோளி, "காவல்துறை அராஜகம் ஒழிக" என்று சொன்னபோது அப்படிச் சொல்லவேண்டாம், 'நீதிவழங்கு' மட்டும் போதுமென்று நான் சொன்னேன். அப்போது மைத்ரேயன் "பரவாயில்லை, அராஜகம் என்றே சொல்லட்டும், பயப்படத் தேவையில்லை" என்றார். பிறகு வாயில் வந்ததையெல்லாம் கோஷங்களாக்கி ஊர்வலம் நடந்தது. தேக்கின் காடு மைதானத்தைச் சுற்றி ஆட்சியர் அலுவகத்திற்குச் சென்றபோது அங்கே போலீஸார் லத்தியைப் பிடித்தபடி நிற்கிறார்கள். அங்கே வைத்து திரும்பவும் ஒருமுறை கோஷம் போட்டுவிட்டுக் கலைந்துவிடலாமென்று மைத்ரேயன் சொன்னார். என்னைக் கவனித்துவிட்ட போலீஸ்காரர்கள் மோளியைக் கூப்பிட்டு "இவள் யார்?" என்று விசாரித்தனர். இருபத்தாறு வருடங்களாக நான் இங்கே இருந்தபிறகும் போலீஸ்காரர்களுக்கு என்னை அடையாளம் தெரியவில்லை, பழைய போலீஸ்காரர்களுக்குத் தெரியும். புதியவர்களுக்குத் தெரியவே தெரியாது. மோளி, "பழைய ஆள்தான் சார்" என்று சொன்னாள். "பழைய ஆளா?" "ஒரு தடவை ஃபைன் கட்ட இருநூறு ரூபாய் தந்தீங்களே, சார். ஞாபகமிருக்கா?" என்றேன் நான். இந்த போலீஸ்காரர் அபராதம் கட்டுவதற்கென்று ஒருமுறை இருநூறு ரூபாய் தந்தார் பிறகு நான் அவருடன் போகாமல் தப்பி ஒளிந்து கொண்டேன். அவர் விலகிப்போய் நின்று ஒரு *பஞ்சாரச்சிரி சிரித்தார். எனக்குத் தைரியம் வந்தது.

இது நடந்தது 1999இல். வருடக்கடைசியில் மற்றொரு நிகழ்ச்சியும் நடந்தது. ஒரு கருத்தரங்கு. 'எச்.ஐ.வியும் ஆண்களின் பங்கும்' என்பதுதான் தலைப்பு. அதில் நான் பேசவேண்டிய தலைப்பு, 'தேவதாசிகளின் சமூகப்பொறுப்பு' நான் இதைப் பற்றிய புத்தகங்களெல்லாம் வாசித்தேன். பல்வேறு நபர்கள் எழுதிய பயணக் குறிப்புகளில் அவர்கள் கேரளத்திற்கு வந்து சேர்ந்தது பற்றியும் இங்கிருந்த அம்மச்சிவீடுகளைப் பற்றியும் குறிப்புகள் இருந்தன. இதையெல்லாம் வைத்து நான் ஒரு கட்டுரை தயார் செய்தேன். கருத்தரங்கு என்றால் கட்டுரையாக வாசித்தல் என்ற எண்ணம்தான் எனக்கிருந்தது. முதல் கட்டுரையே என்னுடையதுதான். இல்லையென்றால் முதலில் பேசியவரின் வழியைப் பின்தொடர்ந்துதான் நானும் பேசியிருப்பேன். எனக்குப் பிறகு லலிதாவும் பிறகு சாரதாவும் பேசவேண்டும். நான், மூவாற்றுப்புழயிலும் திருச்சூரிலும் முன்காலத்தில் வாழ்ந்திருந்த இரண்டு தேவதாசிக் குடும்பங்

* சீனி

களைப் பற்றிப் பேசினேன். அன்று தேவதாசிகள் எனும் பெயரில் அவர்கள் அறியப்படவில்லை. அச்சிமாரென்றும் கூத்தச்சிக ளென்றும் தேவிடிச்சிகளென்றும் சொல்லப்பட்டார்கள். ஒரு உயர்நிலைப்பள்ளி அரங்கில் வைத்து கருத்தரங்கு நடை பெற்றது. ஒலிபெருக்கி வசதியும் செய்யப்பட்டிருந்தது. கூத்தச்சி, தேவிடிச்சி என்றெல்லாம் ஒலி பெருக்கிமூலம் கேட்கத் தொடங்கியதும் பலர் அங்கே வந்து கூடிவிட்டனர். அரங்கு நிறைந்துவிட்டது. நான் உடனே எழுதி வைத்திருந்தவற்றை விட்டுவிட்டு முன்கால வழக்கங்களை இக்கால நடைமுறைகளோடு ஒப்பிட்டுப் பேசத் தொடங்கினேன். இன்று எங்களை வேசி, பாலியல் தொழிலாளி யென்றெல்லாம் குறிப்பிடுகிறார்கள். பரவாயில்லை. ஆனால் எங்களைப் பெட்டிகிட்டியென்றெல்லாம் சொல்வதை நிறுத்திக் கொள்ளவேண்டும். இதுதான் எனது பேச்சாக அமைந்தது. பழையகாலம் போன்ற சமூகமரியாதைகளெதுவும் கிடைக்கா விட்டாலும் பரவாயில்லை; எங்களைத் துச்சமாகக் கருதுவதும் துன்புறுத்துவதும் கூடாது. இப்படியாக அரசியல்வாதி பேசுவது போல் நான் பேசத் தொடங்கினேன். அங்கே பதினாறுபேர்கள் கைதுசெய்யப்பட்டார்கள். கூடவே இருந்த ஆண்கள் யாருமே கைது செய்யப்படவில்லை என்றெல்லாம் புள்ளி விவரங்களைச் சொல்லிக் கருத்தரங்கு எனும் நிலையிலிருந்து விலகிவிட்டேன். இருந்தாலும் பி.எஸ்.எச். (Partnership for Social Health) இன் நிகழ்ச்சி இங்கே நடந்து கொண்டிருக்கிறது என்ற எண்ணம் தான் மனதில். எச்.ஐ.வி, பாதிப்பதற்கான காரணம் பாலியல் விஷயங்களில் பாதுகாப்பு நடவடிக்கைகளை மேற்கொள்ளா மலிருப்பதுதான் என்று சொன்னேன். அப்போது கத்தோலிக்க திருச்சபையைச் சார்ந்த மதநம்பிக்கையுள்ள ஒரு மருத்துவர் துள்ளி எழுந்து உறை உபயோகிக்க வேண்டும் என்று உபதேசிக்கக் கூடாது என்றார். அது இயற்கைக்கு எதிரானதாம். நான் அவரைக் கேலி செய்வது போல் “டாக்டர், நீங்கள் பிரார்த்தனை செய்து வியாதிகளைக் குணமாக்குங்களேன்” என்றேன். உடனே கருத்தரங்கம் வாதப்பிரதிவாத அரங்காக மாறியது. அந்த மருத்துவர் எங்களது அழைப்பின் பெயரில் வருகை தந்தவர். இதையெல்லாம் அப்படியே விட்டுவிடவேண்டும் என்பது தான் மைத்ரேயனின் கருத்து. பேச்சை அங்கே நிறுத்திக்கொள். இங்கே நிறுத்திக்கொள் என்றெல்லாம் அவர் எதுவுமே சொல்ல மாட்டார்.

நிகழ்ச்சி முடிந்ததும் ஆட்கள் என்னைச் சுற்றிக் கூடினார் கள். நீங்கள் யார், ஏன், எப்படி இங்கே வந்தீர்கள் என்றெல் லாம் கேட்டார்கள். நான் பாலியல் தொழிலாளி என்றதும் ‘அப்படியென்றால் மைத்ரேயன் இப்படிச் சொல்லச் சொல்லி

யிருப்பார், பால்சன் சொல்லித் தந்திருப்பார் இல்லையா?' என்றார்கள். பேசியது நான்தான் என்றபோதும் கூட அதன் மூளை மைத்ரேயனும் பால்சனும்தான் என்று சொல்வதற்கே அவர்கள் விரும்புகிறார்கள். மைத்ரேயனும் ஜெயஸ்ரீயும் பாலியல் தொழிலாளர்கள் அல்ல. அவர்கள் எங்களுக்கு ஆதரவாக இருக்கிறார்கள், அவ்வளவுதான் என்பதை நான் வலியுறுத்திச் சொன்னேன்.

ஆபத்துகள்

ராமநிலையத்தில் கிடைத்த முதல் அனுபவத்தைத் தொடர்ந்து போலீஸ் பிடித்த மூன்று மாதத்திற்குப் பிறகு மீண்டும் போலீஸ் என்னைக் கைது செய்தது. நெருக்கடிநிலை காலகட்டமல்லவா? குறிப்பிட்ட காரணமெதுவுமில்லாமல் பிடித்துக் கொண்டு போனவர் கோபாலகிருஷ்ணன் என்ற போலீஸ்காரர். இன்ஸ்பெக்டர் வந்து பார்க்கச் சொல்லியிருப் பதாக மட்டும்தான் சொன்னார். பகல் நேரங்களில் எங்கே இருப்பாய் என்றுகேட்டார். கல்லூரில் ஒரு பள்ளிவாசல் இருக்கிறது, அந்த இடத்தில்தான் நிற்பேன் என்று சொன்னேன். ராத்திரி அங்கேயே நில் என்றார். அவருடன் போவதற்காகத் தான் நிற்கச் சொல்கிறார் என்று நினைத்தேன். போலீஸ்காரர் களை இலவச வாடிக்கையாளர்களாக்கி சோப்பு போடும் ஒரு முறையும் உண்டு. நான் அவருக்காகக் காத்து நின்றிருந் தேன். மணி ஒன்பதரை தாண்டிய பிறகும் ஆள் வரவில்லை. எதற்காக இங்கே நின்று கொண்டிருக்கிறாய் என்று ஆட்கள் விசாரிக்கத் தொடங்கினார்கள். ஒரு போலீஸ் அதிகாரி நிற்கச் சொல்லியிருக்கிறார் என்று சொன்னேன். போலீஸ் என்று சொன்னால்போதும், ஊரிலுள்ளவர் பயந்து விடுவார்கள்.

அப்படியே நிற்கும்போது கிழக்குப் பக்கமிருந்து இரண்டு பேர் வந்தனர். சாராயம் காய்ச்சுபவர்களாக இருக்கலாம். சாராயத்தைப் பற்றியும் சாராயம் காய்ச்சுவதைப் பற்றியுமெல் லாம் சத்தமாகப் பேசிக்கொண்டே வந்தார்கள். அவர்களைக் கண்டதும் எதிர்புறமிருந்த டீக்கடையிலேறிப் பின் புறவாசல் வழியாக வெளியே வந்தேன். பகல் நேரங்களில் வழக்கமாக நான் டீ குடிக்கும் கடை அது. ஆனால், கடையின் பின்புறம் எப்படியிருக்கும் என்பது தெரியாது வெளியிலிறங்கி ஒரு எட்டு வைத்துமே காலில் ஏதோ ஈரம் தட்டுப்பட்டது. சேறாக இருக்கலாம் என்று நினைத்தபடி அடுத்த எட்டை எடுத்து வைத்ததும் நேரே கிணற்றின் உள்ளே விழுந்தேன்.

சரி, வாழ்க்கை முடிந்தது என்றுதான் நினைத்தேன். முதலில் நீரில் மூழ்கினேன். திரும்பவும் மேலே வந்தேன். இரண்டாவதும் மூழ்கினேன். திரும்பவும் மேலே வந்தேன். இரண்டாவது மூழ்கியெழுந்தபோது கையில் ஒரு புல் பிடி பட்டது. அப்படியே பிடித்துக் கொண்டு கிடந்தேன். சத்தம் போட்டும் கத்திப்பார்த்தும் யார் காதிலும் விழவில்லை. அது கிராமப்பகுதியென்பதால் மணி எட்டு கழிந்தால் யாருமே வெளியே வருவதில்லை. எனக்கு யாருடைய பெயருமே நினைவுக்கு வரவுமில்லை. பக்கத்தில் ஒரு கிறிஸ்தவரின் வீடிருந் தது. நான் "சேடத்தியாரே, சேடத்தியாரே," என்று அலறிப் பார்த்தேன். அவர்களுக்குக் கேட்கவில்லை. அப்படியே நீண்ட நேரம் அங்கேயே கிடந்தேன். குளிரும் பயமும் காரணமாக இருக்கலாம், கொஞ்சநேரம் மயங்கிக் கிடந்ததாகவும் தோன்று கிறது. இரவு பதினொன்றே கால் மணிக்குப் பக்கத்திலுள்ள கம்பெனியின் சைரன் சத்தம் கேட்டதும் எனக்கு நினைவு திரும்பியது. திரும்பவும் அலறினேன். ஆட்கள் ஓடிவந்து கூடினார்கள். ரோந்துப் பணியில் ஈடுபட்டிருந்த போலீஸ் காரர்களும் வந்து சேர்ந்தனர். அவர்கள் வண்டியை நிறுத்தி விசாரித்தார்கள். ஏணியெல்லாம் கொண்டு வரப்பட்டு நான் மீட்கப்பட்டேன்.

இதிலொரு வேடிக்கை என்னவென்றால் அப்போது அங்கே வந்திருந்த சர்க்கிள் இன்ஸ்பெக்டர் ஒருவர் எனது வாடிக்கை யாளர். போலீஸ் வேனின் டிரைவரும் எனது வாடிக்கை யாளர்தான். இந்த இரண்டு பேர்களது தர்மசங்கடமான நிலைமைதான் ரசனைக்குரிய விஷயமாக இருந்தது. பக்கத்தி லிருந்த தனியார் மருத்துவமனையில் என்னைச் சேர்த்தார்கள். மின்சார சிகிச்சையளிக்கப்பட்டு உடலை சூடாக்கிய பிறகு காவல் நிலையத்திற்குக் கொண்டு போனார்கள்.

என்னைக் காப்பாற்றும் முயற்சியில் ஈடுபடுவதற்கு இந்தப் போலீஸ்காரர்களுக்கு எந்த வழியுமில்லை. ஏனென்றால் வேறு போலீஸ்காரர்கள் அங்கே இருந்தார்கள். சாதாரணமாகப் போலீஸ் வேனில் ஏற்றும்போது டிரைவர் "சார், நான் இவளை அங்கே வைத்துப் பார்த்திருக்கிறேன், இங்கே வைத்துப் பார்த்திருக்கிறேன்" என்றெல்லாம் சொல்வார். ஆனால், இங்கே டிரைவர் எதுவுமே பேசவில்லை. கடைசியில் என் அண்ணனை – அதாவது, அண்ணனாக ஏற்பாடு செய்யப்பட்ட வனை – வரவழைத்து என்னை விடுதலை செய்தார்கள்.

இந்த இரண்டு அனுபவங்களும் சேர்ந்துதான் மனதில் நிற்கிறது. கிணற்றில் வீழ்ந்ததும், வேண்டிய ஒரு நபரை வெளிப் படையாகக் காப்பாற்ற முடியாமலிருந்த போலீஸ்காரர்களின்

கையாலாகாத நிலையையும். அவர்களது இந்த இக்கட்டான நிலையையும் நேரில் பார்த்துதான் அனுபவிக்க முடியும். அவ்வளவு சுவாரஸ்யமான ரசனைக்குரியது. இடையிடையே நானிருக்கும் இடத்திற்கு வந்து பார்ப்பார்கள், போவார்கள். எதுவுமே சொல்ல முடியாதல்லவா?

○

திருச்சூர் தலைமை மருத்துவமனையின் பக்கத்தில், பாலியல் தொழிலாளர்களை வழக்கமாக சவாரிக்குக் கொண்டு செல்லும் ஒரு ஆட்டோரிக்ஷாக்காரனிருந்தான். ஒரு நாள் ஒருவர் என்னை இவனது ஆட்டோவில் கூட்டிக் கொண்டு போய் ஒரு கட்சி அலுவலகத்தில் உட்கார வைத்தார். அது, மார்க்சிஸ்ட் கட்சி அலுவலகம். பகலில் நான் இந்த அலுவல கத்தின் பக்கமாக ஆட்டோரிக்ஷாவில் சுற்றிக்கொண்டிருந்தேன். அங்கேயிருந்த கட்சித்தொண்டர்கள் நான் இவருக்காகவே அங்கே சுற்றித் திரிவதாகப் புரிந்து கொண்டு அவரை அவமானப் படுத்த வேண்டும் என்று முடிவு செய்திருக்கிறார்கள். இதை யறியாத நாங்கள் குன்றும் மலையுமெல்லாம் ஏறியிறங்கி ஒரு குடிசையில் வந்து சேர்ந்தோம். அவரைத் தொண்டர்கள் கண்காணித்துக் கொண்டிருப்பதால் அவரால் இங்கே வரமுடிய வில்லை. எங்களுக்கோ, அவர் ஏன் இன்னும் வரவில்லை என்று புரியவில்லை.

அப்படியாக அந்தக் குடிசையில் இருக்கும்போது சம்பல் கொள்ளைக்காரர்கள் வருவதுபோல் திடீரென்று நாலாபுற மிருந்தும் ஆட்கள் டார்ச் லைட் வெளிச்சத்துடன் பாய்ந்து வந்தார்கள். நான் பிடிபட்டேன். “நீ யாருக்காக வந்து இங்கே காத்திருக்கிறாய் என்பது எங்களுக்குத் தெரியவேண்டும்” என்று கேட்டார்கள். “யாருக்காக என்று எனக்குத் தெரியாது ஒரு ஆளுக்குத் தேவையென்று வேறொரு ஆள் என்னை இங்கே கூட்டிக்கொண்டுவந்தார்” என்றேன். என்னிடமிருந்து எந்தத் தகவலும் பெயராது என்று தெரிந்ததும் ஆட்டோ டிரைவரை அழைத்துக்கொண்டு வந்து பயமுறுத்தினார்கள். “ராஜனுக்காகத் தானே வந்திருக்கிறாய்” என்பதுதான் அவர்களது கேள்வி. நான் மறுத்துக் கொண்டிருந்தேன்; கடைசியில், “நீ இங்கேயே இருக்க வேண்டும், அப்படியென்றால் ஆட்டோ டிரைவரை விட்டுவிடுகிறோம்” என்றார்கள்.

“உன்னைத்தேடி வருகிறவன் யாரென்பது எங்களுக்குத் தெரிய வேண்டும்” என்றார்கள். நான் ஒப்புக்கொண்டேன். இரண்டு மலைகளுக்கிடையில் ஓடிக் கொண்டிருக்கும் ஒரு

நீர்ச்சானலின் கரையில் நாங்கள் நின்றிருந்தோம். அவர்கள் எட்டுபேர் இருந்தனர். என்னைச் சூழ்ந்து நின்று அவர்கள் பேசிக்கொண்டிருந்தனர். கும்மிருட்டு. பரஸ்பரம் முகம் பார்த்துப் பேச வேண்டுமென்றால் கூட டார்ச் வெளிச்சம் வேண்டும். கொஞ்ச நேரத்திற்குப் பிறகு நான் கீழே அமர்ந்து கொண்டேன். அங்கிருந்து மெல்ல மெல்ல நகர்ந்து புதர்களின் மறைவினூடே நீண்டதூரம் நகர்ந்து சென்றேன். அங்கே ஒரு செடி U வடிவில் வளைந்து நின்றிருந்தது. பாம்பும் பூரான் களும் உள்ள இடம். அதற்குள் ஏறி அமர்ந்து கொண்டேன்.

நான் தப்பித்துவிட்ட விஷயமே அவர்களுக்குக் கொஞ்ச நேரத்திற்குப் பிறகுதான் தெரிந்தது. உடனே நாலாபுறமும் தேடியலைந்தார்கள். சிலர் ரோட்டுக்கு ஓடினார்கள். ஒரு சிலர் பழைய குடிசைக்கு ஓடினார்கள். இரண்டுபேர் மட்டும் சரியாக நானிருந்த இடத்துக்கே வந்து சேர்ந்தார்கள். நான் தப்பிச் செல்வதை அவர்கள் ஏற்கனவே பார்த்திருக்கிறார் கள்போல் தெரிந்தது. தப்பித்துப் போகட்டும் என்று கருதிக் கண்டுகொள்ளாமல் இருந்திருக்கிறார்கள். அவர்கள் ரகசிய மாக என்னை ஆட்டோவில் அனுப்பி வைத்தார்கள்.

ஏதோ ஒரு அமானுஷ்ய சக்திதான் என்னைக் காப்பாற்றி யிருக்கிறது என்பது போன்ற ஒருஅனுபவம் இது. அல்லது ராஜனைப் பிடிக்கும் ஆவேசமெல்லாம் தீர்ந்த பின் அந்தக் கூட்டம் என்னைப் பயன்படுத்த நினைத்திருக்கும் என்பது உறுதி. முதலில் யார் என்பது மட்டும்தான் அவர்களது பிரச்சினையாக இருக்கும். அவர்கள் கண்ணியமிக்கவர் களல்லவா? ராஜனைப்பிடிக்க வந்த அவர்கள்.

○

ஜுவாலாமுகியில் செயல்படும்போது ஒரு அனுபவம் ஏற்பட்டது. ஜுவாலாமுகிக்குக் குழந்தைகளுக்கான பகல் நேரப் பாதுகாப்பில்லம் இருந்தது. அதில் ஆயாவாக வேலை பார்க்கும் ஒரு பெண்ணின் கணவருடன் எனக்கு அறிமுகம் ஏற்பட்டது. வல்லச்சிறயில் இவருக்கு ஒரு வாடகை வீடிருந்தது. அமைப்பு சம்பந்தமான ஒரு தேவைக்காக நான் அங்கே தங்க வேண்டிய தாயிற்று. என் தோழியான சுஜாதா சொன்னதன் பேரில் நான் இவருடன் அங்கே சென்றேன். யாராவது வந்து கேட்டால் உறவினர் என்று சொல்லிவிட்டால் போதும் என்று சொல்லி விட்டு இவர் சீட்டுவிளையாடப் போய்விட்டார்.

பெரிய ஒரு கட்டடம் அது. நானிருந்த அறைக்கு அடுத்த அறை ஒரு சர்பத் வியாபாரிக்கு வாடகைக்கு விடப்பட்டிருந் தது. என்னுடைய அறை நெருக்கிச் சாத்தியிருப்பதைக் கண்ட

தும் வியாபாரிக்குச் சந்தேகம் வந்துவிட்டது. அந்த அறையில் ஏற்கனவே பெண்களைக் கொண்டு வரும் வழக்கமிருந்திருக் கலாம். அவர் என் அறைக்குள் வந்து பார்க்கும்போது நான் நல்ல தூக்கம். தரையில் காலைத் தட்டி அவர் சத்தம் கொடுத் ததும் நான் எழுந்தேன். அவர், "இங்கே என்ன வேலை?" என்று கேட்டார். சொந்தக்காரர் ஒருத்தரை ஆஸ்பத்திரியில் காண்பிக்க வந்ததாகச் சொன்னேன். நீ, யார் என்பதெல்லாம் எனக்குத் தெரியும் என்றார். தெரியுமென்றால் அந்த அளவுக் கான எனது வேலை குறைந்துவிட்டது என்று நானும் குதர்க் கமாக பதில் சொன்னேன். அவருடைய எண்ணம் நான் பயந்துபோய் கீழ்ப்படிந்து விடுவேன் என்பது. நீண்ட நேரம் தர்க்கம் செய்துவிட்டுப் போய்விட்டார்.

அக்கம்பக்கத்திலிருந்து நிறைய பெண்களை அழைத்துக் கொண்டு பிறகு திரும்பி வந்தார் அவர். அந்தப் பெண்கள், உன்னைப் போலுள்ள பெண்களால்தான் நாடு கெட்டுக் குட்டிச்சுவராகிறது என்றெல்லாம் திட்டத்தொடங்கினார்கள். இதற்குக் காரணம் நாங்களல்ல, உங்க வீட்டு ஆண்கள்தான் என்று எனக்குச் சொல்லத்தோன்றியது. ஆனால் இங்கே பேசாமலிருப்பதுதான் புத்திசாலித்தனம் என்று எந்த பதிலும் சொல்லாமலிருந்து விட்டேன். மெதுமெதுவாக அந்தப் பகுதி யிலுள்ள ஆண்களெல்லாம் வந்து என்னை வேடிக்கைப் பொருள் போல் பார்க்கத் தொடங்கினார்கள். எதற்காக வந்திருக்கிறாய் உண்மையைச் சொல்லாவிட்டால் போலீஸைக் கூப்பிடுவோம் என்று சொல்லிப் பயமுறுத்தினார்கள். இவர்கள் நடந்துகொள் வதை வைத்துப் பார்க்கும்போது இவர்களுக்கு அதற்கான தைரியமிருப்பது போல் தெரியவில்லை. "சரி, கூப்பிடுங்கள்" என்றேன்.

போலீஸ் வந்தது. அவ்வளவு எளிதாகச் சிக்கவைத்து விடமுடியாதென்பது போலீஸாருக்குப் புரிந்துவிட்டது. பொது வாக, எங்களுக்குப் பயமோ பதற்றமோ இருந்தால்தான் சிக்கலாகி விடும். எஸ்.ஐ. என்னைத் தனியே அழைத்துக் கேள்வி கேட்கத் தொடங்கினார். 'எதற்காக இங்கே வந்திருக்கிறாய்.' 'இன்னா ருடன் வந்தேன்.' 'அவரை எத்தனை வருடமாகத்தெரியும்?' 'ஆறுவருடங்களாகத் தெரியும்.' 'எங்கே வைத்து அறிமுகமானீர் கள்?' 'ஆலுவாவில் வைத்து.' (ஆலுவாவில் இவருக்கு ஒரு செருப்புக் கடை இருக்கிற விஷயம் எனக்குத் தெரியும்!) 'உங்களுக் குள் எந்த மாதிரி உறவு?' 'நாங்கள் நல்ல நண்பர்கள்.' 'எந்த மாதிரியான நட்பு?' எந்த மாதிரியான நட்பு என்று சாருக்குத் தோன்றுகிறதோ அந்தமாதிரி தான்.' 'அவருக்கு என்ன வயதா கிறது?' 'முப்பத்தாறு.' 'உனக்கெத்தனை?' 'நாற்பத்திரண்டு.' அடுத்து கேட்பதற்கான கேள்விகள் அவரிடம் இல்லை.

முகவரியைக் கேட்டதும் நான் ஜுவாலமுகியின் முகவரியைக் கொடுத்தேன். கூடவே பால்சனின் தொலைபேசி எண்ணையும் கொடுத்தேன்.

இப்படியெல்லாம் நடந்து முடிந்த விஷயம் எனக்கு உதவி செய்த அந்த ஆளுக்கு கௌரவப் பிரச்சினையாகிவிட்டது. "இன்னுமொரு நாள்கூட நீ இங்கே தங்கியிருக்கவில்லை என்றால் என்னால் தலை நிமிர்ந்து நடக்க முடியாமல் போய் விடும்" என்றபோது நானும் சம்மதித்தேன். தனியாகப் படுத்துக் கொள்ளும் தைரியம் வரவில்லை. சாரதாவிடம் விஷயத்தைச் சொல்லி நாங்கள் இரண்டு பேராக அங்கே தங்கியிருந்தோம்.

அந்த வீட்டிலிருந்து பார்த்தால் சுற்றிவர மூன்று திசைகளும் தெரியும். அடுத்திருந்த ஒரு வீட்டில் நான்கைந்து பேர் கூடி நின்றிருந்தார்கள். அதற்கடுத்த வீட்டிலும் கொஞ்சம் பேர் நிற்கிறார்கள். பத்திருபதுபேர் சுற்றிலுமாக ஆங்காங்கே நிற்பது தெரிந்தது. எங்களைத் தொந்தரவு செய்ததற்குப் பழி தீர்ப்பதற்காக நடு இரவுக்குப் பிறகு நிறைய பேர்களாக, எங்கள் ஆட்கள் வந்து வீடு புகுந்து தாக்குவார்களென்று அவர்கள் கருதிவிட்டார்கள். இரண்டு பெண்கள் இருக்கிறார்கள் என்றல்ல, ஏதோ வெடிகுண்டு வெடிக்கப் போவதுபோன்ற முன் கருதல்கள் அந்தச் சூழ்நிலையில் தெரிந்தது. இருட்டினூடே ஆட்கள் வருகிறார்கள், போகிறார்கள், கூடிக்கூடிப் பேசுகிறார்கள்.

அவர்கள் போலீஸுக்கு ஃபோன் செய்து இரவு பதினொரு மணிக்கு போலீசார் வந்து கதவைத் தட்டி அழைத்தார்கள். "சார், நீங்கள் ஜன்னல் பக்கம் வாருங்கள். போலீஸ் என்று உறுதியாகத் தெரிந்தால்தான் நான் கதவைத் திறப்பேன்" என்று சொன்னேன். அவர் ஜன்னலின் பக்கம் வந்தார். பகலில் வந்த அதே எஸ்.ஐ தான்.

"நீங்கள் இங்கேயே தங்கிவிடுவதாக முடிவு செய்துவிட்டீர்களா?"

"ஆமாம்."

"அதெப்படி தங்க முடியும்?"

"வாடகை கொடுத்து."

"வாடகைச் சீட்டு எழுதியிருக்கிறீர்களா?"

"நேற்று சனிக்கிழமை இன்று ஞாயிற்றுக்கிழமை நாளை வாடகைச் சீட்டெழுதி இங்கேயே இருக்கத் தொடங்குவோம்."

"ராத்திரி நீங்களும் உங்களுடைய ஆட்களும் வீடுபுகுந்து தாக்குவீர்கள் என்று இந்தச் சுற்றுப்புறத்திலிருக்கும் ஆட்கள் பயப்படுகிறார்கள்.. நாங்கள் என்ன செய்யவேண்டும்?"

“இங்கு யாரும் வரவும் மாட்டார்கள், தாக்கவும் மாட்டார்கள். ஆனால், எங்களை யாராவது தாக்கினால் அவர்கள் யாராக இருக்க முடியுமென்பதை சார் முதலிலேயே கவனித்து விட்டுப் போங்கள். செத்த பிறகு எங்களால் ஆளை அடையாளம் காட்ட முடியாதல்லவா?”

அப்போதுதான் அவர்களுக்கு உண்மை புரிந்தது. பலம் பிரயோகித்தால் மட்டுமே வெற்றிபெற முடியுமென்று எல்லோரும் நினைக்கிறார்கள். சூழ்நிலை அறிவும் சிறிது தந்திர புத்தியுமிருந்தால் பல இடங்களிலிருந்தும் தப்பித்து விடலாமெனும் விஷயத்தில் எனக்கு நல்ல மனவுறுதியிருந்தது.

மரணத்தின் விளிம்பில்

சாவக்காட்டிலுள்ள எனது வாடிக்கையாளர் ஒருவர் ஆட்டோரிக்ஷா அனுப்பிவைப்பது வழக்கம். அவர் வீட்டிலிருந்து கிளம்புவதுவரை ஆட்டோவிலேயே சுற்றிக்கொண்டிருப்பேன். அப்படி ஒருநாள் குருவாயூர் ரெயில்வே ஸ்டேஷன் பகுதியில் ஆட்டோவில் சுற்றிக் கொண்டிருந்தபோது ஒரு மோட்டார் சைக்கிள் எங்களைப் பின்தொடரத் தொடங்கியது. தாண்டிச் செல்வதற்குப் பலதடவை ஆட்டோ இடம் விட்ட பிறகும் பின் தொடர்ந்தேதான் வந்தது. டவுன் ஏரியாவுக்கு வந்தால் இவனிடமிருந்துத் தப்பித்துவிடலாம் ஆனால் ஒரு வேளை இந்த ஆள் பிரச்சினை செய்தால் போலீஸ் பிடித்துக் கொள்ளும். அப்படி ஏதாவது நடந்து விட்டால் ஆட்டோக் காரனை அடிப்பார்கள்.

பலமுறை முயற்சி செய்து பார்த்த பிறகும் அவன் விலகுவதாகயில்லையென்று தெரிந்ததும் நான் ஆட்டோக்காரனிடம், “என்னை வழியிலிறக்கி விட்டு விட்டு நீ உடனே போய்விடு” என்று சொன்னேன். அப்படியாக நான் ஆட்டோவிருந்து இறங்கி, பின்னால் வந்து கொண்டிருந்த மோட்டார் சைக்கிளை எதுவும் தெரியாதது போல் கை காட்டி நிறுத்தினேன். பிரச்சினை வந்து விடும் என்பது உறுதியாகத் தெரிந்த பிறகு அவனுடன் பொருந்திப்போவதுதான் நல்லது என்பதை அனுபவம் எனக்குக் கற்றுத் தந்திருந்தது.

நான் கை காட்டியதும் அவனுக்கு அதிர்ச்சியாகி விட்டது. சாதாரணமாக ஆட்டோவை நிறுத்தியதும் இறங்கி ஓடிவிடுவதுதான் பொதுவான வழக்கம். ஓடினால் மட்டும் தப்பித்து விட முடியாது என்பது தெரிந்தது. பிடித்த இடத்தில் வைத்து உதைப்பார்கள். “நீ என்னடி போஸ் கொடுத்து நிற்கிறே?”

நீங்க கொஞ்ச நேரமா பின்னாலயே வர்றீங்களே? பிறகென்ன, நல்ல கஸ்டமராயிருந்தா கூட போயிடலாமேன்னுதான்." இது அவனுக்கு ஆச்சரியமாக இருந்திருக்க வேண்டும். என்னை வண்டியில் அமர வைத்து பிரம்மகுளம் ஏரியாவுக்குக் கொண்டு போய் ஒரு ரேசன் கடையின் மேல் பகுதியில் உட்கார வைத்தான். அது அரைகுறையாகப் பணிமுடிந்த ஒரு கட்டடம். அந்த இடத்தில் வைத்து அவன் என்னைப் பயன்படுத்தினான். பணமும் தந்தான். என்னை அவன் மனோரீதியாக நிறைய தொந்தரவு செய்தான். 'சிறுவயதுப் பெண்களை ஏற்பாடு செய்து தருகிறாயா? உனக்கு மகளிருந்தால் அனுப்பி விடுவியா?' என்றெல்லாம் கேட்டான். எனக்குக் கோபத்தை வரவழைப் பதுதான் அவனது நோக்கம். உபயோகிக்கும்போதே உபத்திரம் செய்வது இவர்களது வழக்கம். இவர்களின் பேச்சிலிருந்தே இதைக் கண்டுபிடிக்க இயலும். நம்மைக் கோபப்படச்செய்து ஏதாவது பதில் சொன்னால் அடிப்பதும் இவர்களுக்கு வழக்கம். நான் பொய் சொன்னேன். 'எனக்கு இரண்டு ஆண் குழந்தை கள் ஊருடன் எந்தத் தொடர்புமில்லை,' இப்படியெல்லாம் சொல்லி சமாளித்துக் கொண்டேன். இரண்டாவது ஒருத்தன் வந்து உறவு கொண்டான். இவன் பணமெதுவும் தரவில்லை. இவனும் எனக்குக் கோபமூட்ட முடிந்தவரை முயற்சி செய்து பார்த்தான். நடக்கவில்லை. என்னைச் சிறிது தூரத்திலிருந்த வேறொரு மொட்டை மாடிக்குக் கூட்டிச்சென்று உட்கார வைத்து விட்டு "இங்கேயே இரு. நேரம் விடிந்த பிறகு போகலாம். வண்டி ஏற்பாடு செய்து தருகிறேன்" என்றான்.

அனுப்பிவிடலாம் என்று உண்மையில் நினைப்பவன் பஸ் ஸ்டாண்டின் பின்னாலோ ரெயில்வே ஸ்டேஷன் பக்கத் திலோ கொண்டு வந்து விட்டு விடலாம். இவர்கள் வேறொரு மொட்டை மாடிக்குக் கூட்டிவந்தபோதே என் சந்தேகம் உறுதியாகிவிட்டது. அதிலிருந்து இறங்கி பக்கத்திலிருந்த வீட்டில் நுழைந்தேன். அங்கே சங்கிலியில் கட்டிப்போடப்பட்ட ஒரு நாய் படுத்திருந்தது. தூரத்திலிருந்து பார்த்தால் சங்கிலி கிடப்பது கண்ணுக்குத் தெரியாது. நீளமான சங்கிலி, அங்கே குவிந்து கிடந்த தேங்காய் நாரின் மீதேறிப் படுத்து, இரண்டு ஓலைக் கீற்றுகளை எடுத்து மேலே போட்டுக் கொண்டேன். ஆட்கள் வருவதும் போவதுமெல்லாம் ஓலைக்கீற்றினூடே நன்றாகத் தெரிந்தது. ஆனால் இங்கே நான் படுத்துக் கிடப்பதை அவர் களால் பார்க்க முடியாது. ரோட்டைப் பார்த்தவாறு அப்படியே நான் படுத்திருந்தேன்.

கொஞ்ச நேரத்திற்குப் பிறகு மூன்று நான்கு பேர்களாக வந்து மொட்டை மாடியையும் சுற்றுப்புறங்களையும் சல்லடை போட்டுத் தேடினார்கள். நாய் குரைத்துக் கொண்டிருந்ததும்

ஒரு அனுக்கிரகமாக அமைந்தது. இல்லையென்றால் அங்கே வந்து தேடிப்பிடித்திருப்பார்கள். மூச்சையடக்கிப் பிடித்தபடி அங்கேயே படுத்திருந்தேன்.

ஒரு வாரத்திற்குப் பிறகு அதே இடத்தில் வைத்து ஒரு பெண் கொலை செய்யப்பட்டாள். குருவாயூரில் எனக்கு அறிமுகமான அனாதைப் பெண். அவளுக்குச் சிறு அளவிலான மனநோயிருந்தது. காரணமில்லாமல் சுற்றித் திரிந்து கொண்டிருப்பாள். பணமுடையேற்பட்டால் மட்டும் தொழிலுக்குச் செல்வாள். மூன்று பேராகச் சேர்ந்து ஆள் சஞ்சாரமில்லாத ஒரு பகுதிக்குக் கொண்டு போயிருக்கிறார்கள். அங்கே மேலும் ஐந்து பேர் வந்திருக்கிறார்கள். எட்டுபேர்களின் பலாத்காரத்தைத் தாங்கமுடியாமல் அவள் அலறியிருக்கிறாள். சத்தம் வெளிவராமலிருப்பதற்காக வாயைப் பொத்திப்பிடித்ததில் மூச்சுவிட இயலாமல் இறந்து போனாள்.

என்னைக் கொண்டுபோன அதே ஆட்கள்தான் இதையும் செய்திருக்கிறார்கள் என்பதில் எனக்கு எந்தச் சந்தேகமும் இல்லை. அதே பிரம்மகுளம் ஏரியாவில்தான் இது நடந்திருக்கிறது. இதைச் செய்தவர்கள் யாரென்ற விஷயமும் எல்லோரும் அறிந்ததுதான். ஆனால், பயந்து வெளியே சொல்லமாட்டார்கள். நாங்கள் இதற்காக இங்கே மறியல் எல்லாம் செய்து பார்த்தோம். நானும் பேசினேன். எந்த பலனுமில்லை. கொலையாளிகள் குருவாயூரிலும் சுற்றுப்பகுதிகளிலும் நிம்மதியாக வாழ்கிறார்கள். இறந்தவள் பாலியல் தொழிலாளி என்பதால் சமூகத்தில் அது எந்தவிதமான சலனத்தையும் ஏற்படுத்தவில்லை.

மரணத்தை எதிரில் தரிசித்த மற்றொரு அனுபவமும் எனக்கு ஏற்பட்டது. குருவாயூரில் 'புலரி' எனும் பெயருள்ள ஆட்டோ டிரைவர் சந்திரனிடம் ஆள் தெரியாமல் நான் சிக்கிக் கொண்டேன். அவன் கொண்டு போனால் பதினைந்து, இருபது பேர்களாகச் சேர்ந்து பலாத்காரம் செய்வார்களென்று மற்றவர்கள் சொல்லிக் கேட்டிருக்கிறேன். ஐநூறு ரூபாயை முன்பணமாகவே தந்து திருச்சூரில் ஒரு லாட்ஜுக்குப் போகலாமென்று சொன்னான். இரவு பத்து மணிக்கு ஆட்டோவில் புறப்பட்டோம். சூண்டலுக்கும் கேச்சேரிக்குமிடையில் ஆள் நடமாட்டமில்லாத ஒரு இடத்திற்கு வந்ததும் ஆட்டோவில் ஏதோ கோளாறு என்று சொல்லி வண்டியை நிறுத்தினான். நீண்ட நேரமாகியும் ஆட்டோ ஸ்டார்ட்டாகவில்லை சும்மா நடிக்கிறான் என்பது புரிந்து விட்டது. பக்கத்திலிருந்த தென்னந்தோப்பிற்குள் போகலாமென்றான். அதில் ஏதோ விபரீத வாசனையிருப்பதை நான் உணர்ந்து கொண்டேன். தப்பித்துக் கொள்வதற்கான வழிகளைப் பற்றி நான் யோசிக்கத் தொடங்

கினேன். உயரமான ஒரு மதிலேறிக் குதித்துத் தென்னந்தோப்பிற்குள் நுழைந்தோம். தோப்பு முழுவதும் தண்ணீர் தேங்கிக் கிடந்தது. இரு, உடனே வந்துவிடுகிறேன் என்று சொல்லி விட்டு ஆட்டோ டிரைவர் சென்றான். தப்பித்துப்போக எந்த வழியுமே இல்லை. அந்தத் தோப்பிற்குள் எந்த இடத்தில் ஒளிந்தாலும் கண்டு பிடித்துவிட முடியும். கடைசியில், பள்ளமாகத் தெரிந்த ஒரு இடத்தில் மண்ணைத் தோண்டியெடுத்து மேலும் பள்ளமாக்கி அதில் படுத்து மண்ணை இழுத்து என்மீது போட்டு மூடிக் கொண்டேன். ஒருவனுக்குப் பின்னொருவனாக மொத்தம் பதினேழு பேர்கள் மதிலேறிக் குதிப்பதை நான் இங்கிருந்து எண்ணிக் கொண்டிருந்தேன். தோப்பின் ஒவ்வொரு மூலைகளுக்கும் சென்று அவர்கள் தேடத்தொடங்கினார்கள். லேசாக இருமினால்கூட நான் பிடிபட்டுவிடுவேன். ‘சேற்றில்சிக்கி செத்திருப்பாள், நாளை பிணம் மேலே வரும்,’ என்றெல்லாம் பேசிக் கொண்டார்கள். பிணம் மேலே வந்தால் ஏற்படப் போகும் பிரச்சினைகள்தான் அவர்களது பேச்சின் சாரம். கொஞ்ச நேரத் தேடுதல் வேட்டைக்குப் பிறகு திரும்பிப் போய்விட்டார்கள். நேரம் விடியும்வரை நான் அதிலேயே படுத்துக்கிடந்தேன்.

அம்மு

என்னுடைய சுபாவத்திற்கு நேரெதிர் சுபாவம் உடையவள் அம்மு. வாழ்க்கையில் எல்லா விஷயங்களையுமே இலகுவாக எடுத்துக் கொள்பவள் அவள். சுமார் இருபது கவிதைகள் வரை எழுதியிருக்கிறாள். குருவாயூரப்பனைப் பற்றி அவள் எழுதிய கவிதை இப்போதும் என் மனதிலிருக்கிறது. ‘உன்மீது ஆழ்ந்த பற்றுதல் வைத்திருக்கும் நான் உன் வாசலுக்கு வந்தபோது என்னை நீ இனம் கண்டுகொள்ளவில்லையே குருவாயூரப்பா! உனது அந்த கருநீல வண்ணம்தான் என் மனதைக் கவர்ந்தது’ என்பதுபோல் வரும் அந்தக் கவிதை வரிகள். அம்மு ஒரு ஆதிவாசிப்பெண்.

அம்மு

அவளுக்குக் கஞ்சா புகைக்கும் பழக்கமிருந்தது. ஆகவே சில கஞ்சா வியாபாரிகளுடன் அவள் தொடர்பு வைத்திருந்தாள். அவர்கள் கஞ்சா

விற்பனை செய்வதற்கு அம்முவிடமும் கொடுப்பதுண்டு என்ற சந்தேகமும் எனக்கிருந்தது. அவளது மரணத்திற்குக் காரணம் இந்த கஞ்சா வியாபாரம் தொடர்பான பிரச்சினைகளாகவுமிருக் கலாம் என்ற கருத்திலும் நியாயமிருக்கிறது. அவள் என்னிடம் சொல்வதுண்டு 'நளினியக்கா, நான் ஒருபோதும் தற்கொலை செய்து கொள்ள மாட்டேன். ஒரு வேளை நான் செத்துப் போனால் அதை நீங்கள் கொலையாகத் தான் கருத வேண்டும்' என்பாள். யார், எதற்காக என்பதை மட்டும் எப்படிக் கேட் டாலும் சொல்லமாட்டாள் பின்பொரு முறை தனக்கு ஒரு குழந்தை இருப்பதாகவும் கால் சுகமில்லாத குழந்தையென்றும் சொன்னாள். எங்கே இருக்கிறது என்று கேட்டால் சொல்ல மாட்டாள். என்னிடமும் வேறு சில நெருங்கிய தோழிகளிடமும் மரணத்தைப் பற்றி அவள் அடிக்கடி பேசிக்கொண்டிருந்தாள். நாங்கள், கஞ்சா உபயோகிப்பதால் ஏற்படும் மனப்பிராந்தி என்றே கருதிக் கொண்டிருந்தோம்.

தாய்லாந்து பயணமும் பிற செயல்பாடுகளுமாக பெரும் பாலும் எனது முக்கிய தளம் திருவனந்தபுரத்திற்கு மாறியது. இடையில் ஒரு நாள், நான் ஜுவாலாமுகிக்குச் சென்றபோது அங்கிருந்தவர்கள் அம்முவைப் பற்றி என்னிடம் குறைபட்டுக் கொண்டார்கள். அம்முவால் பெரிய தொந்தரவாக இருக்கிறது. நாங்கள் ஏதாவது சொன்னால் பிளேடைக் காட்டுகிறாள் என்றெல்லாம் சொன்னார்கள். என்னைக் கண்டதும் நல்ல பிள்ளையாக மாறி விடுவாள். இது ஒருவேளை என்னை ஏமாற்றுவதற்காக இருக்கலாம் என்ற கோபத்துடன் இம்முறை அவளைத் திட்டினேன்: "உனக்கு என்ன பிரச்சினை? நீ இங்கிருந்து போ, இனிமேல் உன்னை நான் இங்கே பார்க்கக் கூடாது." திடீரென்று வேறுயாருடைய குரலிலோ பேசுவது போல் பதில் சொன்னாள். "இல்லை நளினியக்கா, என்னை இனிமேல் நீங்கள் இங்கே பார்க்கவே முடியாது."

மேல்மாடியில்தான் அவள் தங்கியிருந்தாள். உடுத்திருந்த ஆடைகளுடன் இறங்கிவந்து அமைதியாக நடந்து போனாள். சாதாரணமாக, டவலைப் பார்சல் செய்து கையில் கொண்டு போகும் வழக்கமுள்ளவள். அப்படி எதுவும் அன்று கையில் எடுத்துக்கொள்ளவில்லை. அன்று இரவு அம்மு இறந்து போனாள். அந்த நேரத்தில் நான் பக்கத்திலிருந்த ரெயில்வே ஸ்டேஷனில்தான் நின்றிருந்தேன். வழக்கமாக குருவாயூரிலோ மலபாரிலோ போகும் நான் அன்று அமிர்தாவில் போவதற் காகப் பன்னிரண்டு மணிவரை அங்கேயே காத்துநின்றேன். மனது என்னை அங்கேயே பிடித்து நிறுத்தியிருப்பதைப்போல். சம்பவம் பற்றி எதுவும் தெரியாமல் நான் அமிர்தாவில் ஏறினேன்.

அம்மு இறந்ததைப் பற்றிய போலீஸ் அறிக்கையில் போலீ சாரைக் கண்டு பயந்து ஓடியதில் ரெயிலில் அடிபட்டு இறந்து போனதாக இருந்தது. இது அப்பட்டமான பொய். அவள் போலீசாரைக் கண்டும் ஓடமாட்டாள். ரவுடிகளைக் கண்டும் ஓட மாட்டாள். பிளேடை ஆயுதமாக வைத்தே இவர்களை எதிர்கொள்வாள். சம்பவம் நடந்த அன்று மூன்று பேர்களாகச் சேர்ந்து அவளை ஆட்டோவில் ஏற்றிக்கொண்டு போயிருக் கிறார்கள். அவள் பயந்து அலறிக்கொண்டு ஓடியதையும் ஆட்கள் பார்த்திருக்கிறார்கள். இதற்கெல்லாம் சாட்சியங்கள் இருந்த பிறகும்கூட, போலீஸ் வேனைக் கண்டு ஓடியதாகப் போலீஸ் பொய் சொல்கிறது. அப்படியே தங்களைப் பார்த்து ஓடியதாக இருந்தாலும் குற்றத்தை ஒப்புக் கொள்ளமாட்டார் களே அவர்கள்.

வாளால் வெட்டுப்பட்ட நிலையில் சடலம் கிடந்தது. சாவைக் குறித்து விசாரணை செய்யப்படவேண்டும் என்று சில முயற்சிகளை மேற்கொண்டோம். இது பற்றிய அதிகப்படி யான விசாரணைகளில் பத்திரிகைகளுக்கு ஆர்வமில்லை, ஒரு உள்ளூர் சானலுக்காகப் பத்திரிகையாளராகிய ஸ்ரீனிவாசனும் கோபிநாதும் சேர்ந்து ஆவணப்படம் தயார் செய்து காட்சிப் படுத்தினார்கள். இறந்தது ஒரு பாலியல் தொழிலாளி என்பதால் விசேஷமான எந்த முன்னேற்றமும் அந்த விஷயத்தில் ஏற்பட வில்லை.

அம்முவின் அம்மா சிறுவயதிலேயே இறந்துபோய் விட்டா ளென்றும் சித்தியின் நடவடிக்கைகளைப் பொறுத்துக்கொள்ள முடியாமல் வீட்டைவிட்டு வந்து விட்டதாகவும் அவள் சொல்லி யிருந்தாள். நீண்ட காலமாக எந்தத் தொடர்புமே இல்லாத அவளது உறவினர்கள் வயநாட்டிலிருந்து வந்து புகார் எதுவு மில்லையென்று எழுதிக்கொடுத்ததுடன் விசாரணை முடிவுக்கு வந்தது. வழக்கின் பின்னால் நடப்பதற்கான விருப்பமோ, பொருளாதாரப் பின்புலமோ அவர்களிடமில்லை.

ஒரு பாலியல் தொழிலாளி, எந்த அளவுக்குக் கையறு நிலையில் வாழ்ந்து கொண்டிருக்கிறாள் என்பதை இந்த அனுபவம் எனக்குக் கற்றுத்தந்தது. சாவுக்கான ஆதாரங்கள் தெளிவாக இருந்தபோதும், தான் கொலைசெய்யப்படுவேன் என்பதை அவள் ஏற்கனவே அறிவித்திருந்தபோதும், மரணம் சம்பவிப்பதற்கு முந்திய நிமிடம்வரை பலரும் அவளைப் பார்த்திருந்தபோதும் அம்முவின் கொலைக் குற்றவாளிகள் கண்டுபிடிக்கப்படாமல் வழக்கு தேய்ந்து மாய்ந்து போனது. ஒரு மாஃபியா கும்பல், கொலைக்கான பின்னணியில் இருக் கிறது என்ற விஷயத்தில் எந்தவிதச் சந்தேகமும் இல்லை.

அம்மு, மேதா பட்கரின் தலைமையில் நடந்த நர்மதா அணை சம்பந்தமான போராட்டத்திலும் பங்கு வகித்திருந்தாள். டெல்லியில் நடந்த ஊர்வலத்தில் பங்கெடுக்கக் கேரளத்தி லிருந்து சென்ற இருபத்தைந்து பேர்களடங்கிய குழுவில், அம்முவும் திருச்சூரிலிருந்து மற்றொரு பாலியல் தொழிலாளி யான உஷாவும் உறுப்பினர்களாக இருந்தனர். டெல்லியிலிருந்து நர்மதாவுக்குச் சென்று போராட்டத்தில் பங்கு வகித்த பிறகு தான் இந்தக் குழு திரும்பிவந்தது. நர்மதாவில் போராடும் ஆதிவாசிகளுடன் மூன்று நாட்கள் தங்கியிருந்ததைப் பற்றி அம்மு என்னிடம் சொல்லியிருக்கிறாள். இந்தப் பயணத்தில் நடந்த விரும்பத்தகாத மற்றொரு சம்பவத்தைப் பற்றியும் இங்கே நினைவுகூராமலிருக்க முடியாது. டெல்லியில், மகா ராஷ்ட்ரா முதலமைச்சரை கெரோ செய்ததைத் தொடர்ந்து, போலீஸ் அவர்களைக் கைது செய்தது. இரவில் ஜாமீன் கிடைத் ததும் விவேகானந்தா ஆடிட்டோரியத்தில் எல்லோரும் தங்கியிருக்கிறார்கள். காலையில் 'சேவா' எனும் சுயஆர்வ அமைப்பிலுள்ள ஒரு பெண்ணின் மணிபர்சைக் காணவில்லை. அம்முவும் உஷாவும்தான் அதைத் திருடியிருக்க வேண்டு மென்று அவள் உறுதியாக நம்பினாள். இரண்டு பேருடைய உடலையும் சோதனையிடவேண்டும் என்று சிலர் சொன்ன போது அப்படியென்றால் எல்லோரையுமே சோதனையிட வேண்டும் என்று மற்றொரு பிரிவினர் கருத்துத் தெரிவித்தனர். கடைசியில் எல்லோரது பைகளும் சோதனையிடப்பட்டது. பர்சு கிடைக்கவில்லை. இப்படியான முன்முடிவுகளின் அடிப் படையில் தீண்டாமை பார்க்கும் விஷயத்தில் சமூகப் போராளி களுக்கும் சாதாரண மனிதர்களுக்குமிடையே எந்த வேறுபாடு களுமில்லை. இதை நான், என் அனுபவங்களினூடே பலமுறை உணர்ந்ததுண்டு. முற்போக்குவாதிகளாகத் தம்மைக் கருதிக் கொள்பவர்கள்தான் பெரும்பாலும் மிக அதிகமான வெறுப்பை எங்கள்மீது காண்பிப்பார்கள்.

சகபாடிகள்

உள்ளார்ந்த மகிழ்ச்சியுடன் நான் நினைவுகூர விரும்பும் இயக்கத்தின் மற்றொரு தோழி ஸாபிரா. எர்ணாகுளத்தில் ஒரு அமைப்பு நடத்திய கருத்தரங்கில் ஸாபிரா முன்வைத்த கருத்துகள் மறக்க முடியாதவை. சட்டவியல் நிபுணர்கள் முக்கியமான பங்கினை வகித்த அந்தக் கருத்தரங்கில் மகளிர் ஆணையத்தின் மாநிலத் தலைவர் சுகதகுமாரியும் தேசியத் தலைவர் மோகினிகிரியும் சொற்பொழிவாளர்கள். ஸாபிரா உட்பட கோழிக்கோட்டிலிருந்து சில பாலியல் தொழிலாளர்

கள் அதில் கலந்து கொள்ள வந்திருந்தார்கள். முன்கூட்டியே பெயரைப் பதிவு செய்துகொள்ளவில்லை என்ற சாதாரண விதிகளைக் காரணங்களாகச் சொல்லி அமைப்பாளர்கள் அனுமதி மறுத்தபோது அவர்கள் மோகினிகிரியுடன் தங்களது கருத்துகளைப் பகிர்ந்து கொள்ள முயற்சி செய்தார்கள். சுகத குமாரியின் மூலம் மோகினிகிரியிடம் விஷயம் தெரிவிக்கப் பட்டது. அவர், கருத்தரங்கில் கலந்து கொள்ள வந்திருந்த அத்தனை பேர்களையும் திடுக்கிடச்செய்யும் விதமாக இங்கே வந்திருக்கும் பாலியல் தொழிலாளர்கள் இந்தக் கருத்தரங் கினைத் தொடங்கிவைக்க வேண்டுமென்று ஒலிபெருக்கி யினூடே கேட்டுக் கொண்டார். உடனே சரோஜினி மேடைக்கு வந்து குத்து விளக்கேற்றி வைத்தாள். பேசவேண்டுமென்று சொன்னதும் ஸாபிரா மேடைக்கு வந்தாள். கன்னிப்பேச்சாக இருந்தபோதும் கூட எங்களது வாழ்க்கைச் சூழல்களையும் எங்களுக்கான உரிமைகளையும் மிகத் தெளிவாக அவளால் முன்வைக்க முடிந்தது. ஆனால் அவளது சொற்பொழிவின் கடைசிக் கட்டம் எதிர்பாராத விதமாக அமைந்து விட்டது. எல்லோரும் எங்களுக்கு உதவியாக இருக்கவேண்டும், என்ற வேண்டுகோளுடன் அவள் சொற்பொழிவை முடித்தாள். வெளியே வந்தபிறகு மேடையில் அமர்ந்திருந்த நீதிபதி ஜானகி யம்மாதான் இப்படிச் சொல்லச் சொன்னார்கள், என்று விளக்கம் சொன்னாள். வயதான ஒரு பெண்மணியின் ஆசையை நிறைவேற்றிவைப்போமே என்று கருதியிருக்கிறாள், ஸாபிரா.

கோழிக்கோட்டில் வைத்து காவல்துறை ஸாபிராவைக் கைது செய்து பயங்கரமாக அடித்துத் துன்புறுத்திய ஒரு சம்பவம் நடந்தது. ஒரு நாள் சாயங்காலம் கைது செய்து இரவு முழுவதும் துன்புறுத்தியது. அடிவாங்கி வீங்கிப்போன மார்பகம் மருத்துவக் கல்லூரியில் அறுவை சிகிச்சை செய்யப் பட்டது. ஆறு மாதங்கள் வரை படுக்கையிலிருந்து எழுந்து நடமாடமுடியாமல் அவஸ்தைப்பட்டாள். இந்தச் சம்பவத்தைத் தொடர்ந்து பாலியல் தொழிலாளர்கள் போராட்டக்களத்தில் இறங்கினார்கள். போராட்டத்தின் எதிரொலியாக மனித உரிமைகள் ஆணையம் இப்பிரச்சினை குறித்த விசாரணையை மேற்கொண்டது.

2004 அக்டோபர் அன்று ஸாபிரா இறந்து போனாள். எங்களையெல்லாம் மிகுந்த சோகத்திலாழ்த்திய ஒரு பிரிவு இது. கண்ணூரில் 'சினேகாஸ்ரயா' என்ற அமைப்பின் அலுவல கத்தில் வைத்து மரணமடைந்தாள் ஸாபிரா. ஒரு விஷயத்தில் எங்களுக்கு மனநிறைவிருக்கிறது. முன்காலகட்டமாக இருந்தால் அனாதைப் பிணம்போல் பொதுமயானத்தில் கொண்டுபோய்

சடலத்தை எரித்திருப்பார்கள். நாங்கள் முன்நின்று பண உதவிகளைப் பெற்று ஸாபிராவின் உடலை கோழிக்கோட்டிற்குக் கொண்டு வந்து மத அனுஷ்டானப்படி அடக்கம் செய்தோம்.

நினைத்துப் பார்க்கும்போது வேதனைதரும் மற்றும் பல பிரிவுகள் நிகழ்ந்திருக்கிறது. தங்கமணி, ரமணி ஆகியவர்களின் தற்கொலைகள் உட்பட. தற்கொலைக்குச் சில நாட்களுக்கு முன்புவரை நாங்கள் சண்டை போட்டதுண்டு. கல்கத்தாவில் நடந்த பாலியல் தொழிலாளிகள் மாநாட்டிற்குக் கேரளப் பிரதிநிதியாகக் கலந்து கொண்டபோது முதலில் பேசுவதற்கு ரமணிதான் அழைக்கப்பட்டாள். காரணம் என்னவென்று தெரியவில்லை. அதைத் திருத்தி முதலில் என்னைப் பேச அழைத்தார்கள். இது ரமணிக்கு அவமரியாதையாகத் தோன்றியிருக்கிறது. திரும்பி கேரளத்திற்கு வந்து சேருவதுவரை எங்களுக்குள் தகராறு நீடித்தது. தங்கமணியும் நானும் ஒருகட்சியாகவும் ரமணி எதிர்க்கட்சியாகவும் பிரிந்து ரெயிலிலிருந்த சக பயணிகளுக்குத் தொந்தரவு தருவதுபோல் தர்க்கம் செய்து கொண்டே வந்தோம். பல நாட்கள் கழிந்த பிறகுதான் எங்களுக்குள் பிணக்கம் தீர்ந்தது. ஒரு சில மாதங்களுக்குள் இந்த இரண்டு பேருமே தற்கொலை செய்து கொண்டார்கள். குடும்பச் சண்டைகள்தான் இவர்களது மரணத்திற்கான காரணங்கள்.

திருச்சூரில் முதலில் அமைப்புச் செயல்பாடுகளில் தீவிரமாக இருந்தவள் உஷா, திரேசம்மா, சசிகலா போன்றவர்கள். தொடர்ந்து எரணாகுளத்திலும் திருவனந்தபுரத்திலுமாகச் செயல்பாடுகள் விரிவடைந்தன. மைத்ரேயன், ஜெயஸ்ரீ ஆகியோரின் பின்துணையுடன் தேசிய அளவிலான கவனத்தை ஈர்க்கவும் எங்களால் இயன்றது. திருவனந்தபுரத்தில் நடந்த முதல் மாநில அளவிலான மாநாடு பல்வேறு விவாதங்களுக்கு வழிவகுத்தது. இதைத் தொடர்ந்து எரணாகுளத்தில் நடந்த அகில இந்திய மாநாடு பல எதிர்ப்புகளைக் கடந்து வெற்றிகரமாக நடைபெற்றது. பாலியல் தொழிலாளிகளின் குறைந்தபட்சக் கூலியை நூறு ரூபாயாக நிச்சயிப்பது, வீடு கட்டுவதற்கு சலுகை வழங்குவது, பொதுவினியோக அட்டை வழங்குவது, இலவச மின்சாரம் வழங்குவது போன்ற தேவைகளை இம்மாநாடு கோரிக்கைகளாக முன்வைத்தது. சரோஜினி, சந்திரிகா, லீலா, திரேசம்மா, சௌதாமினி, மோளி, லலிதா, லட்சுமி, ஜமீலா, தங்கமணி, சசிகலா போன்றவர்களுடன் இதில் ஏராளமான வர்கள் தீவிரமாகப் பங்கெடுத்திருந்தனர். முன்பு போலீஸாரின் சித்திரவதைகளால் மோசமான நிலையில் பாதிக்கப்பட்ட சிலரும் இதில் கலந்து கொண்டனர். போலீசாரின், ரௌடிகளின் தொந்தரவுகளைப் பெரிய அளவில் தடுக்க முடிந்திருக்

கிறதென்பது இந்தக் கட்டத்தில் நாங்கள் போராடிப் பெற்ற மிகமுக்கியமான வெற்றிகளாகும்.

கேரளத்தில் புதிதாக வந்திருக்கும் பாலியல் தொழிலாளர் களில் மிக முக்கியமாக, கவனத்தைப் பெற்றிருப்பவள் சினி. ஆவணப்படத் தயாரிப்பில் எனக்குப் பெரிய உதவியாக இருந்தவள். சமீபத்தில், சாந்தகுமார் எழுதிய *'ஒற்ற ராத்தியுடெ காமுகிமார்' என்ற நாடகத்தை நாங்கள் அரங்கேற்றியபோது அதில்வரும் கர்ப்பிணிப்பெண் கதாபாத்திரத்தை ஏற்று நடித் தவள் சினிதான். பிறக்கப்போகும் குழந்தை ஆணாக இருந்தால் வளர்ப்பதென்றும் பெண்ணாக இருந்தால் கொன்று விடுவ தென்றும் முடிவு செய்யும் கதாபாத்திரம் அது. இந்தக் கதாபாத் திரத்தில் நடிக்கும்போது சினி உண்மையிலேயே கர்ப்பமாக இருந்தாள். மனதிற்குப் பிடித்த வாடிக்கையாளர் மூலம் உருவான கர்ப்பம். மிகஉணர்வுபூர்வமாக அவள் அந்தக் கதாபாத்திரத்தில் நடித்திருந்தாள், பிரபல இயக்குனரான பி.எம். ஆன்றனியின் நாடகக்குழுவில் இப்போது சினியும் ஒரு உறுப்பினர். அதே நாடகக் குழுவிலுள்ள ஒருவர், 2005 மே மாதம் சினியைத் திருமணம் செய்து கொண்டார். நாடக நடிகையாக வாழவே தனது எதிர்காலத்தை அர்ப்பணித்திருக்கிறாள் சினி.

லிஸியைப்போல் மனத்திடமிக்கவர்கள் எரணாகுளத்தில் யாருமிருக்க முடியாது. ரெயில்வே ஸ்டேஷனும் அதன் சுற்று வட்டாரமும்தான் அவளது இடம். அநேகமாக கையில் பிளேடு அல்லது மிளகுத்தூள் வைத்திருப்பாள். போலீஸ்காரர்கள் எங்கள் மீது பிரயோகிக்கும் மிளகுத்தூளைத் திருப்பி அவர் களின்மீது பிரயோகிப்பது தான் அவளது யுத்தி. ஒரு தடவை, இரண்டு பெண்களை போலீஸ் கைது செய்து காவல் நிலையத் தில் வைத்திருந்தது. மிளகுத்தூளுடன் அங்கே சென்று பயமுறுத்தி அவர்களை மீட்டுக் கொண்டு வந்துவிட்டாள். ஓரளவுக்குத் தைரியமுள்ளவர்கள் கூட லிஸியுடன் மோத விரும்பமாட் டார்கள். மற்றொரு தடவை, ஒரு காவல் நிலையத்தின் பழைய ஓடுகளைப் பிரித்தெடுத்து உள்ளேயிருந்த ஐந்து பெண்களைத் தப்பிக்க வைத்து விட்டாள். ஆனால், அவள் மாட்டிக்கொண் டாள். பல தடவை போலீசாரின் அடி உதைகளுக்கும் ஆளாகி யிருக்கிறாள். இப்போது அவள், அமைப்பின் முன்னணிப் போராளி.

வித்தியாசமான வகையில் என்னைக் கவர்ந்த பாலியல் தொழிலாளி அனு. மண்வேலைக்குச் சென்ற காலத்திலிருந்தே அவள் எனது நெருங்கிய சினேகிதி அவள் ஒருவனைக் காதலித்

* ஓரிரவுக் காதலிகள்

தாள். ஆனால் வீட்டுக்காரர்கள் அவளைப் பலவந்தமாக வேறொருவனுக்குக் கட்டி வைத்தார்கள். இவள் வெளுப்பாகவும் கணவன் கறுப்பாகவுமிருந்ததால் அவனுக்குத் தாழ்வுமனோ பாவமிருந்தது. இவர்களுக்குப் பிறந்த குழந்தைகள் வெளுப்பாக இருந்ததால் குடும்பத்திற்குள் அடி உதையும் தகராறும் வழக்க மாகிப் போனது. ஆறுதல் வார்த்தைகளுடன் உதவிக்கு வந்த ஒரு ஆளுடன் குழந்தைகளை எடுத்துக்கொண்டு வீட்டை விட்டிறங்கினாள். குழந்தைகளை அனாதை இல்லத்தில் சேர்த்து விட்டுப் பாலியல் தொழிலுக்கு வந்தாள். பொருளாதார நிலை சீரடைந்ததும் குழந்தைகளைத் திரும்ப அழைத்துக் கொண்டாள். இதனிடையே பொருளாதார ரீதியாகத் தகர்ந்து போன கணவனுக்கும் அவனது குடும்ப உறுப்பினர்களுக்கும் இவள்தான் ஆதரவாக இருந்தாள். கணவனின் இரண்டாவது மனைவி, அண்ணனின் மனைவி, தம்பியின் மனைவி, கணவ னின் இரண்டு இளைய சகோதரிகள் ஆகிய அனைவருமே அனுவுடன்தான் இருக்கிறார்கள். எல்லோருமாகச் சேர்ந்து ஒரு கம்பெனி வீடுபோல் வாழ்கிறார்கள். போக, வர ஒரு மாருதி வேன் இருக்கிறது. பெரிய பிரச்சினைகள் எதுவுமில் லாமல் அனைவருமே பாலியல் தொழிலில் ஈடுபட்டிருக்கிறார் கள். குழந்தைகள் வளர்ந்ததும் திருமணம் செய்து கொடுத்து விட்டாள். தகப்பனின் இடத்தில் கணவனை அமரச் செய்திருந் தாலும் அவர்களுக்கிடையே கணவன் மனைவி உறவில்லை.

சிறையில்

ஜுவாலாமுகிகள் என்ற அடையாளத்தை மற்றவர்கள் கேலியாகத்தான் எங்கள்மீது பிரயோகித்தார்கள். சுருங்கிய காலகட்டத்திற்குள் இதுவே தன்னம்பிக்கையின் அடையாள மாக மாறிவிட்டது. பல இடங்களிலும் போலீஸார் உட்பட இந்தப் பெயரைக் கேட்டதும் பயப்படுவதை நான் கவனித் திருக்கிறேன். ஒரு தடவை குருவாயூரில் எச்.ஐ.வி. பரிசோதனை செய்யச் செல்வதற்குப் பன்னிரண்டு பாலியல் தொழிலாளர்கள் பேருந்தை எதிர்பார்த்து நின்று கொண்டிருந்தார்கள். அப்போது எஸ்.ஐ. விஜயநாராயண் தலைமையில் அங்கே வந்த போலீசா ரால் அவர்கள் கைது செய்யப்பட்டதையறிந்து நான் காவல் நிலையத்துக்குச் சென்றேன். பாலியல் தொழிலுக்குப் போகிறவர் களுக்கு எதற்கு எச்.ஐ.வி. பரிசோதனை என்பதுதான் அவருடைய கேள்வி. விவாதத்தின் உச்ச கட்டத்தில் அவர் எழுந்து உதைப் பதற்காக வந்தார். ஒரு போலீஸ்காரர் ஓடிவந்து மெதுவாக "சார், இவர்கள் ஜுவாலாமுகிகள்" என்று சொன்னார். இதைக்

கேட்டதும் ஆள் அப்படியே அடங்கிப் போனார். எதையோ முணுமுணுத்தபடி எல்லோரையும் போகச் சொன்னார். எல்லாமே ஐந்து நிமிடத்தில் முடிந்து விட்டது.

ஜுவாலாமுகியின் செயல்பாடு தீவிரமாக இருந்த காலகட்டத்தில் நான் சிறையிலும் இருந்திருக்கிறேன். குருவாயூரில் ரெய்டுகள் அதிகமாக நடந்து கொண்டிருந்த சமயம் அது. எஸ்.ஐ. நாராயண்குட்டி ஏதோ பழி தீர்ப்பதுபோல் பாலியல் தொழிலாளர்களைக் கைது செய்துகொண்டிருந்தார். அவர் பெரும்பாலும் சீருடை அணிந்திருப்பதில்லை. எனக்கு அவரை நன்றாகத் தெரியும். ஒரு நாள், நான் பஸ் ஸ்டான்டில் நிற்கும் போது மஃப்டியில் என் பக்கத்தில் வந்து "ஐநூறு ரூபாய் தருகிறேன், வருகிறாயா?" என்று கேட்டார். "எங்கே வரவேண்டும்" என்று கேட்டேன். இடத்தைச் சொன்னார். "நீங்க முன்னால் போங்க, பின்னால நான் வந்துடறேன்" என்று சொல்லி அவரை அனுப்பி வைத்துவிட்டு நான் திருச்சூருக்கு பஸ்ஸேறி விட்டேன்.

ஆனால், மறு தடவை நான் அவரது வலையில் சிக்கிக் கொண்டேன். "யாரைப் பார்ப்பதற்காக குருவாயூருக்கு வந்திருக்கிறாய்?" என்று அவர் கேட்டதும், நான் 'எஸ்.ஐ. நாராயண் குட்டி சாரை பார்ப்பதற்காக" என்று பதில் சொன்னேன். அவருக்குக் கோபம் தலைக்கேறியது. "சார் அண்ணைக்கு ஐநூறு ரூபாய் தர்றதாச் சொல்லிக் கூப்பிட்டீங்க இல்லியா? அண்ணைக்கு வரமுடியல அதனால இண்ணைக்கு வந்தேன்" என்று பொறுமையாகத் திரும்பவும் பதில் சொன்னேன். அவர் என்னை நீதிமன்றத்தில் ஆஜர்படுத்தினார். அப்போது தான் நீதிமன்றப் படிக்கட்டை மிதிக்கிறேன். சினிமாவில் பார்ப்பதுபோல் வழக்கறிஞர்கள் அங்குமிங்குமாக உலாத்திக் கொண்டு வாதம் செய்வார்கள், என்றெல்லாம் எதிர்பார்த்தேன். அப்படியெல்லாம் எதுவுமே நடக்கவில்லை. எதுவுமே கேட்காமல் என்னை ஜெயிலுக்கு அனுப்பி வைத்தார்கள். வியூர் ஜெயிலுக்குக் கொண்டு போனார்கள். என்னைப் பார்த்ததுமே சிறை அதிகாரி "நீ, ஜுவாலாமுகியின் தலைவி தானே?" என்று கேட்டார். இதற்கு முன் என்னுடைய தோழிகள் அனுபவித்த எந்தத் துன்பங்களும் எனக்கு ஏற்படவில்லை. ஒரு வி.ஐ.பி போல் நடத்தப்பட்டேன் என்று கூடச் சொல்லலாம். சாயங்காலம் அவர்கள் கேசட் போட்டு சினிமா பார்க்கும் போது என்னையும் அழைத்தார்கள். எந்தவிதமான தொந்தரவுகளுமில்லாமல் அங்கே மூன்று நாட்கள் இருந்தேன். நான்காவது நாள் பால்சனும் மற்றவர்களுமாக வந்து என்னை ஜாமீனில் வெளியே கொண்டு வந்தார்கள்.

ஜெயஸ்ரீ

ஒரு விஷு பண்டிகைக்கு முந்திய நாள். ஒரிசாவிலிருந்து வந்த வந்தனாவுக்கு ஜெயஸ்ரீ என்னை அறிமுகம் செய்து வைத்தார். "ஜுவாலாமுகியின் சேவகி, அதிகமாகப் பேசமாட்டாள்" என்று சொல்லி அறிமுகம் செய்துவைத்தார். அது, அப்போ தெல்லாம் உண்மையும்கூட. எல்லோரும் சாப்பிடுவதற்காகச் சென்றோம். சாதாரணமாக நாங்கள் தனியாக அமர்வதுதான் வழக்கம். ஜெயஸ்ரீ, எல்லோரையும் ஒரு மேஜையைச் சுற்றி அமர வைத்தார். எனக்கு அப்போது கூட சந்தேகமாகத்தானி ருந்தது. பி.எஸ்.எச். திட்ட அமைப்பிலுள்ள சில பெண்கள் எங்களைத் தாஜா செய்வதற்காக இப்படிச் செய்வதுண்டு.

ஜெயஸ்ரீ

திருச்சூர் கருத்தரங்கில் வைத்துதான் ஜெயஸ்ரீயுடன் நெருங்கிப் பழக முடிந்தது. நெருக்கமான பிறகுதான் அவர், பாலியல் தொழிலாளர்களுடன் எந்தவிதமான ஒவ்வாமையு மில்லாத ஒரு பெண்மணி என்பதைத் தெரிந்து கொண்டேன். பிறகு சென்னையில் நடந்த ஒரு கூட்டத்திற்குச் சேர்ந்து போனோம். இந்தியன் செக்ஸ் ஒர்க்கர்ஸ் ஃபோரம் என்ற அமைப்பை ஏற்படுத்துவதற்கான ஒரு கூட்டம் அது. அங்கே முன்வைக்கப்பட்ட தீர்மானங்கள் தமிழில் மொழிபெயர்த்து சொல்லப்பட்டது. இதைக் கேட்ட நான், இந்தத் தீர்மானங்கள் சரியில்லை. இதில் தேவையான அளவுக்குப் பாலியல் தொழி லாளர்களுக்கு முக்கியத்துவம் தரப்படவில்லை என்று சொன் னேன். மேடைக்கு வந்து பேசும்படி ஜெயஸ்ரீ என்னிடம் சொன் னார். மேடையில் பேசுவதற்கான தைரியம் இன்னும் முழுமை யாகக் கை கூடவில்லை. இருந்தாலும் மேடையேறித் தமிழில் பேசினேன். பாலியல் தொழிலாளர்களின் இந்த அமைப்பில்

அவர்களுக்கு உரிய இடம் தரப்படவில்லை, என்றெல்லாம் குறிப்பிட்டபோது அனைவரும் கை தட்டி அதை வரவேற்றார்கள். இது, ஜெயஸ்ரீக்கு மிகுந்த சந்தோஷத்தை ஏற்படுத்தியது. பிறகு எங்கே செல்வதென்றாலும் என்னையும் அழைத்துக் கொள்வார். சேர்ந்து நாங்கள் பயணம் செய்வது வழக்கமாகிப் போனது. அமைப்பு சார்ந்த தேவைகளுக்காக நானும் ஜெயஸ்ரீயும் சேர்ந்து கல்கத்தாவுக்கும் சென்றிருக்கிறோம். ஒரு டாக்டர் எங்களுடனிருக்கிறார் என்பதை நாங்கள் மிகுந்த பெருமையான விஷயமாகக் கருதினோம். கல்கத்தாவில் செக்ஸ் ஓர்க்கர்ஸ் ஃபாரம் முன் நின்று மார்ச் 3ஆம் தேதி நடத்திய 'இந்திய பாலியல் தொழிலாளர்கள் தின' கொண்டாட்டத்தில் கலந்து கொள்ள மீண்டும் கல்கத்தாவுக்குச் சென்றோம். அங்கே எல்லோருமே துயரங்களையும் அடக்குமுறைகளையும் பற்றியே பேசினார்கள். நான் வேறுசில விஷயங்களைக் குறிப்பிட்டுப் பேசினேன். பாலியல் தொழிலாளர்கள் மற்ற பெண்களிலிருந்து மாறுபட்டவர்கள் என்பதுதான் நான் முன்வைத்த கருத்து. எப்படி என்ற கேள்விக்கு நான் நான்கு விஷயங்களைக் குறிப்பிட்டுச் சொன்னேன்: முதலில், உணவு வகைகளைச் சமைத்து வைத்து கணவனின் வருகையை எதிர்நோக்கி அமர்ந்திருக்கத் தேவையில்லாதவர்கள் நாங்கள். அடுத்தது, கணவனின் துணிமணிகளைச் சலவை செய்யும் பொறுப்பு எங்களுக்குக் கிடையாது. குழந்தைகளை வளர்த்துவது குறித்துக் கணவனின் ஆலோசனையைப் பற்றி நாங்கள் கவலைப்பட வேண்டியதில்லை. குழந்தைகளை வளர்த்துவதற்காகக் கணவன் சொத்தில் பங்கு கேட்டு அவன் பின்னால் போகவேண்டியதில்லை. மற்றவர்களைப்போல் கிடைத்த ஐந்து நிமிடத்தில் தங்களுடைய ஊரிலுள்ள துயரங்களைப் பற்றிப் பேசுவதை விட இதைப் பற்றிப் பேசுவதுதான் எனக்குத் திருப்தியைத் தந்தது.

எங்களுக்காகப் பேசும்போது பலஇடங்களிலும் ஜெயஸ்ரீயை மற்றவர்கள் கேள்விக்குள்ளாக்குவதுண்டு. ஜெயஸ்ரீ பாலியல் தொழிலாளியல்லவே? அவர்களுடைய பிரச்சினைகள் நீங்கள் நினைப்பதுபோல் ஒன்றுமே அல்ல, என்று சொல்வார்கள். அப்போதெல்லாம் இதைப்பற்றி நளினிதான் சொல்லவேண்டும் என்று என்னைத் தூண்டிவிடுவதுதான் ஜெயஸ்ரீயின் வழக்கம். தனிப்பட்ட கருத்துகளைத் தெரிவிக்கும் திறமை இப்படியாகத் தான் எனக்குக் கிடைத்தது.

ஜெயஸ்ரீயின் இந்த பாரபட்சமற்ற நடைமுறை என்னிடம் மட்டும்தான் என்றல்ல, எங்களில் அவ்வளவாகச் சுத்தமில்லாமல் இருப்பவர்களுமிருந்தார்கள். அம்மு போன்றவர்கள் பக்கத்தில் வந்தாலே போதும். பலரும் விலகிப்போய்விடுவார்கள். ஜெயஸ்ரீக்கு இதெல்லாம் பிரச்சினையே இல்லை. கண்டிப்

பாகத் தினமும் குளித்து விடவேண்டும் என்ற அவசியமே இல்லை என்பது ஜெயஸ்ரீயின் கருத்து. அமைப்பு சார்ந்த செயல்பாட்டிற்காக மட்டுமே எங்களுடன் நிற்பது என்பதற்கும் மேலாக, சேர்ந்து வாழவும் செய்யும் ஒரு பெண்மணி ஜெயஸ்ரீ. பால்சனுக்கும் மைத்ரேயனுக்கும்கூட இதே சுபாவம்தான். என்றாலும் ஒரு பெண்ணாக இருந்து இதற்கு முன்வருவதென் பதைத்தான் நாங்கள் பெரிய விஷயமாகக் கருதுகிறோம்.

தாய்லாந்து பயணம்

நான்காண்டு காலம் தொடர்ந்து நாங்கள் பயணங்கள் மேற்கொண்டோம். நான் முதன் முதலாக ஆவணப்படம் தயாரித்து முடித்த பிறகு அதைத் திரையிடுவதற்காக மீண்டும் தாய்லாந்திற்குப் பயணமானேன். அப்போது என்னுடன் ஜெயஸ்ரீயும் ரேஷ்மாபரத்வாஜும் வந்தார்கள். நான் நினைப் பதை அதே உணர்வுகளுடன் கூட்டங்களில் வெளிப்படுத்து வதில் ஜெயஸ்ரீ கவனமாக இருப்பார்.

Although prostitution is practiced in the state, there has never been a traditional brothel based prostitution system in Kerala. Most women who are in prostitution are street based. Sex workers in Kerala often identify police as the main 'exploiters'. Most sex workers have several legal charges against them and they are often put in custody, 'where they have to provide free sex to the police.'

Nalini and Lalitha were from Jwalamukhi, the Trichur chapter of the sex workers' forum of Kerala. Paulson Raphal, the coordinator of Jwalamukhi was also with the team as a translator/ facilitator. Women from Jwalamukhi have been able to create a space for themselves in the public arena in Trichur. They have written for local media and are sometimes invited to give their opinions on several issues including environment and politics.

GAATW பிரசுரித்த அலயன்ஸ் நியூசிலிருந்து
(2001, ஜூலை - டிசம்பர்)

மும்பை, ஆந்திரா, சென்னை, டெல்லி போன்ற பகுதி களுக்கு நான் ஜெயஸ்ரீயுடன் பயணம் செய்திருக்கிறேன். நாங்கள் கல்கத்தாவிற்கு நான்கு தடவை போயிருக்கிறோம். முதல் தடவையாக நான் தாய்லாந்திற்குச் சென்றதற்குக்கூட ஜெயஸ்ரீக்கு வந்தனாவுடனான தொடர்புதான் காரணம். பாலியல் தொழிலாளர்களின் பிரச்சினைகளை அவர்களே பதிவுசெய்வதற்கான பயிற்சியைப் பெறுவதுதான் முதலில் தாய்லாந்திற்குச் சென்றதற்கான நோக்கம். இந்த வாய்ப்புக்

கான முன்னுரிமை கல்கத்தாவைச் சேர்ந்தவர்களுக்குத்தான் கிடைத்திருக்கும். சுமார் அறுபத்தையாயிரம் உறுப்பினர்களைக் கொண்ட வலுவான அமைப்பு அங்கே இருக்கிறது.

தாய்லாந்தில்

முதல் பயணத்தின்போது என்னுடன் பால்சனும் லலிதாவும் வந்திருந்தார்கள். அது, GAATW (Global Alliance Against Traffic in Women) முன்நின்று நடத்திய 'மீடியா அன்ட் சோஷியல் ஓர்க்ஷாப்.' இந்தப் பயணத்திற்கான பாஸ்போர்ட் எடுப்பதிலிருந்தே பிரச்சினைகள் தொடங்கின. பாஸ்போர்ட் அலுவலகத்தில் போய் நாளும் பெயரும் சொன்னால் அதைக் கையில் கொடுத்துவிடுவார்களென்றுதான் நான் நினைத்திருந்தேன். அப்போதுதான் தெரிந்தது, குடும்ப அட்டையும் தேவையென்று. நான் கல்யாணம் செய்து கொண்ட உடனே என் அப்பா செய்த முதல்வேலை, குடும்ப அட்டையிலிருந்த எனது பெயரை வெட்டி நீக்கியதுதான். குடும்ப அட்டைக்கு மிகப்பெரிய முக்கியத்துவம் உண்டு என்பதை என் அப்பா அறிவார். நான் நினைத்திருந்தது என்னவென்றால் எனக்குக் கிடைத்து வந்த இரண்டரை நாழி அரிசியும் சீனியும் கிடைக்காது என்றுமட்டும்தான். இதன் மூலம் நான் என்னுடைய தனித்தன்மையையே இழந்துவிட்ட விஷயம் தெரியாது. எப்படியோ பலநாட்கள் அலைந்து திரிந்ததன் பலனாக பாஸ்போர்ட் கிடைத்தது. பிறகு மனம் நிறைய விமானத்தில் பயணம் செய்ய விருப்பது பற்றிய வியப்பும் ஆச்சரியமும். எனது வாழ்க்கையின் நீண்டகால மோகம் இது. மைத்ரேயன் டிக்கெட்டையெல்லாம் ஒப்படைத்த பிறகு விமானத்தில் ஏறினேன். அப்போது ஒளிப்பதிவுப் பணிக்காகப் போகிறோம் என்ற எண்ணமெல்லாம் எதுவுமில்லை. இதில் ஏறினால் வேறுதேசத்தில் போய் இறங்க முடியும் என்பதுதான். நான் அப்போது வேறுஏதோ ஒரு

உலகத்தில் சஞ்சரித்தேன். எனது ஒவ்வொரு கால்சுவடும் கனவுலகை நோக்கிச் செல்வது போலிருந்தது.

தாய்லாந்திற்குச் சென்ற பிறகு ஒளிப்பதிவுக் கருவிகள் என்னை ஆச்சரியத்திலாழ்த்தின. முதலில் நான் பயிற்சியெடுத்த காசட்டைப் போட்டுப் பார்க்கும்போது நல்ல வேடிக்கையாக இருந்தது. எதிரிலிருப்பவரை காமிராவுக்குள் கொண்டு வருவ தற்கு என்ன செய்யவேண்டும் என்று தெரியாமல் அந்த ஊரையே நான் காமிராவுக்குள்ளாக்கியிருந்தேன். அங்கே காமிராவைக் கையாளப் படித்துவிட்டு நாங்களாகவே மூன்று நிமிடக் கதையைப் படம் பிடித்துக் காண்பித்தோம். கதைக்கு ஒரு அம்சம் வேண்டும். நான் ஒரு கருத்தைப் படம்பிடித்துக் காட்டினேன். அதாவது, வசதிபடைத்த ஒரு இளைஞன், அதே போன்ற, சமூகத்தில் உன்னத நிலையிலுள்ள ஒரு பெண், அப்புறம் நான். நானும் அந்தப் பெண்ணும் அந்த இளைஞனின் முன் இரண்டுவிதமான நிலைகளில் நின்று கையை நீட்டு கிறோம். நான் ஒரு பிச்சைக்காரியாகக் கை நீட்டுகிறேன். அப்போது அவன் இருப்பதில் சிறிய நாணயம் ஒன்றையெடுத்துத் தருகிறான். பர்சு தொலைந்து போய்விட்டதென்று சொல்லி அவள் நீட்டிய கையில் டாலர்களை வேகமாக எண்ணிக் கொடுக்கிறான். அந்தப் பெண்மீதான உடல் இச்சையினால் அவன் நிறைய பணம் தருகிறான் என்பதல்ல சொல்லப்படும் கருத்து. பிச்சைக்காரியாக இருந்தாலும் நான் அங்கே அழகாக இருக்கிறேன். ஆனாலும் அந்த இளைஞனின் மனோபாவம்

தாய்லாந்தில்

இப்படித்தான் செயல்படுகிறது. இந்தக் கருத்தை நானாகவே பதிவு செய்து காண்பித்த இந்த நிகழ்ச்சி தந்த வியப்பினை வார்த்தைகளால் விவரித்துவிட முடியாது.

இந்நிகழ்ச்சியில் தாய்லாந்து, இந்தியா, கம்போடியா, நேப்பாளம், பங்களாதேஷ் போன்ற நாடுகளிலிருந்தும் ஆட்கள் வந்திருந்தார்கள். பாலியல் தொழிலாளர்களுக்கு ஒளிப்பதிவுப் பயிற்சியளிப்பதற்கு வந்திருந்த அர்ப்பண மனோபாவமுள்ள மலேசியத் தம்பதிகள்தான் கலந்துரையாடல்களை நெறிப்படுத் தினார்கள். தொடக்க நாட்களில் விவாதங்கள் நடந்தன. தொடர்ந்து ஏழுநாட்கள் ஒளிப்பதிவுப் பயிற்சி. திரும்பிவரும் போது ஆளுக்கொரு வீடியோ காமிரா அன்பளிப்பாகத் தந்தார்கள்.

மூன்றாவது முறையாக 2004இல் நான் தாய்லாந்திற்குச் சென்றேன். இந்தப் பயணத்தின்போது என்னுடன் வந்தவள், ஜெயந்தி. இரண்டாவதாகத் தயாரித்த ஆவணப்படத்தைத் திரையிடுவதும் அது குறித்து விவாதிப்பதும்தான் பயணத்தின் நோக்கம். அமைப்பாளர்களுடன் இது சம்பந்தமாகச் சிறு உரசலும் ஏற்பட்டது. மூன்றாவதாகக் காவல்துறையின் அத்துமீறல் களைக் குறித்து ஆவணப்படம் தயாரிக்கலாம் என்று அவர்கள் முன்வைத்த யோசனை எனக்கு ஏற்புடையதாகத் தோன்ற வில்லை. பொதுவாக, இது குறித்த சமூக உளவியல்புதான் அதிகமான பிரச்சினைகளை ஏற்படுத்துகிறது என்பது எனது கருத்து. இதை ஜெயந்தி சரியான முறையில் மொழிபெயர்த்துச் சொன்னாள். பாலியல் தொழிலாளி என்ற ஒரே விஷயத்தில் ஒதுங்கி நிற்பதில் எனக்கு விருப்பமில்லை. நான் விரும்புவதைப் படம்பிடிக்க எனக்குச் சுதந்திரம் இல்லையென்றால் காமிராவோ, பணஉதவியோ தேவையில்லையென்று நான் உறுதிபடத் தெரிவித்தேன். முழுமையான விருப்பத்துடன் இல்லையென் றாலும்கூட சம்மதம் தெரிவித்தார்கள்.

இந்தப் பயணத்தின்போது வேறுபட்ட சில அனுபவங் களும் ஏற்பட்டன. ஜெயந்தியின் தோழியான ஒரு மலையாளிப் பெண்மணி தாய்லாந்தில் வசித்தார். அவர் தினமும் எங்களைக் காரில் அழைத்துக் கொண்டுபோய் ஒவ்வொரு இடங்களையும் காண்பித்துத் தந்து உணவு விடுதிகளுக்கும் ஷாப்பிங்கிற்கும் அழைத்துச் சென்றார். சாதாரணமான ஒரு குடும்பப்பெண் அவர். கேரளத்திலிருந்து வந்த ஒரு பெண், அதுவும் ஒரு பாலியல் தொழில் செய்யும் பெண் ஆவணப்படம் தயாரிக்கிறாள் என்ற மகிழ்ச்சியில் அவர் என்னுடன் நெருங்கிப் பழகியதை மறக்கவே முடியாது. அங்கே திரையிடப்பட்ட ஆவணப்படங்

களில் என்னுடையதுதான் முக்கியமானதாகப் பேசப்பட்டது. அந்தப் பெண்மணியும் அவரது கணவனும் நாங்கள் விமானத்தில் ஏறுவதுவரை அங்கேயே நின்றார்கள். இதை எனக்குக் கிடைத்த ஒரு அங்கீகாரமாகவே நான் கருதுகிறேன்.

பால்சன் ராஃபேல், மைத்ரேயன்

பால்சனும் மைத்ரேயனும் அடிப்படையாகவே வேறுபட்ட செயல்வடிவங்களைக் கொண்டவர்கள். பால்சன் எங்களுடனிருந்தால் அது அப்படியில்லை, இப்படிச் சொன்னால் இன்னும் வலுவாக இருக்கும் என்றெல்லாம் அபிப்ராயங்களைத் தெரிவிப்பார். மைத்ரேயன், இதற்கு நேரெதிராக இருப்பவர். நாங்கள் எதைச் சொன்னாலும் ரசிப்பதுடன் அதன் போக்கில் அப்படியே விட்டுவிடுவார். இதன் காரணமாக நாங்கள் ஏதாவது முட்டாள்தனமாக செய்துவிடவும் நேரும். ஆனால், குறிப்பிட்ட ஒரு வகைமாதிரியை நிர்பந்தப்படுத்தாமலிருப்பதால் எதையும் சொல்வதற்கான தைரியம் இருக்கும். நாங்கள் செய்ததிலும், சொல்வதிலுமிருக்கும் சரியும் தவறும் நாங்களே விமர்சனம் செய்து திருத்திக் கொள்வதற்கான வாய்ப்புகள் இதில் இருந்தன. பால்சன் எதையுமே அழுத்தமாகப் பேசுவதுடன், சரி தவறுகளை அவ்வப்போது சுட்டிக்காட்டித் தனது கருத்தைத் தெரிவிப்பார். எதையுமே அழுத்தமாகப் பேசி நிறுவும் குணம் அவரிடமிருக்கும். எந்தவொரு விட்டுக்கொடுத்தலுக்குமே அவர் தயாராக இருப்பதில்லை. மைத்ரேயன் அப்படியில்லை. கொஞ்சம் அப்படி இப்படி ஆகிப்போனாலும் ஒன்றும் பிரச்சினையில்லை என்ற நிலைப்பாடு கொண்டவர்.

பால்சன் ரஃபேல்

சில இடங்களில் பேசாமலிருந்து விடுவதில்கூட தவறொன்று மில்லை என்பவர். இரண்டு பேருமே எனக்குள் நல்ல தன்னம் பிக்கையை ஊன்றியவர்கள்தான்; வேறுபட்ட வடிங்களில் என்றாலும்கூட.

வீடு மாறும்போதும் நீண்டபயணங்கள் செல்லும்போதும் என் மகளை விட்டுச் செல்வது பெரும்பாலும் மைத்ரேயன், ஜெயஸ்ரீ வீடுகளில்தான். மைத்ரேயனுடன் செல்லும்போது மற்றவர்களிடம் மோசமாக நடந்து கொள்வதை அனுமதிக்க மாட்டார். மற்றவர்களையும் நம்மைப் போலவே நினைக்க வேண்டும் என்றெல்லாம் கருதுபவர். பால்சன் அப்படியல்ல, மற்றவர்களைப் பற்றி நாம் பெரிதாக அலட்டிக் கொள்ளத் தேவையில்லை; நாம் நமது கருத்தை வலியுறுத்திப் பேசலாம் என்று கருதுபவர்.

மைத்ரேயன்

பால்சன் என் வாழ்க்கையில் சில முக்கியமான திருப்பு முனைகளை ஏற்படுத்தியதுண்டு. தாய்லாந்து பயணத்திற்காக வாய்ப்பு கிடைத்தபோது எங்களுடைய அலுவலகத்திலிருந்த ஒருவர், நான் பாஸ்போர்ட் வாங்குவதில் தெரிந்தே சில இடையூறுகளை விளைவித்தார். எனக்குப் பதிலாக அவர் செல் லும் எண்ணத்துடன்தான் இதைச் செய்தார். அவர் பால்சனின் நெருங்கிய நண்பரும் சக ஊழியரும் என்றபோதிலும்கூட பால்சன் எந்த சமரசமும் செய்து கொள்ளவில்லை. அவர் உறுதியுடன் நின்றதால்தான் என்னுடைய தாய்லாந்து பயணம் நிறைவேறியது. டெல்லியில் எம்.எஸ்.டபிள்யூ படித்துவிட்டு கல்கத்தாவில் சோனாகட்ச் பகுதியில் போய் பாலியல் தொழி லாளர்கள் அமைப்பைப்பற்றித் தெரிந்துகொண்ட பிறகு, வெறுத் தொதுக்கப்பட்ட மனிதர்களின் பக்கம் நின்று போராடவேண்

டும் என்று பால்சன் முடிவு செய்தார். யாருமே தலையிடாத விஷயத்தில் உறுதியாக நிற்கவும், பெற்ற வெற்றியின் பலனை மற்றவர்களுக்கு விட்டுக் கொடுத்துவிட்டு விலகிவிடவும் அவர் எப்போதுமே தயாராக இருந்தார். இதைச் செய்தவன் நான்தான் என்ற மனோபாவம் பால்சனிடம் துளிகூடக் கிடையாது.

மைத்ரேயன், எதையும் எந்த இடத்திலும் பயமின்றி வெளிப் படையாகப் பேசும் சுபாவமுள்ளவர். எயிட்ஸ் புராஜெக்ட் தொடர்பாக அரசாங்கத்துடன் முரண்பாடு ஏற்பட்டபோது அன்று சுகாதாரத்துறை அமைச்சராக இருந்த பி. சங்கரனுடன் மைத்ரேயனுக்கு சிறு வாக்குவாதம் உருவானது. “நீங்களெல் லாம் என்னதான் செய்து கொண்டிருக்கிறீர்கள்?” என்ற அமைச்சரின் கேள்விக்கு, தனக்கான நிதானத்துடன் பையிலி ருந்து, மரத்தால் செய்யப்பட்ட ஆணுறுப்பு வடிவத்தையும் ஓர் உறையையும் வெளியே எடுத்து செய்முறை காண்பித்து விட்டு, “இதை மக்களுக்குச் சொல்லிக் கொடுத்துக் கொண்டி ருக்கிறோம்” என்று பதில் சொன்னார்.

தனது பொதுத்தளச் செயல்பாடுகளை நிறுத்திக்கொள்ள விருப்பதாக அறிவித்த மைத்ரேயனும், இப்படியான அறி விப்பெதுவுமில்லாமலேயே பால்சனும் தங்களது செயல் பாட்டுத் தளங்களை மாற்றிக்கொண்டார்கள். இவர்களுடைய உதவியும் பின்னணியும் தலைமையும் எங்களுக்கு மிகுந்த அனுகூலங்களாக அமைந்திருந்தன என்பதை மறுக்கவே முடியாது. இவர்களது முடிவுகளைத் தொடர்ந்து, பாலியல் தொழிலாளர்கள் கூட்டமைப்பு ஸ்தம்பித்து விடுமா? இந்தக் கேள்வியைப் பலர் முன்வைத்ததுண்டு. எங்கள் வாழ்வுரிமை களுக்காக நாங்கள் மேற்கொண்டிருக்கும் இந்தப் போராட்டம் தனிநபர்களை மட்டும் சார்ந்து தொடங்குவதோ முடித்துக் கொள்வதோ இயலாத விஷயம். எங்களையும் எங்களது அமைப்பையும் அங்கீகரிக்க விருப்பமில்லாதவர்கள்தான் யூகத்தின் அடிப்படையில் இதுபோன்ற கேள்விகளை எழுப்பு கிறார்கள்.

சுஜாதா, ராஜ்தாமஸ்

ஜ்வாலாமுகியின் *P.S.H.* திட்ட அமைப்பின் *F.O.*வாக யிருந்தார் சுஜாதா. அதே நேரத்தில் ஒரு சமூக நல ஊழியரா கவும் இவர் செயலாற்றினார். என்னைவிட வயது குறைவாக இருந்தாலும் எல்லா விஷயங்களிலும் எனக்கு உறுதுணையாக நின்று உற்சாகமூட்டவும் செய்தார். நளினி சொல்லுங்கள்,

சுஜாதா விவாதத்தின்போது

நளினி முன்னால் நில்லுங்கள் என்றுதான் எப்போதுமே சொல்வார். சுஜாதாவுடனான தொடர்புதான் திருச்சூரில் நடந்த கருத்தரங்கில் கட்டுரை வாசிப்பதற்கான தைரியத்தை எனக்கு அளித்தது. ஒரு ஆசிரியையைப்போல் விஷயங்களைச் சொல்லிப் புரியவைப்பார்.

திட்டஅமைப்பில் செயல்பட்டுவந்த ராஜ்தாமஸும் எனக்குப் பெரிய அளவில் உறுதுணையாக இருந்திருக்கிறார். நான் முதலில் காகிதத்தில் கிறுக்கிவைத்த விஷயங்களை ஒரு கட்டுரையாக ஜுவாலாமுகி புல்லட்டினில் பிரசுரித்தவர் ராஜ்தாமஸ்தான். நாட்டுப்புறப் பாடகராகவும் நாடக இயக்குநராகவுமிருந்த இவர் நடிகராகவும் பேச்சாளராகவும் கம்யூனிஸ்ட் கட்சித் தொண்டராகவுமிருந்தார். 'குட்டப்பன் சாட்சி' என்ற திரைப்படத்திலும் நடித்திருந்தார். பார்ப்பதற்கு அழகாக இருக்கமாட்டார். எல்லாத்தளங்களிலும் இவருக்குத் திறமை யிருந்தது. பொருளாதார நிலையில் எப்போதுமே சிக்கலுடன் தானிருந்தார். எந்த விஷயத்தைப்பற்றியுமே சுதந்திரமாக என்னால் விவாதிக்க இயலும் அளவுக்கு இவருடன் நெருக்க மிருந்தது. இவரது வீடு அடாட்டில் இருந்தது. ஏதோ காரணங் களால் இவர் தற்கொலை செய்துகொண்டார். ஊரிலிருந்த ஒரு பாழடைந்த கிணற்றிலிருந்து இவரது சடலம் கண்டெடுக்கப் பட்டது. இவர் இருந்திருந்தால் எனது இந்த சுயசரிதை நூலில் எனக்கு முக்கியமான உதவியை செய்தவர் இவராகத்தான் இருப்பார். இப்போது, நான் தொடர்பு வைத்திருக்கும் திருவனந்தபுரம் ஃபேமில் எனக்கு உறுதுணையாக இருக்கும் இருவர், சுபாஷும் ஜோதிகுமாரும்.

மகளின் திருமணம்

எனது முதல் தாய்லாந்து பயணம் ஸீனத்தை மிகவும் பாதித்த ஒன்றாக அமைந்துவிட்டது. அப்போது அவள் இருந்த வீட்டில், மருமகளுடன் அவளுக்குக் கருத்து முரண்பாடு ஏற்பட்டு விட்டது. நான் பெருமளவில் பணம் சம்பாதித்துக் கொண்டி ருப்பதாகவும் அதில் ஒரு பகுதி என் மகளிடம் இருக்கிற தென்றும் அவள் அதைச் செலவு செய்யாமல் இருப்பதாகவும் முணுமுணுப்புகள் தொடங்கியிருந்தன. அதனால், அவளை ஷாகுலின் உறவினர் வீட்டில் விட்டுவிட்டு நான் சென்றேன். தாய்லாந்திலிருந்து திரும்பி வரும்போது தெளிவாக, பாலியல் தொழிலாளர்களுக்கு வரவேற்பு என்பதையெல்லாம் தொலைக் காட்சியில் பார்த்திருக்கிறார்கள். முன்பு, நான் இதைப்பற்றி லேசாகக் கோடிட்டுக் காட்டியிருந்தேன். என்றாலும், வெளிப் படையான ஒரு அறிவிப்புபோல் இது அமைந்துவிட்டது. பத்திரிகையாளர் கூட்டமெல்லாம் முடிந்து நான் வீட்டிற்கு வரும்போது என் மகள் அதை கைரளி தொலைக்காட்சியில் பார்த்துக்கொண்டிருந்தாள். இதை வீட்டிலுள்ளவர்கள் அறிந் தால் எப்படி நடந்து கொள்வார்கள் என்ற பயம் அவளுக்கிருந்தது.

அங்கிருந்து அவளை அழைத்துக் கொண்டு திரும்பவும் ஸலாமத் நகருக்குப் போனேன். உடல்நிலை சரியில்லாமலான பிறகு, எப்போதாவது ஒருதடவை யாரையாவது பார்ப்பதைத் தவிர, திரும்பி இதுவரை ஊருக்குச் சென்றதில்லை. ஸலாமத் நகரில் தொலைக்காட்சிப் பெட்டி கிடையாது, பாலியல் தொழிலாளி என்றெல்லாம் சொல்வதை அவ்வளவு எளிதாக அவர்கள் புரிந்திருக்க மாட்டார்கள் என்ற தைரியமிருந்தது. அங்கே போனபிறகு, பிரச்சினைகள் வேறுமாதிரி இருந்தன. முதலில் சகோதரியாகப் பார்த்தவர்கள் மெதுவாக மெதுவாகக் காதலுடன் பார்க்கத் தொடங்கினார்கள். மகளை எங்காவது விட்டுவிட்டுத் தொழிலுக்குச் செல்வதென்பது முடியாத விஷய மாகிவிட்டது. பாலியல் தொழிலும் அமைப்புசார்ந்த சிறுசிறு வேலைகளும் நின்றுபோயின. எங்குமே நிற்கமுடியாத ஒரு சிக்கலேற்பட்டது. அப்போது எனக்கு திடீரென்று, ஸீனத்தின் திருமணத்தை நடத்திவைத்துவிடலாமே என்று தோன்றியது. பொருளாதார நிலை மோசமாகவே இருந்தது. என்றாலும் முஸ்லிம் என்ற நிலையில் அவளைத் திருமணம் செய்துகொள்ள யாராவது முன்வருவார்கள் என்றுதான் நினைத்திருந்தேன்.

அப்படியாக ஸலாமத் நகரிலிருக்கும்போது மாலத்தீவி லிருந்து ஸீனத்துக்கு ஒரு மாப்பிள்ளைத் தரம் வந்தது. இதில் நாங்கள் சரியாக வஞ்சிக்கப்பட்டோம். பாஸ்போர்ட்டைத் தவிர அங்கிருந்து கிடைத்த ஜமாஅத் சான்றிதழும் இவனிடமி

ருந்தது. அதில் இவனுக்குப் பத்துவயது குறைத்து எழுதப்பட்டிருந்தது. அமைப்புச் செயல்பாடுகளும் தொழிலும் பிரச்சினைக்குள்ளான இந்த நிலைமையில் இனி வேறு மாப்பிள்ளை தேடுவதென்பது நடக்காத விஷயம் என்ற பயத்தில் அந்தத் திருமணத்தை நடத்திவைத்தேன்.

அவள் மனது ஷாகுலைத்தான் வாப்பாவின் இடத்தில் வைத்துப்பார்த்தது. இதை வெளிப்படையாக அவள் காட்டிக் கொள்வதில்லை என்றாலும், வாப்பா கிடையாது, கை விட்டு விட்டுப் போய்விட்டார் என்றெல்லாம் சொல்வதற்கு எனக்கும் விருப்பமில்லை. ஆனால், பல இடங்களிலிருந்தும் 'வாப்பா இல்லையா?' என்ற கேள்வி வந்திருக்கிறது. அவளுக்கு நான் மட்டும்தான். இதை ஏற்றுக் கொள்ள முடியுமென்றால் பேசுவோம் என்று நான் சொன்னபோது பல திருமண ஆலோசனைகள் நடக்காமல் போயிருக்கின்றன. மாலத்தீவு மாப்பிளைக்குத் திருமணம் செய்து கொடுக்க நான் சம்மதித்தற்கு முக்கியக் காரணமும் இதுதான். பாலியல் தொழிலாளி என்பதைவிட வாப்பா இல்லை என்ற விஷயம் ஸீனத்தின் திருமணத்திற்குப் பெரிய தடையாக இருந்தது. இந்த மாலத்தீவுக்காரனும் நிச்சயதார்த்தம் முடிந்த பிறகு முரண்டு செய்தான். நிச்சயதார்த்தம் முதல் [1]மைலாஞ்சி அணிவதுவரை நான் தனியாளாகவே நின்று செய்தேன். நிக்காஹ் நடக்கும் வேளையில் மணப்பெண்ணின் அப்பா இல்லையென்றால் [2]ஒலிவாங்கி நிக்காஹ் நடத்தலாம் என்று இருக்கிறது. நான் அப்படியே செய்வோம் என்றபோது அங்கிருந்தவர்களுக்கு வருத்தமாக இருந்தது. வாப்பா இங்கேதான் எங்கேயாவது இருப்பார். உடனே அழைத்துக்கொண்டு வரவேண்டும் என்றார்கள். நான், எனது கருத்தை என் மகள் மீது வலுக்கட்டாயப் படுத்தித் திணிக்கிறேனோ என்ற சந்தேகம் எனக்குள் உருவானது. வீடியோ எல்லாம் ஏற்பாடு செய்து, நல்ல விமரிசையாக நடக்கவிருக்கும் திருமணம். வாப்பா இல்லையென்ற குறையை அவள் வெளிப்படையாகக் காட்டிக் கொள்ளவில்லை என்றாலும், அவளுடைய மனதில் அந்தக் குறையிருப்பதாகவே எனக்குத் தோன்றியது. அப்படியாகத் திருமணத்திற்கு முந்திய நாள், சரியாகச் சொல்வதானால் வலைபோட்டுத் தேடி, வாப்பா பிடித்துக் கொண்டுவரப்பட்டார். திரைப்படங்களில் பார்ப்பதுபோல் திருமணத்திற்கு முந்திய நாளிரவு மைலாஞ்சி நிகழ்ச்சியின்போது வாப்பாவின் நண்பர்கள் வாப்பாவைத் தேடிப்பிடித்து இரவோடிரவாகக் கொண்டுவந்தார்கள்.

---

1 கைகளில் மருதாணி வைக்கும் சடங்கு
2 மணப்பெண்ணின் தந்தையின் சகோதரியின் ஒப்புதல்

ஒரு வருடம்வரை ஸீனத் மாலத்தீவிலேயே இருந்தாள். அவ்வப்போது இங்கு வந்தும் போய்க்கொண்டும்தானிருப்பாள் என்று நான் நினைத்திருந்தேன். அமைப்புப் பணிகள் சார்ந்து அப்போது நான் அடிக்கடி மேடையேறி மிகத் தீவிரமாகச் செயல்பட்டுக் கொண்டிருந்தேன்.

ஒரு வருடத்தில் எனது எதிர்பார்ப்புகளையெல்லாம் தகிடம் மறிப்பதுபோல் என் மகள் கணவனை விட்டுவிட்டு என்னிடம் வந்து சேர்ந்தாள். அவனுக்கு அங்கே இரண்டு மாடி வீடு ஒன்றிருந்தது. கீழ்ப்பகுதியில் சொந்தமாக ஒரு பேக்கரியும் வைத்திருந்தான். அந்த பேக்கரியில் ஒரு பெண் விற்பனையாளர்தான் அவனுக்குத் தேவை. வயிறாரச் சாப்பிட முடியாமலும் ஒரு நிமிடம் ஓய்வில்லாமலும் கடையில் நிற்க வேண்டும். மாலத்தீவைப் பொறுத்தவரை அங்கு ஆண்களை விட பெண்களுக்குத்தான் மதிப்பும் அந்தஸ்தும் அதிகம். ஆனால் இவனது குடும்பத்தினர் கேரளத்திலிருந்து அங்கே சென்றவர்கள் என்பதால், இதற்கு மாறாக இருந்தது பெண்கள் குறித்த இவர்களது சிந்தனை. ஸீனத்தின் கணவன் சுயபாலின்ப இச்சையில் நாட்டம் கொண்டவன் என்பது மற்றொரு பிரச் சினை. எல்லாமாகச் சேர்ந்து ஒரு அடிமையைப்போல் மனைவியை நடத்தியிருக்கிறான். நாட்டிற்கு வரவும் அவளை அனுமதிக்கவில்லை. கடைசியில் ஏதோ காரணங்களைச் சொல்லிவிட்டு ஒரு விதமாக அங்கிருந்துத் தப்பி வந்துவிட்டாள். பிறகு திரும்பிப் போகவில்லை.

அவளது வருகை எனக்கு மிகப்பெரிய இக்கட்டான நிலைமையை உருவாக்கிவிட்டது. செய்தி ஊடகங்களில் மிகத் தீவிரமாகப் பேசப்பட்டுக்கொண்டிருந்த என்னை, யாரென்று தெரிந்திருந்த அந்தக் கட்டத்தில் மக்களை எங்காவது தங்க வைப்பது என்பது மிகச் சிக்கலாக இருந்தது. முதன்முதலில் மைத்ரேயன் இருந்த இடத்திற்குச் சென்றேன். மைத்ரேயனுடன் எப்போதுமே நிறைய ஆட்களிருப்பார்கள். பெரும்பாலான நேரங்களில் உட்காரவும் இடமிருக்காது. அப்படியாக, திரும்ப வும் ஒரு சுற்று சுற்றிவரவேண்டியதாயிற்று. இந்திராவின் வீட்டில், பாலியல் தொழிலாளர்களின் ‘சில்லா’வில், ரேஷ்மா வின் வீட்டில் இப்படியாகக் கொஞ்ச நாட்கள். பிறகு, கொஞ்ச நாட்கள் எனது மருமகளின் வீட்டில்.

இந்த இரண்டாம் கட்டம் மிகவும் சிக்கலான ஒரு கால கட்டமாக இருந்தது. ஒருதடவை கல்யாணம் செய்து கொடுக்கப் பட்டவள். ஆகவே, யாருடன் வேண்டுமானாலும் ஓடிப்போகக் கூடியவள். இந்த ஓடிப்போகக்கூடியவள் என்ற இமேஜ் ஏற்கனவே

இருந்தது. இப்போது அது இன்னும் உறுதியாகப் பேசப்பட்டது. எந்த இடத்திலுமே தொடர்ந்து நிற்க முடியாத நிலைமையிருந்தது.

இதுபோன்ற காரணங்களால் அவளிடம் சில நல்ல மாற்றங்கள் ஏற்பட்டிருந்தன. பொதுநிகழ்வுகளில் பங்கெடுக்கவும் பத்திரிகையாளர்களை எதிர் கொள்ளவுமெல்லாம் அவளுக்குத் தைரியம் வந்தது. ஜெயஸ்ரீ போன்றவர்களுடனான சகவாசம் அவளுக்கு மிகுந்த தன்னம்பிக்கையை அளித்தது. ஏதோ தவறு செய்வதைப் போல் அம்மாவைப் பார்த்துக்கொண்டிருந்தவர்களிலிருந்து வேறுபட்டு, அம்மாவை அங்கீகரிக்கும் ஒரு கூட்டத்துடன் அவளுக்கு நெருக்கமேற்பட்டது. நளினியின் மகள் என்று சொன்னால் நாம் வெறுக்கப்படவில்லை, மாறாக அங்கீகரிக்கப்படுகிறோம் என்பதை அவள் புரிந்து கொண்டாள். மிகுந்த மன தைரியமுள்ளவளாக மாறினாள். முன்பெல்லாம் பிரச்சினையென்று வரும்போது கண்டுகொள்ளாமலிருந்தவள் அவள். கல்கத்தாவிலிருந்து வந்த பாலியல் தொழிலாளர்களுடனான அறிமுகமெல்லாம் அவளுக்கு நல்ல பயிற்சியாக அமைந்தது.

பங்களாதேஷ் காலனி

ஒரு நிகழ்ச்சிக்குப் போயிருந்ததைத் தொடர்ந்து நான் கோழிக்கோட்டில் தங்குவதாக முடிவுசெய்தேன். 2004 முதல் பங்களாதேஷ் காலனியில் சாந்தி நகரில் வசித்து வருகிறேன். தனது சினேகிதி ஒருத்தியுடன் நேரடி விற்பனைக்காக ஒவ்வொரு வீடாக ஏறியிறங்கும் வேலையைச் செய்து வந்தாள் ஸீனத். சிறுவருமானம்தான் கிடைத்து வந்ததென்றாலும் சொந்தக் கால்களில் நிற்கவேண்டுமென்ற நோக்கம் அதிலிருந்தது.

அங்கே ஆட்டோரிக்ஷா டிரைவராக இருந்த சுதீர் என்பவன் இவளை விரும்பியிருக்கிறான். அவனுடைய தரப்பிலிருந்து திருமண ஆலோசனை வந்தது. இந்தியாவிலிருந்து யார் தன்னைத் திருமணம் செய்தாலும் அது சரிப்பட்டுவராது என்பதுதான் ஸீனத்தின் அபிப்ராயம். இந்த யோசனையையும் அவள் முதலில் நிராகரித்து விட்டாள். நான் யாரென்பதெல்லாம் தெரிந்த பிறகும், அவளது முதல் திருமணம் பற்றித் தெரிந்த பிறகும், இந்த யோசனை வந்திருப்பதாக அறிந்தபிறகு இதற்கு ஒப்புக் கொண்டாள். சில்லாவில் வசித்ததுபோல் பங்களாதேஷ் காலனியிலும் பாலியல் தொழிலாளர்களின் பிள்ளைகளுடன்தான் வசித்துவந்தாள். இதுவும் மிகுந்த தைரியத்தை அவளுக்குத் தந்திருந்தது. நளினியின் மகள் என்று சொல்லிக் கொள்வது இங்கும் மனவுறுதியை வளர்த்தெடுக்க

அவளுக்கு உதவியது. ஊரையும் உறவையும் மாற்றிச் சொல்ல வேண்டிய தேவையெதுவும் இங்கு ஏற்படவில்லை.

சில தடைகள் இருந்தபோதும் அதையெல்லாம் கடந்து திருமணம் நடந்தது. என் மனதிற்கு மிகுந்த நிம்மதியும் ஆறுதலும் கிடைத்தன. மருமகன், பி.ஏ படித்தவன். என்னை அங்கீகரித்தும் புரிந்து கொண்டுமிருக்கிறான். திருமணம் முடிந்ததும் அரவாணிகளும், பாலியல் தொழிலாளர்களும், ஓரினச்சேர்க்கையாளர்களும் கலந்து கொண்ட ஒரு பொது நிகழ்ச்சிக்கு மகளுடன் வந்திருந்தான். இது எனக்கு மிகுந்த மகிழ்ச்சியைத் தந்த ஒரு விஷயம்.

திருமணமாகாத பெண்களுக்கு இருக்கும் அதே பிரச்சினைகள், திருமணமாகி கணவனுடன் வாழாத பெண்களுக்கும் இருந்தது. யாரும் தைரியமாகத் தங்களுடன் வைத்துக் கொள்ள முன்வர மாட்டார்கள். அவள் மாலத்தீவிலிருந்து வந்தபிறகு நான் திருவனந்தபுரத்தில் வாடகை வீடு பார்த்து ஒரு வருடம் அங்கே தங்கியிருந்தேன். ஆண்களை எளிதில் வசீகரித்துக் கொள்பவளாகத்தான் கணவனை உதறிவிட்டு வந்த பெண்ணைக் கருதுகிறார்கள். வீட்டில் அவளைத் தனியே விட்டுப்போவதிலும் பிரச்சினையிருந்தது. சரியாகச் சொன்னால், கோழிக்கோட்டிற்கு நாங்கள் வீடு மாறுவதற்கான காரணமும் இதுதான். அதுகூட நல்லதுதான். நல்ல ஒரு மணமகன் கிடைத்தானே! இதுவரை எந்தப் பிரச்சினைகளுமில்லை. இந்தவரைக்கும்தானே சொல்லவும் முடியும்?

○

திருவனந்தபுரத்தைச் சேர்ந்தவர்களுக்குப் பூந்துறை, பீமாபள்ளி ஆகிய இடங்களைப் பற்றி மோசமான எண்ணங்கள் இருக்கும். பீமாபள்ளிக்காரர்களும் பூந்துறைக்காரர்களுக்கு மிடையில் பயங்கர வெட்டும் குத்தும் கலவரமும் நடந்ததுண்டு. அங்கே நான் வசித்ததை வைத்துப் பார்க்கும்போது அங்குள்ள மனிதர்கள் மற்ற பகுதியிலுள்ளவர்களைவிடவும் நல்லவர்கள் என்பதுதான் எனது அனுபவம். இதே நிலைமைதான் பங்களாதேஷ் காலனியிலும். பங்களாதேஷ் காலனி என்று சொன்னால், அங்கே உள்ளவர்களுக்கு நல்ல இடத்தில் வேலைகிடைக்காது. அவர்களிடம் யாரும் நல்லதுபோல் நடந்து கொள்ள மாட்டார்கள். அங்கே வசித்து வருவதாகச் சொல்பவர்களை, எங்களைப் பார்த்துச் சொல்வதைப் போல், "சரி, இது வெளங்காத கேசு" என்று சொல்லி விடுவார்கள். ஆனால், இங்கே தங்கியிருப்பது போன்ற பாதுகாப்பான இடம் வேறு எங்குமிருந்ததாக

எனக்குத் தோன்றவில்லை. 'விளங்காத கேஸ்' என்ற எண்ணத்துடன் வெளியிலிருப்பவர்கள் உள்ளே வரமுடியாத காரணத்தால் இங்கேயுள்ளவர்கள் பரஸ்பரம் உதவும் மனோபாவத்துடனும் நட்புடனும் வாழமுடிகிறது.

பங்களாதேஷ் காலனியில் ஒரு வருடத்திற்கு மதிய உணவு வினியோகிக்க இப்போது மதுவிலக்கு பிரச்சாரக்குழு முன்வந்திருக்கிறது. அவர்களுடன் எனக்கு எப்போதுமே தகராறுதான். காரணம் என்ன தெரியுமா? பங்களாதேஷ் காலனியில் யாரும் சாராயம் வடிப்பதில்லையென்பது எனக்கு நன்றாகத் தெரியும். இங்கே இரண்டு விதமான மது வியாபாரம் நடக்கிறது. ஒன்று, மொத்த விலைக்கு, பில்போட்டு, இரண்டு பாட்டில் மதுவை வாங்கி அதைச் சில்லறைக்கு விற்பது. பாட்டில் ஒன்றுக்கு இதில் ஐம்பது ரூபாய் லாபம் கிடைக்கும். இதை வைத்து ஒரு சிறு குடும்பம் வாழ்ந்து விட முடியும். சிலர் இரண்டு பாட்டில்வரை விற்பனை செய்வதுண்டு. இரண்டாவது, மங்கலாபுரத்திலிருந்து மிலிட்டரி ரம் என்ற பெயரில் கிடைக்கும் போலி மதுவைக் கொண்டு வந்து விற்பனை செய்வது. இப்படிப் பட்ட ஒரு பகுதியில்தான் மதுவிலக்குப் பிரச்சாரக் குழுவினர் வருகை தந்து சொற்பொழிவுகளும் எதிர்ப்பு நடவடிக்கைகளும் மேற்கொள்கிறார்கள். இங்கு என்ன விலக்கு வேண்டியிருக்கிறது? அதைச் செய்ய வேண்டியது மொத்தக் கடைகளின் எதிரில் அல்லவா? பார்கள் நடத்துவதற்கான உரிமங்களை ரத்து செய்வதுதானே? அதிகம் போனால் நான்கு பாட்டில் வியாபாரம் நடக்கும் இடத்தில் வந்து மதுவிலக்கைப் பிரச்சாரம் செய்து என்ன ஆகப்போகிறது? பக்கத்திலுள்ள வி.ஐ.பி.க்கள் ஏரியாவில் இதே சரக்கை அவர்கள் பரிமாறிக் கொண்டதை நான் ஒரு திருமணத்திற்குச் சென்றபோது பார்த்திருக்கிறேன்.

மதிய உணவு வினியோகத்தில், அரசாங்கமும் மதுவிலக்குப் பிரச்சாரக்குழுவும் இணைந்து இதற்கான செலவுகளை மேற்கொள்வதாக முடிவு செய்திருக்கிறார்கள். ஒருநாள், கஞ்சி வாங்கப்போன எனது சம்பந்தி, நான்கு பேருக்குக் கஞ்சி வேண்டும் என்று கேட்டிருக்கிறாள். அதில் ஒரு ஆள் நான். நளினிக்குக் கஞ்சி தரமுடியாது. நளினி இந்த ஊர்க்காரி அல்ல, என்று பதில் சொல்லியிருக்கிறார்கள். திருச்சூர்க்காரியான நான் ஒரு அகதியாகவா இங்கே வந்து தங்கியிருக்கிறேன்? எனக்குக் கஞ்சி தரமுடியாதென்று சொல்லும் அரசாங்கம் எந்த நாட்டைச் சார்ந்த அரசாங்கம்?

இதுமட்டுமல்ல, பல்வேறு ஒழுங்கு நடவடிக்கைகள்: வரிசையாகவே வரவேண்டும்; குழந்தைகளாக இருந்தாலும் சரி, முன்னால் வரக்கூடாது, என்றெல்லாம். ஊற்றுவது,

பிச்சைக் கஞ்சி. இதில் ராணுவ ஒழுங்குகள் வேறு. அப்புறம், கஞ்சிவாங்கும் வீடுகள் என்று இலக்கமிட்டு குறிப்பெழுதி ஒட்டியுமிருக்கிறார்கள். கஞ்சி வாங்குவதற்கு ஒரு ஐ.டி. கார்டு மிருக்கிறது. அதைக் கொண்டுபோய்தான் வாங்கவேண்டும். சரி, கஞ்சியை யாராவது தேவையில்லாமல் வாங்குவார்களா? தொட்டுக் கொள்ள சுண்டலும் பெரும் பயறும். சிறுபயறல்ல (இதில் வைட்டமின் இருக்கிறதே!) மற்றவர்கள் வாங்கவிரும்பாத பெரும்பயறையும் இங்கே வேகவைத்துக் கொடுக்கிறார்கள்.

வேடிக்கை இதுவல்ல. எனக்குக் கஞ்சி ஊற்றமாட்டேன் என்று சொன்னவர்கள், முதல்நாள் மதுவிலக்குப் பிரச்சாரக் குழுவின் கூட்டம் நடந்தபோது அதை ஒளிப்பதிவு செய்ததற்காக எனக்கு இரண்டு பருப்பு வடையும் சம்மந்தியும் தந்து "மேடம், சாப்பிடுங்கோ" என்று சொன்னவர்கள்தான்.

இதற்குப் பதிலாக சோறு போட நம்மால் இயலுமாக இருக்கலாம். ஆனால், அப்படி திருப்பிச் செய்வதுகூட ஒருவித கேலித்தனம்தான். அவன் பசுவைக் கொன்றால் நான் குட்டியைக் கொல்வேன் என்பதுபோல். இவ்வளவு மோசமான நிலைமை இல்லையென்றால், சுயமரியாதையின் காரணமாக எப்போதோ இந்த மக்கள் கஞ்சித் தொட்டியைக் கவிழ்த்துப் போட்டிருப்பார்கள். நூற்றுக்கும் அதிகமான பேர்களுக்குக் கொடுத்து வந்த இந்தக் கஞ்சி இப்போது வரிசையிலிருந்து விலகினான், பாத்திரத்தை ஒழுங்காகப் பிடிக்கவில்லை என்றெல்லாம் சொல்லி சுமார் முப்பது பேருக்கு மட்டும்தான் என்று சுருங்கிப் போய்விட்டது.

இப்படி பிச்சையெடுக்க வைப்பவர்கள், இதைவிட பாலியல் தொழில் மோசமானது என்று சொல்வதுதான் ஆச்சரியமானது. வேலை தருவதாகச் சொல்கிறார்கள். என்ன வேலை தருவார்கள் எங்களுக்கு? கல்வியும் ஆரோக்கியமுமுள்ள ஆட்கள் வரிசையாக வந்து நிற்கும்போது வேலைதர முடியாதவர்கள்தான் எங்களுக்கு வேலை தருவதாக உறுதி தருகிறார்கள்.

பாலியல் தொழிலாளர்களுக்கு வீட்டுவசதி செய்து தருவதாகச் சொல்லி இது போன்ற ஒரு இடத்தில் கொண்டு போய்ப் போடுவார்கள், அவர்கள் ஊற்றித் தருவதை வாங்கிக் குடிப்பதற்காக. பிச்சைக்காரர்களுக்கும் இவர்கள் செய்திருக்கிறார்களே? ஆண்கள், பெண்கள், குழந்தைகள் எல்லோருக்குமாக நீளமாக, காற்றடித்தாலே மழை நனையும்விதமாக ஒரு ஷெட் கட்டித் தருவார்கள். இதுபோன்ற ஒரு ஷெட்டைக் குருவாயூரில் கட்டினார்கள். அங்கே நான் ஒரு தடவை போயிருந்தேன். எல்லாவிதமான தொத்துவியாதி பிடித்தவர்களையும் சேர்த்து அடைப்பதை என்மொழியில் 'நாய்க் கூண்டிலடைக்க முயற்சி செய்கிறார்கள்' என்றுதான் சொல்வேன்.

இருப்பிடமில்லாதவர்கள், குடிசைகட்டித் தங்கியிருந்ததைத் தொடர்ந்துதான் பங்களாதேஷ் காலனியாக இது உருவெடுத்தது. எந்தவிதமான வருமானமுமில்லாதவர்கள் இவர்கள். பிறகு டவுனிலிருந்து பாலியல் தொழிலாளர்களைச் சிலர் அழைத்து வந்து இங்கே தங்க வைத்தார்கள். இவர்கள் இரவில் தொழிலுக்குச் செல்லும்போது மற்றவர்கள் குழந்தைகளைக் கவனித்துக் கொள்வதும், துணிதுவைத்துக் கொடுப்பதும் படுத்துக் கொள்ள இடம் கொடுப்பதுமென்று அவர்களைக் கவனித்துக் கொண்டார்கள். இப்படியாக இங்கே இரண்டு பிரிவினர்கள் உருவானார்கள். ஏற்கனவே இருந்தவர்கள், வந்து சேர்ந்தவர்கள் என. பிறகு பாலியல் தொழிலாளர்களும் வீடுகட்டிக் கொண்டார்கள். விலைக்கு வாங்கியவர்கள் அபூர்வமாகவே இருந்தனர். அப்படி இது ஒரு காலனியாக மாறியது. இங்கே போதை மருந்து சமீப காலத்தில்தான் வந்தது. டவுனில் வைத்து விற்கமுடியாத நிலையேற்பட்டால் இங்கே உள்ள வீடுகளில் வைத்து விற்பனை நடக்கும் என்ற நிலை. இதன் காரணமாக ஒரு ஐந்தோ எட்டோ பேர்கள் பணக்காரர்கள் ஆனார்கள். மற்றவர்களிடம் ஏழ்மை நிலையே தொடர்ந்திருந்தது. ஆண்டான் அடிமை மனோபாவமும் அதிகாரத் தோரணையும் இங்கே புகுந்து கொண்டது. பங்களாதேஷ் இரண்டு பிரிவாக மாறியது இப்படித்தான். போதை மருந்தில் எதையோ கலந்ததால் ஒரே வருடத்தில் பதினேழு பேர்கள் இறந்து போனபிறகு இந்த இரு பிரிவினர்களுக்கிடையிலான விரோதம் அதிகரித்தது. காலனியின் தெற்குப்பகுதியில் அதிகம் வெளியே தெரியாமல் விற்பனை நடந்து வந்தது. நான் காலனிக்குச் செல்லும்போது வடக்குப் பகுதியில் ஆட்கள் வரிசையாக நின்று வாங்கும் நிலைமை இருந்தது. இதில் பொறாமையும் புகுந்து கொண்டபோது ஒரு பிரிவினரைக் கைக்குள் போட்டுக் கொண்ட அரசியல்வாதிகள் மறு பிரிவினரைத் தாக்கினார்கள். சில வீடுகள் தகர்த்தெறியப்பட்டன, உண்மையைச் சொல்வதானால் இது, எல்லா அரசியல்வாதிகளும் சேர்ந்து நடத்திய ஒரு விளையாட்டு. இதற்குப் பின்னணியில் மிகப்பெரிய போதை மருந்துக் கும்பல் ஒன்று இருந்தது. இதற்கான காரணம், இந்தச் சிறு வியாபாரிகள் அபிவிருத்தியடைந்த பிறகு வெளியே சென்று இவர்களே மருந்தைக் கடத்தி வரத்தொடங்கினார்கள். இந்த மூன்றோ நான்கோ குடும்பங்களை அடக்கி வைக்க வேண்டிய தேவையும் அவர்களுக்கிருந்தது.

இதைத் தொடர்ந்து விஷுவல் மீடியாகாரர்கள் வீடுகளில் அத்துமீறி நுழைந்து ஒளிப்பதிவு செய்தனர். இவர்களுக்கு இதற்கான உரிமையை யார் கொடுத்தது? போதை மருந்துக் கெதிரான தகவல் என்ற பெயரில் பாலியல் தொழிலாளியான

சரோஜினியின் வீட்டில் அவர்கள் நடந்து கொண்ட அத்துமீறல் காட்டுத்தனமானது. வயதுக்கு வந்த நான்கு பெண்களிருக்கும் வீடு அது. அந்த வீட்டில்தான் பல ஆண்கள் காமிராவுடன் அடாவடித்தனமாக நுழைந்தார்கள். குளியலறைக்குள்ளும் புகுந்தனர். யாராவது அங்கே குளித்துக் கொண்டு இருக்கக்கூடு மென்று கூட அவர்களுக்குத் தோன்றவில்லை. அப்போதுதான் அவர்கள் கல்லெறிந்து தாக்கப்பட்டார்கள். சுயமரியாதையுள்ள யார்தான் இதைச் செய்ய மாட்டார்கள்? தங்கள் சகோதரிகளின் மீதான அக்கறையின் காரணமாகவே அவர்கள் இப்படிச் செய்தார்கள். போலீஸ், காவல் நாய்கள். அவர்கள்மீதும் கல்லெறிந்தார்கள். அந்த இளைஞர்களைப் போலீஸ் பயங்கர மாகத் தாக்கியது.

❖

அத்தியாயம் 5

ஏ.கே. கோபாலனுக்கு இளநீர் கொடுத்தவள்

எனது பெரியப்பாவின் மகனை ஒரு காங்கிரஸ்காரன் துப்பாக்கியால் சுட்டுவிட்டான். இதற்கு ஆறுதல் தெரிவிப்பதற்காக ஏ.கே. ஜி.யும் சுசீலா கோபாலனும் வீட்டிற்கு வந்திருந்தார்கள். அவர்களுக்கு இளநீர் கொடுக்க என்னை அனுப்பி வைத்தார்கள். அவர்கள் இரண்டு பேர்களும் மரச்செயர் ஒன்றில் அடுத்தடுத்து அமர்ந்திருந்தார்கள். அப்போதெல்லாம் வீடுகளில் பொதுவாக மண்ணெண்ணெய் விளக்குகள்தானிருக்கும். அப்போது அங்கே குத்துவிளக்கேற்றி வைக்கப்பட்டிருந்ததால் வெளிச்சமிருந்தது. பெரியப்பாவின் வீடு தாழ்வாக அமைந்திருக்கும் பழைய நாலு கட்டு வீடு. ஏ.கே. ஜி., கைநீட்டி இளநீரை வாங்கிய காட்சி, சுசீலா கோபாலனின் சிவந்த, களையான, அழகிய முகம் எல்லாமே என் மனதில் இப்போதும் சித்திரம்போல் பதிந்து கிடக்கின்றன. அவர் அப்போது கறுப்பா பிரௌனா என்று பிரித்துச் சொல்லமுடியாத [1] செட்டுமுண்டு உடுத்தியிருந்தார். செட்டுமுண்டை ஒற்றை வேட்டிபோல் மடித்து மார்பில் போட்டு, தலைமுடியில் சிவப்புப் பட்டும் கட்டி, [2] உண்ணியார்ச்சைக் கட்டுபோல் முடியை ஒருபுறம் குலைத்துப் போட்டு என்னை அலங்காரம் செய்து இளநீர் கொடுக்க அனுப்பினார்கள். இதை நீண்டகாலம் எனக்கான இமேஜாக மனதில் கொண்டு நடந்தேன். ஏ.கே.ஜி.க்கெல்லாம் இளநீர் கொடுப்பவள் நான் என்ற பெருமை.

---

[1] ஜரிகையிட்ட, கேரளக் கலாசார ஆடை.

[2] வடக்கன் வீரகதையின் பெண் கதாபாத்திரம்

அந்தக் காலகட்டத்தில் என்னையறியாமலேயே நான் ஒரு போராட்டத்துக்குத் தலைவியாகவும் மாறினேன். வேலைக்குச் செல்லும்போது முதலில் இரண்டு ரூபாய்தான் கூலி கிடைத்தது. இரண்டரை ரூபாய் கூலி தரவேண்டுமென்று நான் கேட்டேன். இரண்டரை ரூபாய் கூலி தரவில்லையென்றால் நாங்கள் வேலைக்கு வரமாட்டோம் என்று சொன்னேன். நீங்கள் வரவே வேண்டாம். நாளை முதல் உங்கள் யாருக்குமே இங்கே வேலை கிடையாது என்றார் அவர். நான் நினைத்தது, உண்மையில் எங்களுக்கு மறுநாளிலிருந்து அங்கே வேலையில்லை என்றுதான். காலையில் பெண்கள் எல்லோரும் கூடையுடன் எங்கள் வீட்டுக்கு முன் வந்துவிட்டார்கள். நமக்கெல்லாம் வேலையில்லையாம் என்று நான் அவர்களிடம் சொன்னேன்.

அது பெரிய புரட்சியாக மாறிவிட்டது. ஆண்கள் எல்லோரும் வேலைக்குப் போய்விட்டார்கள். எனது டீமிலுள்ள பெண்களுக்கு வேலையில்லை. நான் அரசியல்வாதியின் மகளென்பதால் சொன்னபடி செய்துவிட்டதாகவே அவர்கள் நினைத்துக் கொண்டார்கள். எனக்கு அரசியல் எதுவும் தெரியாது. ஆனால் சொன்னபடி நடக்கவேண்டும் என்ற எண்ணம் மட்டும் அடிமனதிலிருந்தது. அப்படியாகக் கொஞ்ச நாட்கள் எல்லோரும் என்னை ஒரு தலைவியாக நினைத்துக்கொண்டிருந்தார்கள்.

இதற்கு முந்திய ஒரு சித்திரம் மனதில் தெளிவாகப் பதிந்துகிடந்தது. பதினொன்றாவது வயதில் உபரி நிலங்களைக் கைப்பற்றும் போராட்டத்தில் கலந்துகொள்ள நானும் போயிருந்தேன். "நிலம் கொடு, நிலம் கொடு, நெல்லும் கிழங்கும் பயிர் செய்ய நிலம்கொடு" என்றெல்லாம் கோஷமிடும் போராட்டம். கூட்டத்தில் கொடிபிடித்து, கோஷமிட்டு நான் நடக்கும்போது நாமும் கவனிக்கப்படுகிறோம் என்ற எண்ணமிருந்தது. ஒரு வீரதீரப்பெண்மணி என்பதுபோல். ஆட்கள் ரோட்டோரமாக நின்று என்னைக் கவனித்துப் பார்க்கும்போது நான் உரத்த குரலில் கோஷமெழுப்பினேன். அவர்கள் கவனித்தது என் உடலை என்ற விஷயத்தை மெதுவாகத்தான் புரிந்து கொண்டேன். எனக்குப் பதினொரு வயதுதானென்றாலும் அப்போது பதினான்கு வயதுக்கான உடல் புஷ்டியும் வனப்புமிருந்தன. கால் மூட்டுவரையுள்ள பாவாடையும் சிறு ஜாக்கெட்டும்தான் உடை. பிற்காலத்தில் சில்க் ஸ்மிதாவினுடைய உடை இது. அப்போதெல்லாம் உடைகள் இவ்வளவுதானிருக்கும்.

எங்களுடன் போராட்டத்திற்கு வந்திருந்தாள் வயதான ஒரு கிழவி. அவள் எங்கள் வீட்டிற்கு வரும்போது மண்தரையில் குழிதோண்டி அதில் இலை வைத்துக் கஞ்சி ஊற்றிக் கொடுப்பது வழக்கம். கஞ்சியை அதிலிருந்தெடுத்துக் குடிக்கும்போது இலை

யின் தண்டுப் பகுதி கிழிந்துவிடும். முற்றத்தில் வைத்துக் கொடுப்பதால்தானே இப்படியாகிறது. திண்ணையில் வைத்துக் கொடுக்கலாமே என்று நான் சொல்வேன். அப்பா இதற்கு ஒப்புக்கொள்வதில்லை. அப்பா, கம்யூனிஸ்ட் கட்சிக்காரரும் ஸ்ரீநாராயண குருவின் பக்தருமாக இருந்தார் என்பதையும் நான் இங்கே குறிப்பிடவேண்டும்.

அம்மா

அம்மா இறந்துபோய் இப்போது பதினான்கு வருடங்களாகிறது. அதற்கும் பலவருடங்களுக்கு முன்பிருந்தே நான் அம்மாவைப் பார்க்க முடியாமலாகிவிட்டது. வேலை போனதுடன் அம்மாவுக்கு எல்லா அதிகாரங்களும் பறிபோய்விட்டன. அப்பாவும் அண்ணனும்தான் பிறகு எல்லாவற்றையுமே முடிவு செய்தார்கள்.

என் நினைவிலிருந்த அம்மா செட்டுமுண்டு உடுத்தி, சந்தனத் திலகமணிந்து, நீண்ட தலைமுடியைக் குலைத்துப் போட்டு முடிந்து, நல்ல அழகாக இருப்பாள். கஷ்ட காலம் தொடங்கிய பிறகு அம்மா அழுவதை நான் பலமுறை பார்த்திருக்கிறேன். அப்பாவுக்குக் கோபம் வந்தால் அம்மாவை அடிப்பார். அப்போதும் அம்மா அழுவாள். பெரியம்மா வந்து அம்மாவைத் திட்டும்போது அப்பா பெரியம்மாவின் பக்கம் நின்றுதான் நியாயம் பேசுவார். இப்போதுதான் எனக்குத் தோன்றுகிறது, பெரியம்மா, அப்பாவைப் பெரிய அளவில் கைவசப்படுத்தியிருக்கக் கூடும் என்று. ஒன்று, அண்ணனின் மனைவி என்ற மரியாதையின் காரணமாக இருக்கலாம். பெரியம்மா மிகவும் கவர்ச்சியாக இருப்பாள். இந்த அடிப்படையிலான கைவசப் படுத்தலாகவும் இருக்கலாம்.

சுப்ரமணியனின் மூத்த மகனைப் பிரசவிக்கும்போது அம்மா, அப்பாவுக்குத் தெரியாமல் வந்து எனக்குப் பிரசவக் கவனிப்புகளைச் செய்திருக்கிறாள். அப்போது அம்மாவுக்குச் சிறு வருமானமுமிருந்தது. மில் வேலைக்குப் போகும் சிறுவயதினர்களுக்குக் கற்றுக்கொடுக்கும் தற்காலிக வேலை. வாரத்தில் மூன்று அல்லது நான்கு நாட்கள்தான் வேலையிருக்கும். வேலைக்குப் போவதாகச் சொல்லிவிட்டு வந்து என்னைக் கவனிப்பாள்.

பாலியல் தொழிலாளியான பிறகும் அம்மாவைப் பார்க்க யாருக்கும் தெரியாமல் நான் போவதுண்டு. நான் கொடுக்கும் பணத்தை அப்போதெல்லாம் அம்மா வாங்கிக் கொள்ளவே

மாட்டாள். இந்தத் தொழில்செய்து கிடைக்கும் வருமானம் மிகப்பெரிய பாவகாரியமென்று அம்மா கருதியிருந்தாள். ஒரு தடவை நான் போட்டிருந்த கழுத்து மாலையைக் கண்டதும், இது தங்கம்தானா? என்று கேட்டாள். இல்லை கவரிங்தான், என்று சொன்னதும் கிடைக்கும் பணத்தை ஏதாவது உருப்படிகள் வாங்குவதற்குப் பயன்படுத்து, நாளை அது உன் பிள்ளைகளுக்குப் பயன்படும் என்று உபதேசித்தாள். என் பிள்ளைகளுக்கு நான் யாருக்கும் தெரியாமல் பணம் கொடுப்பதை யறிந்தபோது அவர்களுக்குச் செலவுக்குத் தேவையான பணத்தை மட்டும் கொடுத்துவிட்டு மீதியிருப்பதைச் சேமித்து வை. பிள்ளைகள் நாளை உன்னைக் கவனிக்கமாட்டார்கள் என்றெல்லாம் சொல்வாள்.

பிறகு, இப்படி யாருக்கும் தெரியாமல் பார்ப்பது கூட நின்று போனது அண்ணனின் கல்யாணம் என் கல்யாணத்திற்கு முன்பே நடந்தது. அண்ணன் மனைவி அதிகாரத்திற்கு வந்த பிறகு அம்மாவை வீட்டிலிருந்து வெளியே வர விடுவதில்லை. அப்படியே விடுவதானாலும் அண்ணனின் மகளையும் கூடவே அனுப்புவாள். என்னுடன் அம்மா தொடர்பு வைத்திருக்கிறாளா என்பதைக் கண்காணிப்பதற்காக! இதனால் அம்மாவை நான் பார்க்கவே முடியாமலாகி விட்டது. இறந்த பிறகும் கூட அம்மாவின் முகத்தைப் பார்க்க முடியவில்லை.

o

இருபத்தொரு வயதிற்குப் பிறகுதான் நான் முதன் முதலாகப் புகைப்படமெடுத்துக்கொண்டேன். செட்டுமுண்டும் அணிந்து எடுத்த புகைப்படம். அதைப் பார்க்கும்போது என் அம்மாவைப் பார்ப்பதுபோலவே எனக்குத் தோன்றியது. இது நான்தான் என்று எனக்குத் தோன்றவே இல்லை. கறுப்பு ஜாக்கெட் அணிந்து செட்டுமுண்டுடுத்திய அம்மாவின் புகைப்படத்தைப் பெரிதாக்கி வைத்திருந்தேன். நான் சிவப்புக் கலரில் ஜாக்கெட் போட்டு செந்தூரப் பொட்டும் வைத்து புகைப்படமெடுத்துக்கொண்டேன். ஆனால் படத்தில் இரண்டுமே கறுப்பாகத் தெரிந்தது.

புகைப்படம் எடுப்பதற்காகத்தான் அம்மா பொட்டு வைத்துக்கொண்டாள். சாதாரணமாகப் பொட்டு வைத்துக் கொள்ளும் வழக்கமெல்லாம் அம்மாவிடம் கிடையாது. சிறு வயதிலேயே அம்மா ஒன்பது பிள்ளைகளைப் பெற்றாள். அதில் மூன்று இறந்து போயின. மிச்சமிருந்த ஆறுபேரை வளர்த்தினாள். அப்பாவுக்கு வேலையெதுவுமில்லாதபோது

குழந்தைகளுடன் வறுமையையும் கஷ்டங்களையும் சுமந்து அம்மா வாழ்க்கை நடத்தினாள். ஓணத்திற்கோ விசேஷ தினங்களிலோ சந்தனப் பொட்டுவைத்துக்கொள்வதைத் தவிர அம்மா வழக்கமாகப் பொட்டு வைத்துக்கொள்வதில்லை. ஆனால், புகைப்படத்திலிருந்த அம்மா பொட்டு வைத்திருந்தாள். அதனால்தானோ என்னமோ, என்னுடைய புகைப்படத்தைப் பார்த்தபோது எனக்கு அம்மாவின் படத்தைப் பார்ப்பதுபோன்ற உணர்வுதான் இருந்தது.

சத்யனின் மரணம்

நான் முதன்முதலாகப் பார்த்தத் திரைப்படம், காட்டுத் துளசி. பதினாலாவது வயதில், அதைப் பார்த்தபிறகு எனக்கு இரண்டு விதமான சோகங்கள் ஏற்பட்டன. திரைப்படத்திலுள்ள சோகமும் படம்பார்த்து அப்பாவிடமிருந்து அடிவாங்கியதால் ஏற்பட்ட சோகமும். அதிலுள்ள கதாபாத்திரம் ஒரு சோகப் பாட்டு பாடுமல்லவா? 'கங்கை யாறொழுகும் நாட்டில் நின்னொரு கந்தவர்வன் ஈ வழி வந்நு' (கங்கையாறு தவழும் நாட்டிலிருந்தொரு கந்தவர்வன் இவ்வழி வந்தான்) என்று. இந்தப் பாட்டைக் கேட்ட எனக்கு அந்தக் கதாபாத்திரத்தின் மீது பச்சாதாபம் தோன்றியது. அண்ணனிடம் இதைச் சொன்னேன். அப்போது அண்ணன் சொன்னான்: "எடீ, அது நெஜமா இல்லடீ, அப்படி எடுக்கப்பட்டது."

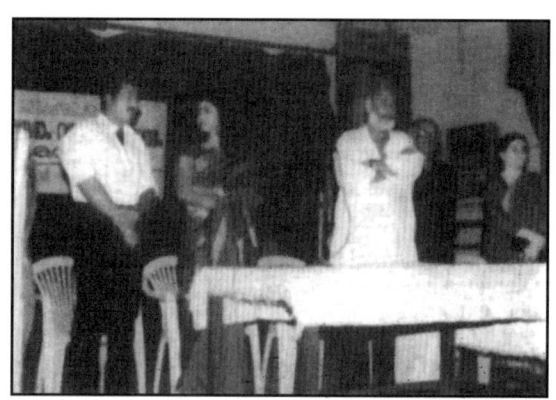

சுஜாதா விவாதத்தின்போது

பையன்கள் செய்யும் எல்லாவற்றையும் செய்யவேண்டுமென்ற ஆர்வம் காரணமாகத்தான் திரைப்படம் பார்க்கவும் சென்றேன். அண்ணன் 'நல்லதங்காள்' படமெல்லாம் பார்த்து

விட்டு வந்து கதை சொல்வான். இதையெல்லாம் கேட்டு சினிமா என்றால் நாடகம் போலிருக்கும் என்றுதான் நான் நினைத்திருந்தேன். எதிரில் உண்மையாக நடந்துகொண்டிருக்கும் ஒரு விஷயம் என்பதாக! சத்யன் இறந்துவிடுவதாக அண்ணன் சொன்னபோது நான் கேட்டேன்! "அப்போ இனி அடுத்த காட்சிக்கு வரமாட்டாரா?" என்று. சத்யன் இறந்து போனால் அதோடு எல்லாம்தான் முடிந்துபோய்விடுமே. அப்போது அண்ணன் சொல்வான்: "எடீ, அடுத்த காட்சி ஒன்பது மணிக்குத் திரும்பியும் நடக்கும்," அதைப் பார்க்கப் போனோம், அப்போது சத்யன் திரும்பவும் இறந்து விடுகிறார். "நீ பயங்கரமான முட்டாளுடீ. இனி உன்னைப் படத்துக்கெல்லாம் கூட்டிட்டுப் போவமாட்டேன்" என்று அண்ணன் சொல்லிவிட்டான். ராத்திரி, யாருக்கும் தெரியாமல் வீட்டின் வடக்குப் புறவாசலைத் திறந்து சினிமா பார்க்கச் சென்றோம். அப்பாவுக்கு இதொன்றும் தெரியாது. ஆனால், வீட்டில் வந்து கதையைச் சொல்லிக் கொண்டிருந்தபோது விவாதமெழுந்தது. அப்பா எழுந்து வந்தார். சிறுசிறு விஷயங்களுக்கும் எங்களுக்குள் சண்டை வரும். ஜெயிக்கவேண்டும் என்ற நிர்பந்தம் எனக்கு அதிகம். பெரும்பாலும் அண்ணன் இதற்கு சம்மதித்தும் விடுவான். ஆனால், அன்று அவன் விட்டுக் கொடுக்கத் தயாராக இல்லை. அப்படியாக திருட்டுத்தனம் வெளிச்சத்துக்கு வந்தது. அப்பாவிடமிருந்து உதையும் கிடைத்தது.

சுஜாதா விவாதத்தின்போது

பிறகு பார்த்த திரைப்படங்களில் எனக்குப் பிடித்தது, மம்முட்டிக்குப் புற்றுநோய் வந்து இயற்கை மருத்துவம் மூலம்

குணமாகும் ஒரு திரைப்படம் 'சுகுர்தம்.' நான், நோயால் பாதிக்கப்பட்டிருந்த சமயம் அது.

டி.வி. சந்திரன் இயக்கிய 'சூசன்னா' திரைப்படத்தைப் பற்றி, ஜுவாலாமுகி ஏற்பாடு செய்து திருச்சூர் சாகித்திய அகாதமி ஹாலில் வைத்து நடந்த விவாதம் மிகுந்த கவனத்தைப் பெற்றது. அந்நிகழ்வில் டி.வி. சந்திரனுக்கும் சூசன்னாவாக நடித்த வாணி விசுவநாதிற்கும் நாங்கள் வரவேற்பும் வெகுமதியும் அளித்தோம். தங்களுக்குக் கிடைத்ததில் மிகவும் பெரிய வெகுமதியாக இந்த வரவேற்பையே தாங்கள் கருதுவதாக அவர் குறிப்பிட்டார். சாராஜோசபும் நாங்களும் திரைப் படத்தைப் பற்றிய எங்களது அபிப்ராயங்களைத் தெரிவித்தோம். சூசன்னாவின் உலகம் சுதந்திரமானது என்பதாக நான் குறிப்பிட்டேன்.

யாருடைய வளையல்

கோயிலில் வைத்து நான் பார்த்த எனக்குப் பிடித்த ஒரு கலை வடிவம் ஓட்டன்துள்ளல். ஒரு துணியைப் பிடித்த படி ஒருவர் பாடுவார். அதற்கேற்ப மற்றொருவர் அபிநயம் செய்வார். அவ்வப்போது கேலியும் செய்வார். இந்தக் கலையைப் பற்றி எனக்குப் பெரிய அளவில் எதுவும் தெரியாதென்றாலும் எதையுமே கேலி செய்வதற்கு இந்தக் கலைவடிவம் பயன்படும் எனும் விஷயத்தை நான் புரிந்து கொண்டேன். எதை வேண்டுமானாலும் சந்தர்ப்பத்திற்கேற்றவாறு எடுத்துச் சொல்லவும் முடியும். சொல்ல முடியாதவற்றையும் எடுத்துச் சொல்ல இயலும் ஒரு கலை என்ற வகையில்தான் இதனுடனான எனது ஆர்வமிருந்தது.

ஆட்களின் எதிரில் வைத்து என்னால் எதுவுமே செய்ய இயலாது. கும்மிப் பாடலிலும் ஓணப்பாடலிலும் ஒரு சுவடு வைத்துக் கூட என்னால் நடனமாடமுடியாது. மேடைகளில் பேசத்தொடங்கிய பிறகு இந்த பயம் ஓரளவு விலகியிருந்தது. என் சிறுவயதில் ஓணவிளையாட்டுகள் தெரியாத சிறுமிகளைக் கேவலமாகக் கருதினார்கள். பள்ளிப்படிப்பு வேண்டாமென்று சொன்ன பெரியம்மாகூட நான் [1]ஓணக்களியும் [2]திருவாதிரைக் களியும் கற்றுக்கொள்ளவேண்டுமென்று நிர்பந்தப்படுத்திச்

---

[1] ஓணவிளையாட்டு
[2] மார்கழிப்பாடல்

சொன்னதுண்டு. இது குடும்பப் பெருமையாகப் பார்க்கப் பட்ட ஒரு விஷயம்.

பாட்டுப் பாடும் விஷயத்திலும் கூட இதே நிலைமைதான் [1]'ரமண'னையெல்லாம் நான் சிறு வயதிலேயே வாசித்திருக் கிறேன். ஆனால் பாடியதில்லை. அப்பா வாசிக்கும் புத்தகங் கள் என்பதற்காகவே நான் [2]'கருண'னும் ரமணனுமெல்லாம் வாசித்தேன். பிறகு, [3]பதினாலு விருத்தம்,' 'இருபத்துநாலு விருத்தம்.' ஒரு அசுரன் கிருஷ்ணனிடம் வந்து தன்னைக் காப்பாற்ற வேண்டுமென்று கேட்கும் ஒரு பகுதி இருபத்துநாலு விருத்ததில் வரும். அதாவது, 'பாணன்டெ வாதில் காத்துக் கொண்டீடுந்ந காலத்தில் பாணங்ஙள் கொண்டென்னை பீடிப்பிச்சிருக்குந்நு' (பாணனின் வாசலைக் காத்துக் கொண்டி ருக்கையில் பாணங்களால் என்னைக் காயப்படுத்தினாய்) என்பதுபோல் வரும். இப்படி இரண்டு மூன்று வரிகள் மனதிற் குள் நிற்பதைத் தவிர அதை, இராகமாகப் பாடத் தெரியாது. ரமணன் விஷயத்திலும்கூட இப்படித்தான். 'மலரணிக் காடுகள் . . .' என்ற பகுதியும், 'கானனச் சாயலில் ஆடு மேய்க் கான். . .' (கானக நிழலில் ஆடுமேய்க்க) என்ற பகுதியுமெல் லாம் மனதிற்குள் குறித்து வைக்கப்பட்ட வரிகள். ஆனால், அதற்கான ஆலாபனைகளுடன் பாடத் தெரியாது.

கருணனில் வாசவதத்தையின் அலங்காரங்களைப் பற்றியும் ஆடைகளின் அசைவுகளைப் பற்றியும் விவரிக்கப்படுவதுதான் மனதிலிருக்கிறது. 'ஓமன கைவள கிலுங்கு மாரொட்டு வீசிச்சும். . .' (அழகிய கை வளையல் கிலுங்க வீசிக்காட்டி) என்பதாக ஒருவரி வருகிறதல்லவா? இதில் வீசிக்காட்டப்பட்ட கை யாருடையது? தோழியின் கையா, இல்லை நாயகியின் கையா? எனும் சந்தேகம் எனக்கு இதுவரை தீரவில்லை. இதையெழுதிய ஆளுக்கு ஒண்ணுமே தெரியாது போலிருக்கிறது என்றெல்லாம் தோன்றியதுண்டு. வீசும்போது வளையல் குலுங்குமா? அவ் வளவுக்கு மெலிதானதாகவா அந்த வளையல் இருக்கும்?

நளினி, ஜமீலா

வயது ஒன்பதிற்கும் பதின்மூன்றுக்குமிடையில்தான் நான் தெய்வ நம்பிக்கையற்றவளாக மாறினேன். அம்மாவின்

---

[1] சங்கம்புழாவின் காவிய நாடகம்

[2] குமாரனாசானின் காவியப் படைப்பு

[3] செய்யுள் பாடல்கள்

வேலை பறிபோன பிறகு அது திரும்பக் கிடைப்பதற்காகத் தொடர்ந்து கோயிலுக்குச் சென்றபோது அம்மாவுடன் நான் தான் சென்றேன். சரியாகச் சொல்வதானால் அண்ணன்தான் போயிருக்க வேண்டும். ஆனால், அண்ணன் உள்ளொடுங்கிக் கொள்ளும் ஒரு சுபாவமுள்ளவன். அதனால் அம்மா எதற்குமே என்னைதான் துணைக்கு அழைத்துச் செல்வாள். திரும்பி வரும் போது வேலை கிடைப்பதற்காகக் கிருஷ்ணன் கோயிலுக்குச் சென்று பிரார்த்தனை செய்வாள். அதையும் முடித்து விட்டு நாயர் அங்காடி என்ற இடத்தில் வந்து இறங்குவோம். அங்கே ஒரு சிவன்கோயிலிருந்தது. நேரமாகிவிட்டால் எங்களை எதிர் பார்த்து அப்பா அங்கே நின்று கொண்டிருப்பார். கட்சிக்காரர் என்பதால், தான். முன்னால் நடக்க வேண்டும், அம்மா பின்னால் வர வேண்டும், என்றெல்லாம் அப்பா நினைப் பதில்லை. அப்படிச் சேர்ந்து நடக்கும்போது கோயிலுக்குப் பக்கத்தில் வந்ததும் அம்மா அப்பாவுக்குத் தெரியாமல் மெதுவாகப் பின்தங்கி நின்று பிரார்த்தித்துக் கொள்வாள். இதைப் பார்க்கும்போது எனக்குச் சிரிப்பாக வரும். பிரார்த் தனை செய்வதற்குமா அப்பாவைப் பயப்படவேண்டும்? அப்படி யென்றால் இந்த இரண்டு பேர்களில் யார் பெரிய ஆள், அப்பாவா, சிவனா?

எனக்கு தெய்வநம்பிக்கையில்லையென்றும் சொல்லிவிட முடியாது. நோய் பாதித்தபோது பள்ளிவாசலில் தஞ்சமடைந் திருக்கிறேனே? தண்ணீர் ஓதிக் குடிப்பது, மயிலிறகைத் தலையில் வைத்து ஓதுவது. . ., என்றெல்லாம், இதெல்லாமே நம்மால் இயலாத நிலையென்று வரும்போது ஒரு ஆறுதல்தான்.

பெரும்பாலும் எனக்கு அபயமளித்தது பள்ளிவாசல் களும், பசியைப் போக்கியது அங்கே கிடைத்த நேர்ச்சை உணவுகளும்தான், என்பதால் தெய்வமில்லை என்று சொன் னால் தெய்வகுற்றத்திற்குள்ளாகிவிடுவோமோ என்ற பயமு மிருந்தது. தெய்வம் உண்டு என்று உறுதிபடச் சொல்வதற்கான எந்தச் சந்தர்ப்பமும் எனக்கு ஏற்பட்டதில்லை. அதே சமயம் இல்லை என்று சொல்வதற்குப் பயமுமிருந்தது. அப்படி இருப் பதாகவே வைத்துக் கொண்டால், பள்ளிவாசலில் வைத்தே இளம் பெண்களைக் கடத்திக் கொண்டுபோவது, பலாத்காரம் செய்வது, தொந்தரவுக்குள்ளாக்குவது, நேர்ச்சை கொடுக்க வருபவர்களிடம் லஞ்சம் கேட்டு, தர மறுப்பவர்களை உதைப்பது போன்றவைகள் எல்லாம் எப்படி நடக்க முடியும்? ஏர்வாடி பள்ளிவாசலின் நிலை இதைவிட மோசம். சொத்துத் தகராறு காரணமாகப் பெண்களைப் பைத்தியம் என்று சொல்லி, அங்கே கொண்டு வந்து சேர்த்து விடுவதெல்லாம் சர்வ

சாதாரணமாக நடக்கும் விஷயங்கள். தெய்வ சன்னிதிகளில் கூட பெண்களுக்கு நீதி கிடைப்பதில்லையென்றால் தெய்வம் இருப்பதாகச் சொல்வதில் என்ன உண்மை இருக்க முடியும்? மூன்றரை ஆண்டுகால சிரமங்களினிடையே தெய்வசக்தியை உணரும்படியான ஒரு அனுபவமாவது எனக்குக் கிடைத்திருக்கு மென்றால் நான் பெரிய பக்திமானாக மாறியிருப்பேன். ஆனால், அப்படி எதுவுமே நடக்கவில்லை.

இதனிடையே ஒரு மந்திரவாதி பலமுறையாக எனக்கு ஐயாயிரம் ரூபாய்வரை தந்திருக்கிறார். திரைப்பட நடிகர் நடிகைகளெல்லாம் வருகிற பிரபலமான இடம் அது. என் வியாதி குணமடைய இவரிடம் போகும்படி பலர் சொல்லி யிருந்தார்கள். நான், எல்லா முயற்சிகளையுமே செய்து பார்க்க வேண்டும் என்று நினைப்பவள். அப்படியாக அங்கே போனேன். என் வயிற்றுக்குள் பெரிய ஒரு கட்டியிருந்தது. அதன் ஒரு பகுதி வெளியே நீண்டு தெரியும். நான், குளித்து சுத்தமாக, முடியை அவிழ்த்துப் போட்டுக்கொண்டு அங்கே சென்றேன். “நல்ல அழகா வந்திருக்கிறாப்பலே” என்றார் அந்தச் சாமியார். எனக்குத் தன்னம்பிக்கையை ஏற்படுத்துவதற்காகச் சொன்ன வார்த்தையாகவே அதை நினைத்துக் கொண்டேன். ஆயில்யம் நாளில் மஞ்சள் நீரைத் தலையில் ஊற்றும் ஒரு வழிபாடு அங்கே நடக்கும். ஏழு குடம், பதினொரு குடம் என்று கலக்கி வைத்த மஞ்சள் நீர் தலையில் ஊற்றப்படும். வீட்டின் ஒருபுறம் நீர்ச்சால்போல் கட்டப்பட்டுள்ள இடத்தில் அமர வேண்டும். எனக்கு அங்குள்ள விதிமுறைகள் எதுவும் தெரியாது. ஆகவே, மாற்று உடுப்புகளெதுவும் நான் கொண்டு போயிருக்க வில்லை. பூஜை நேரத்தில் உடுப்பதற்காக ஒரு லுங்கி தந்தார். உடை மாற்றுவதற்கான வசதிகளும் அங்கே இருந்தன. மாற்று ஜாக்கெட் என்னிடமில்லை அது ஒரு பிரச்சினையாக எனக்குத் தோன்றவில்லை. நான் லுங்கியைக் கட்டிக் கொண்டு போய் அமர்ந்தேன். என் கையில் ஒரு விக்கிரகத்தைத் தந்து விட்டுத் தலையில் மஞ்சள் நீர் ஊற்றினார்கள். ஊற்றும்போது இரண்டு புறத் தோள்களையும் சாமியார் தடவி விட்டார். திரும்பவும் இப்படித் தடவியபோது அதன் நோக்கத்தை நான் புரிந்து கொண்டேன். வழிபாடு முடிந்ததும் உடுப்புகளை உடுத்திக்கொண்டு நான் அங்கே சென்றேன். ரூபாய் நோட்டு களைச் செருகி வைத்திருந்த ஒரு கூஜாவிலிருந்து ஒரு ஐநூறு ரூபாய் நோட்டையும் மூன்று நூறு ரூபாய் நோட்டுகளையும் உருவியெடுத்து என் கையில் சுருட்டித் தந்தார். அங்கே வருபவர் கள் நோட்டுகளைச் சுருட்டிதான் அவரிடம் கொடுப்பார்கள். இது, ஏதாவது தகடாக இருக்குமோ என்றுதான் எனக்கு முதலில் தோன்றியது. ரூபாய் நோட்டு என்பது புரிந்ததும்

நான் சொன்னேன்: "சார், இது ரூபாய் நோட்டு." அப்போது அவர் தெரியுமென்பதுபோல் தலையசைத்தார். "இது வெளங்காத கேசு" என்பது எனக்குத் தெரிந்துவிட்டது. இவரது மந்திர உச்சாடனமெல்லாம் கேட்க வேடிக்கையாக இருக்கும். சமஸ்கிருதத்தில் ஏதேதோ உருப்போட்டுவிட்டு 'முட்களுக்கிடையிலிருந்து இந்தத் துளசிச் செடியைக் காப்பாற்று' என்று சொல்வார். இதை சுத்தமான மலையாளத்தில் சொல்வார். மற்றவர்களும் இதுபோல் சொல்லவேண்டும். திரும்பவும் ஒருநாள் வரச் சொன்னதைத் தொடர்ந்து நானும் சென்றேன். ஒவ்வொரு முறை செல்லும்போதும் பணம் தருவார். வழக்கமாக இரண்டு இடங்களில் வைத்து அவர் பக்தர்களைப் பார்ப்பார். சில சமயங்களில் "வீட்டில் இல்லை' என்று போர்டு வைக்கப்படும். பெரிய பூஜை வீட்டில் வைத்துதான் நடக்கும். மற்றொரு இடத்தில் வைத்து பிரசன்னம் பார்ப்பார். அங்கே காண வருபவர்களை வீட்டிற்கு வரச் சொல்லிவிடுவார். என்னிடம் ஒரு தடவை அங்கே வரச்சொன்னார்.

அங்கே போனதும் எங்களுக்குள் இயல்பான ஆண் – பெண் உறவுகள் நடந்தன. இது நடந்தாலும் நடக்காமலிருந்தாலும் பணம் தந்து விடுவார். ஒரு தடவை நான் அங்கே போயிருந்தபோது வேறொரு பெண்ணையும் வரச்சொல்லி யிருந்தார். கவனக் குறைவால் ஏற்பட்ட பிசகாக இருக்கும். நான் அறைக்குள் போய் மை போட்டுப் பார்க்கும் தண்ணீரை எல்லாம் நீக்கிவைத்துவிட்டு படுக்கைபோல் விரிக்கப்பட்ட இடத்தில் படுத்திருந்தேன். அப்போது காலிங்பெல் அடித்தது. என்னை அழைத்துக் கொண்டுபோய் பூஜையறையில் உட்கார வைத்தார் சாமியார். வந்தவள் அவருடைய மனைவியாக இருக்குமென்று நான் நினைத்துக் கொண்டேன். மிக அழகான ஒரு பெண். பூஜை அறை வெளிச்சமில்லாத ஒரு பகுதி. அவள் மை போட்டுப் பார்க்கும் படுக்கையறைக்குள் அழைத்து வரப்பட்டாள். அந்த அறையின் கதவை அடைத்துவிட்டு உடனே வந்து நானிருந்த அறையைத் திறந்து விட்டார். அங்கே நான் இருக்கும் விஷயம் அந்தப் பெண்ணுக்குத் தெரியாது.

மந்திரவாதிகளெல்லாம் இப்படித்தான் என்றும் சொல்லி விட முடியாது. எதுவாயினும் இவர்களைப் பற்றிய எனது எண்ணங்கள் இந்த அனுபவங்கள் மூலம் நல்ல மாற்றங்களுக்குள்ளாயின.

முஸ்லிம் சமுதாயத்திற்குள் புதிதாக வந்தவள் என்ற காரணத்தால் சில மரியாதைகள் கிடைத்தன. எல்லா இடங்களிலும் ஒன்றுபோல் அல்ல, என்றாலும் மலப்புரத்தின் பல பகுதிகளில் ஏழ்மை நிலையில் இருப்பவர்களை ஆதரிக்கும்

வழக்கமிருக்கிறது. ஆரோக்கியமிருக்கிறதல்லவா, வேலை செய்து பிழைக்கக் கூடாதா? என்றெல்லாம் கேட்கும் வழக்கம் அங்கில்லை. நான் பாலியல் தொழிலுக்குப் போகாத மூன்றரை வருடகாலமும் பள்ளிவாசலில் மட்டுமல்ல, வீடுதோறும் போய்ப் பிச்சையெடுத்தும் வாழ்ந்திருக்கிறேன். தர்மம் செய்வதை 'சதக்கா' செய்வது என்று சொல்வார்கள். பிச்சை என்ற சொல்லை அவர்கள் குறைவாக மதிப்பிடுகிறார்கள். புதிய இஸ்லாம் என்று சொன்னால் அதிகமாகத் தருவதுடன் விசேஷ அங்கீ காரம் தந்து கௌரவமாக நடத்துவார்கள். ஷாகுலுடன் கொஞ்ச காலம் மலப்புரத்திலும் வாழ்ந்திருக்கிறேன். ஷாகுல் எங்களை அங்கே விட்டுவிட்டுத் திரும்பி வராமலிருந்தபோது அக்கம் பக்கத்திலுள்ளவர்கள்தான் எங்களுக்கு உணவும் உடைகளும் தந்து உதவினார்கள். வெளிநாட்டிலிருந்து வருபவர்கள் புதுத் துணிகள் தருவார்கள்.

மலப்புரத்தில் நாங்கள் இருக்கும்போது மகளின் திருமண உதவிகளைச் செய்வதாகவும் அங்கேயுள்ளவர்கள் உறுதியளித் திருந்தார்கள். அதை நான்தான் ஏற்றுக்கொள்ளவில்லை. அவளுக்கு அப்போது பதினான்கு வயதுதான் ஆகியிருந்தது. ஜமாஅத்தே இஸ்லாம்காரர்கள்தான் உதவிசெய்வதாக உறுதி யளித்திருந்தார்கள். இதை ஏற்றுக் கொண்டால் பர்தா அணிந்து தான் நடக்கவேண்டும். ஆனால், ஸீனத் நூறு சதவிகிதம் மதநம்பிக்கை கொண்டவள் அல்ல. மட்டுமல்ல, விருப்ப மில்லாத பட்சத்தில் அவளால் திரும்பி வரவும் முடியாது. இப்படியான இடத்தில் கொண்டுபோய் அவளைத் தள்ளுவதை நான் விரும்பவில்லை. இருபத்தைந்து பவுன் தங்கம் போடுவ தாக அவர்கள் உறுதியளித்திருந்தார்கள்.

இருபத்துநாலு மணிநேரமும் நான் தலையில் முக்காடிட்டு நடப்பதில்லை. ஆனால், மற்றவர்களுடனிருக்கும்போது மட்டும் மிகவும் அடக்க ஒடுக்கமான முஸ்லிம் பெண்மணி நானாகத்தான் இருப்பேன். இதில் உதாசீனமாக நடந்து கொள்வதை நான் ஒருபோதுமே விரும்பவில்லை.

ஷாகுலுடன் வாழத் தொடங்கி நீண்ட காலத்திற்குப் பிறகுதான் நான் நளினி ஜமீலா என்று பெயரை மாற்றிக் கொண்டேன். ஒரு தடவை ஒரு போலீஸ்காரன் என் பெயரைக் கேட்டபோது நான் ஜமீலா என்று சொன்னேன். இதைக்கேட்ட மற்றொரு போலீஸ்காரன், "பொய், உன் பெயர் நளினிதானே?" என்று கேட்டான். தெரிந்தவர்களுக்கு நான் எப்போதுமே நளினிதான். ஆகவேதான் நளினி ஜமீலா என்று சேர்த்துக் கொண்டேன்.

ஊடகத் தொடர்புகள்

அமைப்பு உருவாகும் ஆரம்ப காலங்களில் ஊடகங்கள் தங்களது எதிர்ப்புகளைத் தெரிவித்துக் கொண்டாலும், அவ்வப் போது எங்களது அனுபவங்களை வெளியிடவும் முன்வந்தார்கள். ஜுவாலாமுகியின் செயல்பாடுகள் தினப்பத்திரிகைகளிலும் மாதப்பத்திரிகைகளிலும் பிரசுரமாயின. சென்னையில் நடந்த கூட்டம் பற்றிய செய்தியைத் தமிழில் 'நக்கீரன்' வாரப்பத் திரிகை பிரசுரித்தது.

இந்த சமயத்தில் 'ஏசியாநெட்'டில் 'நாட்டரங்கம்' எனும் நிகழ்ச்சியில் நடந்த நாடகத் தன்மையிலான சம்பவங்கள் மக்களின் கவனத்தை ஈர்த்தன. பெண்களின் பிரச்சினைகளைப் பற்றிய ஒரு விவாதம் அது. எங்களுக்கும் கணவர்கள் இருக்கிறார்கள், குழந்தைகள் இருக்கிறார்கள், குழந்தைகளைத் தத்தெடுத்துக்கொண்டவர்களும் எங்களிடையே உண்டு. என்று நாங்கள் சொன்னபோது காங்கிரஸ்கட்சியின் உள்ளூர்த் தலைவரான ஒரு பஞ்சாயத்து உறுப்பினர், எதிர்காலத்தில் பாலியல் தொழிலுக்குக் கொண்டு வருவதற்காகவே நாங்கள் தத்தெடுப்பதாகச் சொன்னார். இது பலத்த கண்டனத்திற் குள்ளானது. அந்த இடத்தில் வைத்தே அவர் மன்னிப்பு கேட்க வைக்கப்பட்டார். குறிப்பிட்ட அந்தப் பெண் தத்தெடுத் திருந்தது ஒரு ஆண் குழந்தையை.

நேர்காணல்

நான் முதன்முதலாக ஒரு தொலைக்காட்சி நிகழ்ச்சியில் பங்கெடுத்தது ஏசியா நெட்டின் 'அகத்தளம்' நிகழ்ச்சியில்தான். அகத்தளத்தின் எழுபத்து ஏழாவது தொடரில் பாலியல் தொழிலாளியென்று குறிப்பிட்டால் வாய்ப்பு கிடைக்காது என்பதால் சுகாதார சேவகி என்று மைத்ரேயன் சொல்லியிருந்

தார். ஆணாதிக்கத்திற்கெதிரான செயல்பாடுகளில் வலுவுடன் போராடி கவனத்திற்குள்ளான வினயாவும் அந்த நிகழ்ச்சியில் பங்கெடுத்தார். வினயாவுடன் பேசிக்கொண்டிருந்தது எனக்கு தைரியம் ஊட்டியது. பாலியல் தொழிலாளி என்று வெளிப் படையாகத் தெரிவிக்கும்படி வினயா கேட்டுக் கொண்டார். 'பெண்களும் போலீஸ்காரர்களும்' என்பதுதான் விவாதப் பொருள். பாலியல் தொழிலாளர்களை நாங்கள் ஒருபோதுமே தொந்தரவு செய்ததில்லையென்று உயர்போலீஸ் அதிகாரி ஒருவர் தெரிவித்ததை நான் ஆதாரங்களுடன் மறுத்துப் பேசினேன். அதற்கு முந்திய நாள் திருச்சூரில் இருபத்தாறு பாலியல் தொழிலாளர்கள் கைது செய்யப்பட்டு கோழிக்கோடு சிறையிலடைக்கப்பட்ட நிகழ்ச்சியை நான் சுட்டிக் காட்டி னேன். அரசு பேருந்து நிலையத்தில் நின்றிருந்த ஒரு நீதிபதியின் மனைவியின் பக்கத்தில் ஒரு பாலியல் தொழிலாளி வந்து நின்றாளாம். அந்தப் பெண்மணிக்கு இது அவமானமாகத் தோன்றியிருக்கிறது. எனவே, அன்று நகரத்தின் பல பகுதி களிலுமிருந்து இருபத்தாறு பாலியல் தொழிலாளர்கள் காவல் துறையால் கைது செய்யப்பட்டார்கள். அவர்கள் எந்தக் குற்றத்தின் பேரால் கைது செய்யப்பட்டார்கள் என்ற என் கேள்விக்கு அவரால் எந்தப் பதிலும் சொல்ல முடியவில்லை.

World Social Forum, Mumbai

திருச்சூரில் நடந்த மற்றொரு சம்பவத்தையும் நான் விவரித்தேன். ஆன்டோ எனும் இளங்கலை மாணவன் ஒருவனுக்கு லாக்கப்பில் வைத்து கிடைத்த அனுபவம். காவல் நிலையத்திலிருந்த மாணவர்களைப் பார்த்து உங்களை யெல்லாம் இப்படித்தான் செய்யவெண்டுமென்று சொன்ன

அந்த எஸ்.ஐ., ஒரு பிடி மிளகுத்தூளையெடுத்து லாக்கப்பிலிருந்த பாலியல் தொழிலாளர்களின் கண்களில் வீசியிருக்கிறார்.

இந்நிகழ்ச்சி முழுவதிலுமே நானும் வினயாவும் மற்றவர்களுடன் மோதிக்கொண்டேயிருந்தோம். பெண் காவலர்களின் சீருடையைச் சேலைக்குப் பதிலாக பாண்ட்டும் சர்ட்டும் என்று மாற்ற வேண்டுமென்ற வினயாவின் கோரிக்கை கடுமையான வாதப்பிரதிவாதங்களை உருவாக்கின. சீருடையை நீங்கள் சொல்வதுபோல் மாற்றினால் அவர்கள் சிறுநீர் கழிப்பது எப்படி என்ற கேள்விக்கு, நீங்கள் பாண்ட் அணிந்துகொண்டு எப்படிக் கக்கூசுக்குப் போவீர்கள் என்று பதில் கேள்வி கேட்டார் வினயா. பெண்கள் அணியும் உடைகள் ஆண்களின் கிளர்ச்சியைத் தூண்டுகின்றன என்றபோது, சட்டைபோடாமல் திரியும் ஆண்களைக் கண்டால் எனக்கும்தான் கிளர்ச்சியேற்படுகிறது என்று பதில் சொன்னார் வினயா.

தனிப்பட்ட முறையில் வினயாவின் கருத்துகளிலிருந்து மாறுபட்டவை எனது கருத்துகள். பெண்ணுக்குப் பெண்மைதான் பலமென்பது எனது கருத்து. ஆண்களைப்போல் தலைமயிரைக் கத்தரித்து பாண்ட்டும் சர்ட்டுமணிந்து நடப்பதில் எந்த அர்த்தமுமில்லை. நிறைய ஆண்களுடன் நேரடியான தொடர்பிருந்ததால் சொல்கிறேன்: பெரிய அளவிலான சுதந்திரம் ஒன்றும் அவர்களுக்கில்லை. இந்நிலையில் நாமும் அவர்களைப்போல் உடுத்திக் கொள்வதால் ஆகப்போவது எதுவுமில்லை.

பிறகு நான் பங்கெடுத்த முக்கியமான தொலைக்காட்சி நிகழ்ச்சி, விஜய் டி.வியின் ‘கதையல்ல நிஜம்.’ திரைப்பட நடிகை லட்சுமிதான் நிகழ்ச்சியின் ஒருங்கிணைப்பாளர். ஜுவாலாமுகி திருச்சூரில் நடத்தி வந்த ஹோட்டலைப் பற்றி நக்கீரனில் வெளிவந்த செய்தியை வாசித்த லட்சுமி ஜுவாலாமுகியைத் தொடர்பு கொண்டார். சென்னயில் வைத்து ஒளிப்பதிவு செய்யப்பட்டது. ஒரு வி.ஐ.பி.க்கான மரியாதை எனக்கு அங்கு கிடைத்தது. ஐந்து நட்சத்திர ஹோட்டலில் தங்குவதற்கு வசதி செய்யப்பட்டிருந்தது. இது எனக்கு எதிர்பாராத ஒரு அனுபவமாக இருந்தது. பிரபலமான ஒரு நடிகை என்ற எந்த பந்தாவுமில்லாமல் நான் சொல்வது முழுவதையும் உன்னிப்பாய்க் கேட்டுப் புரிந்துகொண்டார் லட்சுமி. ஆகவேதான் நிகழ்ச்சியின்போது மிக அழகாக என்னால் விஷயங்களைத் தெரிவிக்க முடிந்தது.

மீண்டுமொருமுறை, ஏசியா நெட் ‘நியூஸ் அவ’ரின் விருந்தினர் வேளையின் போது, ‘பாலியல்தொழிலை முடிவுக்குக்

கொண்டு வருவதற்கு நீங்கள் என்ன செய்வதாக உத்தேசித் திருக்கிறீர்கள்,' என்று கேட்கப்பட்டது. 'பாலியல் தொழிலைப் பாதுகாப்பதுதான் எனது விருப்பம்' என்ற எனது பதில் நிறைய பேர்களுக்குப் பிடிக்கவில்லை. நேரடி ஒளிபரப்பு என்பதால் அவர்களால் தணிக்கை செய்யவும் முடியவில்லை.

❖

அத்தியாயம் 6

மறுவாழ்வு

கேரளாவில் எங்களை நோக்கி, மற்ற பிரிவினர்களைப் பார்த்துச் சொல்வதை விட அதிகமாகச் சொல்லப்படும் ஒரு வார்த்தை 'மறுவாழ்வு'. இந்த வார்த்தையைப் பல்வேறு தரப்பினர் உச்சரிப்பதுண்டு. மாதா அமிர்தானந்தமயி இப்படிச் சொல்கிறாரே, என்று பத்திரிகைக்காரர்கள் பலரும் என்னிடம் கேட்டதுண்டு. அவரிடம் நான் கேட்க விரும்புவது இதுதான். பாலியல் தொழிலாளர்களுக்கு மறுவாழ்வு அளிக்க வேண்டும் என்று சொல்லும் நீங்கள் அவர்களது சமூகத்தொடர்புகள் எப்படியிருக்கிறது என்பதைப் பற்றித் தெரிந்து கொண்டிருக் கிறீர்களா? அவர்களது சமூகத் தொடர்புகளை வலுப்படுத்தும் விதமாக மறுவாழ்வு அளிப்பது பற்றி உங்களில் யாராவது சிந்தித்திருக்கிறீர்களா?

இந்த மறுவாழ்வு என்பதன் மூலம் நீங்கள் என்ன சொல்ல வருகிறீர்கள்? இடத்தை மாற்றித் தங்க வைப்பதைத் தவிர அவர்களுக்கு உத்தரவாதமான வாழ்வாதாரங்களை ஏற்படுத்திக் கொடுக்க உங்களால் இயலுமா? மட்டுமல்ல, பாலியல் தொழில் என்பது இப்போது ஈடுபட்டிருப்பவர்களுடன் நின்றுவிடும் ஒன்றல்லவே, இது தொடர்ந்து வந்துகொண்டே இருக்கும் விஷயமல்லவா? கொஞ்சம் பேர்கள் இதிலிருந்து விலகிக் கொள் ளும்போது அந்த இடத்தில் வேறு ஆட்களும் வருவார்களே, அவர்களுடைய விஷயத்தில் என்ன செய்ய உத்தேசித்திருக் கிறீர்கள்?

எங்களுடைய கோரிக்கை, பாலியல் தொழிலாளர்களைக் குற்றவாளிகளாகக் கருதுவதிலிருந்து விடுதலை தரவேண்டும்

என்பதுதான். லைசென்ஸ் முறையைக் கொண்டுவர வேண்டு மென்பதல்ல இதன் பொருள். லைசென்ஸ் முறையைக் கொண்டு வரும் பட்சத்தில் மருத்துவத் துறை மற்றும் காவல் துறையினரி டம் அங்கீகாரம் பெற வேண்டும். சட்டவிதிகளின் சிடுக்குகளி லிருந்து விடுதலையடைய வேண்டும் என்பது போன்ற நிறைய புதிய பிரச்சினைகளை இது ஏற்படுத்தும். லஞ்சம் அதிகரிக்கும். குற்றச்செயலாக இது கருதப்படாத பட்சத்தில் நம்மால் புரிந்துகொள்ளப்பட வேண்டியது; இரண்டுபேர்கள் பரஸ்பர உடன்பாட்டின் பேரால் உறவுகொள்கிறார்கள்; இதனால் மூன்றாவது ஒரு நபருக்குப் பிரச்சினைகள் எதுவும் வரப்போவ தில்லை, எனும் நிலையில் இதைக் கேள்விக்குட்படுத்துவது சரியல்ல, என்பதையே நாங்கள் சொல்லவிரும்புகிறோம். கேரளத்தைப் பொறுத்தவரை இது குறிப்பிட்ட முக்கியத்துவம் வாய்ந்தது. இங்கே பாலியல் தொழிலாளர்களின் குடியிருப்புகள் இல்லை. அமைப்பு சார்ந்த பணிகளுக்காக நான் நமது தேசத் தின் பல்வேறு பகுதிகளிலுள்ள இதுபோன்ற இடங்களைப் பார்வையிட்டிருக்கிறேன். இதில் மிக நன்றாகச் செயல்பட்டுக் கொண்டிருக்கும் இடங்கள் கர்நாடகாவும் கல்கத்தாவும்தான். இங்கே ஓரளவு வரையிலான அங்கீகாரங்கள் அவர்களுக்கிருக் கிறது. மும்பையிலும் மற்ற பகுதிகளிலுமிருப்பவர்கள் ஏராள மான துன்பங்களை அனுபவித்துக் கொண்டிருக்கிறார்கள். மிக அதிகமான சிரமங்களை அனுபவிக்கும் பகுதி மும்பை தான். மும்பையிலிருப்பது போன்ற பாலியல் தொழிலாளர் களின் குடியிருப்புப் பகுதியை எக்காரணம் கொண்டும் அனுமதிக்க முடியாது. கல்கத்தாவிலும் மங்கலாபுரத்திலும் கர்நாடகாவிலுமிருக்கும் குடியிருப்புகளில், வாடிக்கையாளர் களைத் தேர்வு செய்வதற்கும் நேரத்தை முடிவு செய்வதற்கும்

எ.டி.பி. கண்டனப்போராட்டம்

கூலியைத் தீர்மானிப்பதற்குமான உரிமைகள் பாலியல் தொழிலாளர்களுக்கு இருக்கிறது.

பாலியல் தொழிலாளர்களுக்கான ஒரு பகுதி என்றாலே மக்கள் மனதில் பதிந்து கிடக்கும் ஒரு பயமுறுத்தும் சித்திரம் தான் மேலெழுந்து வருகிறது. இதற்கான முக்கியக்காரணம், இவர்களில் பெரும்பாலானவர்களுக்கு மும்பையின் சிவப்பு விளக்குப் பகுதிகள்தான். பார்த்ததும் கேட்டதுமான இது குறித்த அனுபவங்கள். பல்வேறு விதமான புனைவுகளும் யதார்த்தங்களும் கலந்த கதைகள்தான் மும்பையின் சிவப்பு விளக்குப் பகுதிகளைப் பற்றி நிலவிவருகின்றன. படித்தவர்களும்கூட இதைக் கண்மூடித்தனமாக நம்புகிறார்கள். சிவப்பு விளக்குப் பகுதிகளில் பாலியல் தொழிலுக்கு லைசென்ஸ் கொடுத்திருப்பதாக நினைத்துக் கொண்டிருப்பதை உதாரணமாகச் சொல்லலாம். அங்கே உடல்நிலையைப் பரிசோதனை செய்து சான்று வழங்கப்படுகிறது. இந்தப் பகுதி நல்ல பகுதியா, மோசமான பகுதியா என்பதற்குச் சான்று வழங்கப்படுகிறது. இதைத்தவிர லைசென்ஸ் முறை எதுவும் அங்கே கிடையாது.

பெண்கள் மீதான வன்முறை இங்கு மிகவும் அதிகம். எந்தவிதமான உரிமைகளும் சுதந்திரமும் இல்லாமல், இங்கே கொண்டுவருபவர்களுக்குத் தங்களை முழுவதுமாக அடிமைப்படுத்தியேயாக வேண்டும் என்ற நிலைமைதான் இங்கிருக்கிறது.

கேரளத்தில் இதுபோன்ற பகுதிகள் இல்லை. இருபது, இருபத்தைந்து வருடங்களுக்கு முன்புவரை இங்கே கம்பெனி வீடுகளிருந்தன.

o

எதிர்ப்புகள் ஊடகங்களிலிருந்தும் அரசியல்வாதிகளிடமிருந்தும் மட்டுமல்ல, எங்களுடன் கைகோர்த்து நிற்பவர்களாக நாங்கள் கருதியிருந்தவர்கள் கூட தெரிந்தோ தெரியாமலோ எங்களுக்குத் துரோகம் செய்திருக்கிறார்கள். ஆரம்ப காலத்தில் திருச்சூரில் ஒரு நாடகக் கலைஞர் எங்களைப்பற்றி ஒரு நாடகம் தயாரித்தார். பாலியல் தொழிலாளர்கள் வியாதி வந்து தெருவில் கிடந்து அழுகிச் சாவதாக அதில் சித்தரித்திருந்தார். எங்களுக்கு மற்றவர்களது பரிதாபமோ, தயவோ தேவையில்லை. எங்களுக்கு அங்கீகாரம்தான் வேண்டுமென்று நான் கருதியதால் அந்த நாடகத்தை முன்னிட்டு எனக்கும் அவருக்கும் விவாதம் மூண்டது. இதைத் தொடர்ந்து, நான் அவரை அவமானப்படுத்தியதாகச் சொல்லி அமைப்பின் சார்பாகச் சிலர் எனக்காக அவரிடம் மன்னிப்புக் கேட்டார்கள். அவர்தான் பாலியல் தொழிலாளர்களை அவமானப்

படுத்தினார் எனும் கருத்தில் நான் உறுதியாக நின்றேன். இதன் காரணமாகச் சிறிதுகாலம் அமைப்புக்கும் எனக்கு மிடையே விரிசலும் ஏற்பட்டிருந்தது.

ஜெயஸ்ரீயைப் போன்ற ஒருசிலர் எங்களுக்கு ஆதரவாக இருந்ததைத் தவிர, பெண்ணியவாதிகள் பொதுவாக, பாலியல் தொழிலாளர்களை அங்கீகரிக்கவில்லை. இதற்கான காரண மாக நான் நினைப்பது, பாலியல் என்பதை, பெண்களுக்கும் தேவைப்படும் ஒன்றுதான் எனும் கண்ணோட்டத்தில் பார்க்க இவர்களால் இயலவில்லை என்பதுதான். அமைப்புச் செயல்பாடுகளில் நான் தீவிரமாக இருந்தபோது நிறையபேர் என்னிடம் கேட்டதுண்டு. பாலியல் என்பது ஆணுக்கான தேவையென்றால் அதை நிறைவேற்றி வைப்பது பெண்ணியத்திற்கு உடன்பாடான விஷயம்தானா? என்று. பாலியல் ஆணுக்கான தேவை மட்டும்தான் என்பதை என்னால் ஒரு போதுமே ஏற்றுக்கொள்ள முடியாது. சாதாரணப் பெண்களிலிருந்து எவ்வகையிலும் பெண்ணியவாதிகள் வேறுபட்டவர்களில்லை. ஆகவேதான் இப்படிப்பட்ட கேள்விகள் உருவாகின்றன.

○

பாலியல் தொழிலும் பாலியல் சுரண்டலும் வெவ்வேறா னவை. பாலியல் தொழில் செய்பவர்களைத்தான் நாங்கள் ஒரு அமைப்பாக ஐக்கியப்படுத்துகிறோம். சிலர் சுரண்டுதலுக் குள்ளாகி இந்தத் தொழிலுக்கு வர நேர்ந்திருக்கலாம். ஆனால், இந்தத் தொழிலில் தொடர்ந்து ஈடுபட நினைப்பவர்கள் மட்டும் தான் அமைப்பில் பங்குசேருகிறார்கள்.

வீதியில் இதுபோன்ற ஒரு பெண்ணை நாங்கள் காண நேர்ந்தால் முதலில் அவளுக்கு ஒரு கவுன்சிலிங் கொடுப்போம்.

கல்கத்தா

சொந்த விருப்பத்தின் காரணமாக வந்திருக்கிறாளா, அல்லது இதில் தள்ளப்பட்டு விலகிவிடமுடியாமல் இருப்பவளா? என்றெல்லாம் கேட்டுத் தெரிந்து கொள்வோம். விலகிவிட விரும்புகிறவர்களுக்குத் தகுந்த உதவிகள் மேற்கொள்ளப்படும். வேலை வாங்கித் தருவது போன்ற உதவிகளைச் செய்ய முடியாதென்றாலும் வீட்டுப் பிரச்சினைகளோ வேறு ஏதாவது பிரச்சினைகளோ இருந்தால் உதவுவோம்.

'பெண்வாணிபம்' என்று சொல்லப்படுவதுடன் பாலியல் தொழிலுக்கு எந்தத் தொடர்புமில்லை. வாணிபம் என்பது பலவந்தமாகப் பிடித்துக் கொண்டுபோய் விருப்பப்பட்டவர்களிடம் விற்பனை செய்வது. அது முழுஅளவிலான பலாத்காரத் தன்மைகொண்டது. மனரீதியிலான, உடல் ரீதியிலான எந்த உரிமைகளுமே அதில் சிக்கிக்கொண்டவர்களுக்குக் கிடைக்காது.

பாலியல் சுரண்டல் என்பது, சிலர் தங்களது ஆசைகளுக்காகக் கொண்டுபோய் உபயோகிப்பது. விருப்பமில்லாமலோ, வேலை தருவதாகவோ, திருமணம் செய்து கொள்வதாகவோ வாக்குறுதியளித்து ஏமாற்றுவது.

பெண்வாணிபம் இது போன்றதல்ல. மும்பை சிவப்பு விளக்குப் பகுதிகளில் நடப்பதைவிட அதிகமான கொடுமைகள் இதில் நடக்கும். இங்கே சொந்த லாபங்களுக்காகவேனும் பெண்களுடைய ஆரோக்கியம் பேணப்படுவதுண்டு. ஆனால் இந்த வியாபாரத்தில் சிறுமிகளைக்கூட எந்தவித தயவுதாட்சணியமுமில்லாமல் மனதையும் உடலையும் சீரழித்து ஓய்வோ மருத்துவ உதவியோ கொடுக்காமல் கொடுமைப்படுத்துவார்கள்.

பாலியல் சுரண்டலுக்கும் பெண்வாணிபத்திற்குமிடையே உள்ள வேறுபாடுகள் இதுதான். பாலியல் சுரண்டலுக்குள்ளான பெண் பாலியல் தொழிலாளியாக மாறுவதுண்டு.

நாங்கள் செய்வது ஆகா, ஓகோவென்று பேசப்படும் 'மறுவாழ்வு' இல்லையென்றாலும் இந்தத் தொழிலிலிருந்து விலகிவிட நினைப்பவர்களுக்குப் பல்வேறு வகைகளில் நாங்கள் அமைப்பு சார்ந்து உதவி செய்வதுண்டு. எந்தத் தொழிலாக இருந்தாலும் அதில் ஈடுபடுபவர்கள் சுயவிருப்பத்தின் பேரால் தான் அதைச் செய்கிறார்கள் என்று சொல்லிவிடமுடியாது. பெரும்பாலானவர்கள் தங்களுக்கு விருப்பமில்லாத தொழிலையே செய்து கொண்டிருக்கிறார்கள். கட்டுமானத் தொழிலாளர்களை எடுத்துக் கொள்வோம். ஒரு கட்டடம் அழகாக எழும்பிக் கொண்டிருப்பதைப் பார்ப்பதென்பது எனக்குப் பேரானந்தம் தரும் உணர்வு என்ற எண்ணத்துடன் யாரும் வேலைக்குச் செல்வதில்லையே? நகரசபை சுத்திகரிப்புத்

தொழிலாளி வாழ்வதன் பொருட்டுதான் அதைச் செய்கிறார். இந்த இரண்டு தொழில்களை விடவும் சில காரணங்களினால் உயர்வானது பாலியல் தொழில். கட்டடத் தொழிலாளியின் ஒரு நாள் வருமானத்தை இப்போதைய நிலையில் மறுநாளைக் கென்று மிச்சம்வைக்க முடியாது. அதே சமயம், தொழிலுக்கான சுதந்திரம் கிடைக்கும் பட்சத்தில் ஒரு பாலியல் தொழிலாளிக்கு வாரத்தில் மூன்று முறை தொழிலில் ஈடுபட்டால்கூட உடல் ஆரோக்கியத்தில் எந்தவிதப் பிரச்சினைகளும் ஏற்படாமல் குறிப்பிட்ட அளவு வருமானம் ஈட்ட முடியும். முழுக்க சுகாதாரமற்ற சூழ்நிலையில் நின்று செய்ய வேண்டிய நகர சுத்திகரிப்புத் தொழிலில் ஈடுபட்டிருப்பவர்களுக்கு மறுவாழ்வு அளிக்கப்படவேண்டிய தேவை குறித்து யாருமே வாய் திறப் பதில்லை. ஏனென்றால் இதைச்செய்தால் ஊரே நாறிப்போய் விடும். அதைப்போன்ற ஒரு நாற்றம்தான், நோண்டுவதையும் உரசுவதையும் வழக்கமாகக் கொண்டிருக்கும் இங்கே உள்ள ஆண்களால் ஏற்படுகிறது. சமூக சுகாதாரத்திற்கு இது நல்லதுமல்ல.

பாலியலை விற்கலாமா?

பாலியல் என்பது ஆழ்ந்து அனுபவிக்க வேண்டிய உன்னதமான விஷயமல்லவா? அதை விலைக்குப் போடுவது சரியானதாகுமா என்பது சில இலக்கியவாதிகளின் கேள்வி. 'வித்யாதனம் ஸர்வதனால் பிரதானம்' அல்லவா? ஆசிரியரிடம் கல்வியை இனாமாகப் புகட்டச் சொன்னால் புகட்டுவாரோ? அதற்கு அவருக்குச் சம்பளம் தரவேண்டும். சொந்த வாழ்க்கையை நடத்துவதற்காக அவர் ஆசிரியப்பணியை மேற்கொண்டிருக் கிறார். ஜேசுதாஸ், பாடுவதற்குப் பணம் வாங்குகிறாரே? இசையென்பது அனுபவிக்கத் தகுந்த உன்னதமான கலை இல்லை என்பதா இதற்குக் காரணம்? இதைப் போன்றதுதான் பாலியலும். எல்லாத்தொழில்களிலுமே உள்ள சில இடர்ப் பாடுகள் இதிலுமிருக்கின்றன. பாடுபவன் தனது குரலுக்கும் ஆரோக்கியத்திற்கும் கேடு வராமல் பாதுகாத்துக்கொள்வது போன்ற கவனம் பாலியல் தொழிலாளர்களுக்கும் தேவைப் படுகிறது. இதில் இவர்கள் வாங்கும் கூலி மட்டும் மற்றவர் களுக்குப் பெரிய குறைபாடாகப் படுவது ஏன்? வேசி என்ற சொல் சமஸ்கிருதத்திலிருந்து வந்தது. நான், இதன் பொருளை 'வசீகரிப்பவள்' என்பதாகப் புரிந்து கொள்கிறேன். இது ஏளன மான பொருள் தொனிக்கும்படி மற்றவர்களின் மீது பிரயோகிக் கப்படுவதால் பாலியல் தொழிலாளி எனும் புதிய சொல்லை நாங்கள் பிரயோகிக்க வேண்டியதாயிற்று. 'சிரைப்பவன்'

என்ற வார்த்தைக்குப் பதிலாக 'பார்பர்' என்று குறிப்பிடுவதைப் போல். பெயரில் எந்த வேறுபாடுகளுமிருப்பதாக எனக்குத் தோன்றவில்லை. அதன் பயன்பாட்டுப் பொருளில்தான் ஏளனம் தொனிக்கிறது.

பாலியல்தொழில் என்றால் அது பாலியலோடு மட்டுமே தொடர்புடையதல்ல பாலியலை வாங்குவது என்றுசொன்னால், நமது ஒரு வருடுதலில்கூட அது ஏற்படலாம். எதிர்பாலினரிடையில் மட்டுமல்ல, சுயபாலினரிடையேயும் இது ஏற்படலாம். லெஸ்பியனரிடையே எப்படி பாலியல் இன்பம் சாத்தியமாகிறது என்ற சிந்தனையில் மூளையைப் போட்டுப் பிசைந்து கொள்பவர்களை எனக்குத் தெரியும். இப்படிப்பட்ட ஒரு கேள்வியே மிகத் தவறானது. அன்பு, பரிவு, ஆறுதல் போன்றவை உடல் சம்பந்தப்பட்டதா, மனம் சம்பந்தப்பட்டதா என்று சிந்தித்து மூளையைக்குழப்புவது தேவையற்ற வேலை. பாலியலில் உடல்ரீதி இவ்வளவு எடை, மனரீதி இவ்வளவு, சமூக அங்கீகாரம் இவ்வளவு என்றெல்லாம் தூக்கிப் பார்த்துத் தலையைப் புகைத்துக் கொள்பவர்களின் நிலை அனுதாபத்திற்குரியது. பூமியின் அளவைக் குறித்த விஞ்ஞானத் தகவல்களை ஏற்றுக் கொள்ளாமல் திட்டவட்டமாக அளந்து பார்த்தால்தான் ஆயிற்று என்று சொல்பவர்களை என்ன செய்யமுடியும்?

'கண்களால் அறிவது' என்றொரு சொல் இருக்கிறது. காண்பதில் ஏற்படும் பாலியல் திருப்தி தொட்டுத் தடவுதலில் ஏற்படும் பாலியல் திருப்தி, ஆழமான பாலியல் மூலம் திருப்தி இவையெல்லாமே வேறுபட்டவை.

பாட்டுக் கேட்பதற்கென டேப்ரிக்கார்டும் கேசட்டுகளும் விலைக்கு வாங்குகிறோம். யாருடைய பாடலைத் கேட்கலாமென்றும் தீர்மானித்துக் கொள்கிறோம். இதுபோன்றதுதான் வேறுபட்ட பாலின்பம் குறித்த தேடலும். விற்பனை செய்யலாமா? என்று கேட்கும் உரிமை வாங்காதவர்களுக்கு இல்லை. அவர்கள் தமக்குத் தேவையா, தேவையில்லையா என்ற கேள்வியைத் தமக்குள் வேண்டுமானால் கேட்டுக்கொள்ளலாம். எல்லோரும் வாங்கியாக வேண்டுமென்ற நிர்பந்தம் எதுவுமில்லை. தேவையிருப்பவர்கள் வந்து வாங்கிக் கொள்ளட்டும். துணிமணிகள் வாங்கும்போது இதைப்போய் விற்பார்களா என்று நாம் சிந்திக்கிறோமா? இதை இனாமாகத் தந்தால் என்ன என்றா கேட்கிறோம்? வாங்க விரும்பாதவர்களை வலுக்கட்டாயப்படுத்தி வாங்கச் சொன்னால் மட்டுமே எதிர்ப் பதில் அர்த்தமிருக்கிறது.

மட்டுமல்ல, இங்கே விற்பனை செய்யப்படுவது அன்போ, காதலோ அல்ல. ஒரு நபருடன் குறிப்பிட்ட நேரத்தைச்

செலவிட ஒரு சம்பளம் நிர்ணயிக்கப்படுகிறது. அவர்களுக்குத் தேவையான அப்போதைய மன அமைதியையும் பரிவையும் அளிக்கிறோம். இதை விற்பனை செய்யக்கூடாது என்று சொல்வதைவிட தேவைப்படாதவர்கள் வாங்க வேண்டாம் என்று முடிவு செய்துகொள்வதுதான் நல்லது. இப்படிச் சொல்பவர்கள்கூட சொந்த விஷயம் என்று வரும்போது கலையென்பது ஆத்மாவென்றும் அதில் கரைந்து விடுவதாக வெல்லாம் சொல்லிக் கொள்கிறார்கள் அல்லவா? இந்த ஆத்மாவை உடலிலிருந்து பிரித்து வெளியே கொண்டுவந்து கரைக்கிறார்களா? ஆத்மா பிரிந்து விட்டால் சடலம். ஆகவே அதை உள்ளுக்குள் வைத்தே உருகச் செய்கிறார்கள். ஊசி மூலம் மருந்து செலுத்துவதுபோல் என்பதாகப் புரிந்து கொள்ள லாம். உடம்பினுள்தானே ஊசிபோட்டுக் கொள்கிறோம்?

குலுங்கும் கார்கள்

என்னுடைய வாடிக்கையாளர்களில் அதிகளவிலானவர் கள் பாலியலைப் பற்றி ஆலோசனை கேட்க வருபவர்கள்தான். மனைவிக்கு ஆர்வம் அதிகமாக இருக்கிறது அவளை எப்படித் திருப்திப்படுத்துவது என்று கேட்டு வந்தவர்கள் பலர். அவர் களிடம் நான் அனுபவம் மூலமே தெரிந்து கொள்ளுங்கள் என்று சொல்லிவிடுவேன். இதற்கு நான் என்ன பதிலைச் சொல்ல முடியும்? அவர்களே பரஸ்பரம் அறிந்து செயல் படுவதுதான் இதற்கான ஒரே தீர்வு. வார்த்தைகளால் விவரிப் பதில் சலிப்புத் தோன்றலாம். கூச்சமிருக்கலாம். உடலின் குறிப்பிட்ட பகுதிகளைத் தூண்டும்போது வேண்டாமென்று சொல்லலாம், மௌனமாக இருந்து விடலாம். இதன் மூலம் கூட உடலின் தேவைகளை குறிப்பால் உணர்ந்து, குழந்தைகளைக் கடைக்கு அழைத்துப் போனால் அவர்களது கவனம் பதியு மிடத்தை வைத்து அவர்களது தேவைகளை நாம் புரிந்து கொள்வதுபோல். இதைக்கூட புரிந்துகொள்ள முடியாதவர்கள் தான் கேள்விக் கணைகளுடன் வருவார்கள். இதில் பெருமள விலானவர்களது பிரச்சினை, அவர்களுக்குப் பரஸ்பரம் புரிந்து கொள்வதற்கான வாய்ப்புகள் இல்லை என்பதுதான்.

நாம் ஏன் எல்லா பாலியல் உறவுகளையும் குடும்ப உறவுக்குள்தான் தணித்துக் கொள்ளவேண்டும் என்ற நிர்பந்தத் துடன் வாழவேண்டும்? உண்மையான பாலின்பத்தையறிந்து கொள்வதற்கு ஒப்பந்த உறவுக்குள் வந்து சேர்வதுவரை ஏன் காத்துக் கொண்டிருக்க வேண்டும்? குழந்தைகளைப் பெற்றுக் கொள்வதற்கும் வளர்ப்பதற்கும் மட்டும்தான் பெண்கள் என்று

ஏன் நிச்சயித்துக் கொள்ள வேண்டும்? குடும்பக் கட்டுப்பாட்டிற்கான ஒரு மார்க்கமென்பதாக லெஸ்பியனிஸத்தை அங்கீகரிப்பதில் என்ன வந்து விடப்போகிறது? உண்மையாகவே, லெஸ்பியன் உறவு நல்ல குடும்பக் கட்டுப்பாடு முறைதான். இவ்வளவு பெரும்திரளான மக்கள், உலகிற்குத் தேவையில்லை. நான் சிருஷ்டித்தே தீருவேன் என்று பிரம்மாவாகத் திரிபவர்களை விட்டுவிடுவோம்.

ஆலோசனை கேட்க வருபவர்களுடன் கொஞ்சநேரம் தனியாக அமர்ந்திருப்பதற்கான இடத்தை என் போன்றோர் தேடிப்பிடிப்பது மிகவும் சிரமமான விஷயம். பெரிய ஹோட்டல்களிலுள்ள தனி ஃபாமிலி ரூமிலோ, பார்க்கிலோ அமர்ந்திருப்பது வசதியாக இருக்கும். ஆனால், பாலியல் தொழிலாளியாக அறியப்பட்ட ஒரு பெண்ணால் இப்படி அமர்ந்திருப்பதென்பது சுலபமான விஷயமல்ல. இதன் காரணமாகவும் பலவிதச் சுரண்டல்கள் நடக்கிறது. ஆட்டோவில் ஏறினால் பத்துரூபாய்க்கான தூரம் செல்ல அவர் எழுபத்தைந்து ரூபாய் வாங்குவார். உட்கார்ந்து பேசும் வசதியுள்ள ஒரு ஹோட்டலுக்குச் சென்றால் தேவையில்லையென்றாலும் ஏதாவது ஆர்டர் கொடுத்துக்கொண்டிருக்க வேண்டும். சில வேளைகளில் அதிகத் தொகைக்குப் பில் போடுவதும் நடக்கும். பார்க்கிலோ பேருந்து நிலையத்திலோ நிம்மதியாக உட்கார்ந்து பேச இயலுமென்றால் இதற்கான தேவைகள் எதுவுமில்லை.

இந்தப் பிரச்சினைகளே இல்லாமல் நிம்மதியாக லாட்ஜில் அறையெடுத்துத் தங்கலாம் என்றால் அவர்கள் நூற்றைம்பது ரூபாய் வாடகைக்குக் குறைந்தது அறுநூறு ரூபாயாவது வாங்கி விடுவார்கள். பொது இடங்களில் அமர்ந்து பேசுவதற்கான சுதந்திரமிருந்தால் இந்தச் செலவுகள் மிச்சமாகும். பெரும்பாலானவர்களுக்கும் பேசிக்கொண்டிருப்பது மட்டுமே பாலின்பம். இதற்காகப் பலர் பஸ் பயணத்தையும் தேர்ந்தெடுப்பதுண்டு.

‘திருச்சூர் குலுங்கும் கார்’ என்றொரு சொல் உண்டு. காருக்குள் வைத்து பேசிக்கொண்டிருப்பதையும் பாலியல் உறவுகொள்வதையும்தான் இப்படிக் குறிப்பிடுவார்கள். கிரேன் வைத்து கார்களைத் தூக்கி மாற்றுவதற்கான ஏற்பாடுகள் வரை திருச்சூர் நகரில் செய்யப்பட்டிருந்தது. சாலையோரங்களில் கிடக்கும் கார்கள் ஏதோ கொஞ்சம் குலுங்குகிறது என்பதைத்தவிர மற்றவர்களுக்குப் பெரிய பிரச்சினைகள் எதுவும் இதில் ஏற்படுவதில்லை. இதனைக் குறிப்பிட்டு, காருக்குள் வெடிகுண்டு இருக்கிறது என்ற புரளியும் கிளம்பியதுண்டு. வெடிகுண்டு காருக்குள் கிடந்து குலுங்குகிறதாம்.

திரைச் சீலைகளும் பிறவசதிகளும் கொண்ட கார்களும் வேன்களும் இப்போது நகர்ப்புறப்பகுதிகளில் தாராளமாகக் கிடைக்கின்றன. வாடகைதான் மிக அதிகம். ஆள்நடமாட்ட மற்ற பகுதிகளில் நிற்கும்போதுதான் இந்தக் குலுங்கும் கோளாறு வெளியே தெரிகிறது. நெரிசல் மிகுந்த நகர்ப்புற வீதிகளில் இந்தக் கோளாறு தெரிவதில்லை. சமீபத்தில் இதுபோன்ற ஒரு அனுபவம் எனக்கு ஏற்பட்டது. எவ்வளவு நிர்பந்தம் செய்தாலும் உறையுபயோகிக்க மறுக்கும் ஒரு வாடிக்கையாளர் என்னுடனிருந்தார். அன்று அவர் ஏனோ உறையுபயோகிக்க முன்வந்தார். எயிட்ஸ் குறித்த ஏதாவது பயிலரங்கிற்குப் போயி ருக்கக்கூடும் என்று நினைத்துக்கொண்டேன். ஆனால் காரணம் மிக எளிமையானது. கார் இருக்கை அசிங்கமாகி விடுமே என்ற பயம் அவருக்கு. நாமெல்லாம் வீட்டைதான் தனிமைக்குப் பாதுகாப்பான இடமென்று கருதுகிறோம். இங்கேயும் கூட தேவையில்லாமல் அத்துமீறி நுழையும் குணம் நிறைய பேர்களுக்கு இருக்கிறது. பரஸ்பரம் சம்மதித்து நடக்கும் உறவுகளையும் இவர்கள் சுரண்டலாகவே சித்தரிக்கிறார்கள். எந்தப் பாலியல் தொழிலாளர்களிடம் கேட்டாலும் வாடிக்கை யாளர்கள் அனைவரும் பாலியல் உறவுக்காக மட்டுமே வருவதில்லை என்ற விஷயத்தைச் சொல்வார்கள். அபிப்ராயங் கள் கேட்பதற்கும் வெறுமனே பேசிக்கொண்டிருக்கவும்தான் பெரும்பாலானவர்கள் விரும்புகிறார்கள். சமூகத்திடமிருந்து விலகியோடி வருபவர்கள்தான் பாலியல் உறவு வைத்துக் கொள்ள விரும்புகிறார்கள்.

பூரத்திருநாள் என்று சொல்லப்படுவது நேரடியாக நடத் தும் வாணவேடிக்கையல்ல. காலை பூஜை, திருமுழுக்கு போன்ற நிறைய அனுஷ்டான விதிகள் உண்டு. இவற்றிற்கெல்லாம் மகுடமணிவதுபோல்தான் வாணவேடிக்கை நடக்கும். ஆனால், பாலியல் தொழிலாளர்களிடம் வரும் வாடிக்கையாளர்களில் பலரும் முதலிலேயே வாணவேடிக்கை காட்டிவிட்டுப் போய் விடுபவர்கள்தான்.

கட்டுமானப்பணி, ஹோம் நர்ஸ் போன்ற பணிகளைச் செய்பவர்களில் பலர் பாலியல் தொழிலில் ஈடுபடுவதுண்டு. கேரளத்தைப் பொறுத்தவரை பல்வேறு நகரங்களிலிருந்தும் கட்டடப் பணி செய்பவர்கள்தான் பெரும்பாலும் பாலியல் தொழிலுக்கு வந்து சேர்கிறார்கள். அவர்களுக்குத் தொடர்ந்து தொழில் நடக்க வேண்டுமென்றால் மேஸ்திரியுடனான சில அனுசரணைகள் கட்டாயப்படுகின்றன. மறுத்தால் மறுநாள் வேலைக்கு வேறு ஆள் கிடைக்கும். இந்தக் குறைந்த கூலியில் எதற்கு இரண்டுவேலை செய்யவேண்டும்? ஏதாவது ஒன்றை மட்டுமே செய்யலாமே என்று நினைத்துப் பாலியல் தொழி

லுக்கு வருபவர்கள்தான் அதிகம். இந்த வேலையில் கூலி அதிகம் கிடைக்கும்.

ஆண்கள்: அன்றும் இன்றும்

என்னுடைய வாடிக்கையாளர்களில் பெருமளவிலான வர்கள் அறிவுரை கேட்க வந்தவர்களாக இருப்பதற்கு மற்றொரு காரணமுமிருக்கிறது. நீண்டநேரம் பேசுவதற்கு இடமளிக்கும் பாலியல் தொழிலாளர்கள் மிக அபூர்வமாகவே இருப்பார்கள். திருட்டு முழியுடன், பயந்துபோய், பதற்றத்துடனிருப்பவர்களைப் பார்த்ததும் நானே ஏதாவது கேட்பேன். அறைக்குள் வந்தபிறகு பெரிய அளவிலான பாலியல் நோக்கமெதுவும் இவர்களில் சிலரிடம் இருக்காது. நீ, யார்? என்ன விஷயம்? என்றெல்லாம் கேட்பார்கள். பேசிக்கொண்டிருப்பதற்கான ஒரு தொடக்கம்தான் இந்தக் கேள்விகள். நான் அப்போது ஒவ்வொன்றாகக் கேட்கத் தொடங்குவேன். இப்படியாக, என்னுடன் ஏதாவது பேசுவதற்கு ஆசைப்படும் வாடிக்கையாளர்கள் நிறைய பேர் வரத்தொடங்கினார்கள். சிலர் சொல்வார்கள், 'என் நண்பன், இந்த அக்காவிடம் போனால் நல்ல அறிவுரையெல்லாம் சொல்லித் தருவாங்க என்று சொன்னான், அதுக்காகத்தான் வந்தேன்' என்று. இதில் பெரும்பாலானவர்கள் திருமண ஏற்பாடுகள் முடிவு செய்யப்பட்டவர்களாக இருப்பார்கள். திருமணம் முடிந்து தாம்பத்ய உறவில் தோல்வியடைந்தவர்களும் வருவார்கள். இந்த இரண்டு பிரிவினர்களும்தான் அதிகமும் ஆலோசனை கேட்க வருபவர்கள்.

நாற்பது, நாற்பத்தைந்து வயதான, தாம்பத்ய வாழ்க்கையில் தோல்வியடைந்த சிலரும் வந்திருக்கிறார்கள். மனைவியிடம் அன்பு செலுத்துகிறேன்; பாத்திரப் பண்டங்களை அலசிக் கொடுக்கிறேன்; துணி துவைப்பதற்கு உதவுகிறேன்; ஆனால், இரவு அனுமதிக்கமாட்டேன் என்கிறாள். இதுதான் ஒருவருடைய ஆதங்கம். பொதுவாக, நான் இவர்களது பாலியல் உறவைப் பற்றி அதிகமாகக் கேட்டுத் தெரிந்துகொள்வேன். பிரச்சினைகளின் தொடக்கப்புள்ளியை உடனே புரிந்துகொண்டுவிட முடியும். ஒரு கணவன் இது போன்ற விஷயங்களில் சிறிதளவாவது அறிவுள்ள ஒருவனாக இருக்கவேண்டும் என்று எதிர்பார்க்கிறாள். மனைவி, தன் விருப்பங்களைப் பகிர்ந்து கொள்ளும்போது அவனால் தாங்கிக் கொள்ள முடியாது. உனக்கு இதையெல்லாம் சொல்லித் தந்தது யார்? என்பதுதான் அவனது அடுத்த கேள்வியாக இருக்க முடியும். ஆகவே, மனைவி தன்னுடல் சார்ந்து தனக்குத் தெரிந்ததைக்

கூட சொல்லமுடியாது. தெரியாத இவன் கேட்டுத் தெரிந்து கொள்ளவும் மாட்டான்.

சுவாரஸ்யமான மற்றொரு அனுபவமும் இருக்கிறது. பாலியல் விஷயங்களைக் கேட்டுத் தெரிந்து கொள்வதற்காக வென்று ஒரு ஆள் வந்தான். "உங்களுக்கு இப்போது எத்தனை வயதாகிறது" என்று கேட்டதும் நாற்பத்திரண்டு, இருபத்தாறு வயதில் திருமணம் நடந்தது, என்றான். "சரி, அப்போ இவ்வளவு காலமா என்னதான் நடந்தது?" என்று கேட்டேன். "இந்த மாதிரியான விஷயங்களை மனைவிட்டே போய் கேட்க முடியுமா?" என்று திருப்பிக் கேட்டான்.

எயிட்ஸ் விழிப்புணர்வு நடவடிக்கைகளுக்குப் பிறகு சில புதிய பிரச்சினைகள் பலருக்கு ஏற்பட்டிருக்கிறது. பாது காப்பான பாலியல் உறவு என்று எல்லா இடங்களிலும் விளம்பரப்படுத்தப்பட்டிருக்கிறது. என்ன பாதுகாப்பு? உறையுப யோகிப்பதைத்தவிர வேறு வழிகளும் இதில் இருக்கின்றவா? என்பது போன்ற சந்தேகங்கள். வாணவேடிக்கை எல்லோருக் கும் கட்டாயத் தேவையல்லவா, நம் நாட்டில்? பூஜைகள் முறைப்படி நடந்தாலே போதும், எனக்குத் திருப்தியாகிவிடும். ஆனால் மனைவி உடன்பட மறுக்கிறாள் என்று சிலர் சொல்வ துண்டு. மனைவியிடம் கேட்டால் வேறுமாதிரி சொல்வாள். தொடக்கம் எது முடிவு எது? அப்படி தொடக்கமும் முடிவு மெல்லாம் இருக்கிறதா என்பது யாருக்கும் தெரியாது.

என்னுடைய ஆலோசனை பலனளித்தவர்களில் சிலர் திரும்பவும் வந்து என்னை சந்திப்பதுண்டு. ஷொர்ணூரிலிருந்து ஒருவர் வந்தார். சுமார் முப்பத்தைந்து வயதிருக்கும். என்னிடம் சில விஷயங்களைக் கேட்டுத் தெரிந்து கொண்ட அவர் மீண்டும் ஒருமுறை என்னைச் சந்தித்தபோது சொன்னார். "இனிமேல் நான் உங்களைப் பார்த்தால் பேச மாட்டேன்." மனைவியுடனான அவரது உறவுகள் சுமுகமாகிவிட்டதாம்.

வேறொருவர், பெயர்: பிரகாசன். சுயசரிதை எழுதவிருக்கும் விஷயத்தை அவரிடம் சொன்னபோது; எது வந்தாலும் பரவா யில்லை, அதில் கண்டிப்பாக என் பெயரையும் குறிப்பிட வேண்டும் என்றார். இவர் ஒரு ஹோட்டலில் மானேஜராக இருந்தார். தேவையான அளவுக்குப் பொருளாதார வசதிகளு முள்ளவர். பாலியல் திருப்தியளிக்காத காரணத்தால் முதல் மனைவி இவரைவிட்டு போய்விட்டாள். இரண்டாது திருமணத் திற்கான நிச்சயதார்த்தமெல்லாம் முடிந்த பிறகு என்னை வந்து சந்தித்தார். முதல் மனைவியை அவருக்கு மிகவும் பிடிக்கும். ஆனால், இரவு வந்து விட்டால் அவர்களுக்குள் பிணக்கம் வந்துவிடும். இந்த விஷயங்களையெல்லாம் பேசித்

தீர்வுகண்ட பிறகுதான் தனது பெயரையும் குறிப்பிட்டுக் கொள்ளும்படி சொன்னார்.

கொல்லத்தைச் சேர்ந்த ஒருவர்; இவருக்கு மாதா அமிர்தா னந்த மயியைப் பார்க்கப் போகவேண்டுமென்று ஆசை. ஆனால், தனது, சொந்த ஊரிலேயே மாதா பிறந்து வளர்ந்ததால் அவருக்கு தெய்வீக சக்தியெதுவும் இருப்பதாக நம்புவதற்கு இவர் விரும்பவில்லை. ஆகவே, என்னைப் பார்க்கவந்தார். என்னிடம் பேசிக்கொண்டிருந்த பிறகு, எனக்கு தெய்வாம்சம் இருப்பதாகச் சொன்னார். மாதா அமிர்தானந்த மயி இவரது அண்டைவீட்டுக்காரியாக இருந்த காரணத்தால் நான், சுளுவாக தெய்வீகத்தன்மையை அடைந்து விட்டேன்.

என்னிடம் தற்செயலாக வந்து சேருபவர்கள் மிகக்குறைவு. இந்த இடத்தில் இப்படியொரு அக்கா இருக்கிறாள், என்பதை அறிந்து வருபவர்கள்தான் அதிகமும். பஸ்ஸில் சேர்ந்து பயணம் செய்ய விரும்புபவர்களும் நிறைய இருப்பதாக ஏற்கனவே சொன்னேன் அல்லவா? இதில் சிலரது பயம் என்னவென்றால், பாலியல் தொழிலாளியுடன் தனியறையில் இருந்தால் அவள் தன்னை பலாத்காரம் செய்து விடுவாளோ என்பதுதான்.

திருச்சூர் செட்டியங்காடியில் ஹோட்டல் நடத்திய அசோக னுடனான தொடர்பு விசேஷமானது. இரவு நேரங்களில் அவனுடைய ஹோட்டல், சீட்டு விளையாடும் இடமாக மாறி விடும். ஒருபுறம் அவரது நண்பர்களின் சீட்டு விளையாட்டு மும்முரமாக நடந்து கொண்டிருக்கும்போது மற்றொரு இடத் தில் என்னுடன் படுத்திருப்பார். இதில் தான் அவருக்கு ஆர்வம். பிறகு, இவர் தற்கொலை செய்து கொண்டதாக அறிந்தேன்.

திருச்சூரில், அமலாவில் இருக்கும்போது இபுராகீம் என்ற தெரிந்தவர் ஒருவர் இரவில் தனது மாருதி ஸென் காரில் என்னை வீட்டுக்கு அழைத்துக்கொண்டு போவதுண்டு. மனைவி மக்களெல்லாம் வீட்டில்தானிருந்தார்கள். என்னைக் காரில் இருக்கும்படி சொல்லிவிட்டு கண்ணாடிகளை உயர்த்தி வைத்து விட்டு காரை ஷெட்டில் கொண்டுபோய் விட்டு விடுவார். பிறகு வீட்டுக்குள் செல்வார். சுமார் பன்னிரண்டு மணியளவில் எல்லோரும் தூங்கிய பிறகு வெளியே வருவார். இதையெல்லாம் எந்த விதமான பயமோ பதற்றமோ இல்லா மல் செய்துமுடிப்பார். அதிகாலை மூன்று மணியாகும்போது காரிலேயே திரும்பவும் என்னை வீட்டில் கொண்டு விடுவார்.

ஆம்பல்லூரில் பரமு எனும் லாரி டிரைவர் தனது ஆண் மையைப் பிரகடனப் படுத்தும் நோக்கத்துடன் என்னை லாரியில் அமரவைத்து முக்கியப் பகுதிகளினூடே ஓட்டிச் செல்வார்.

அண்மையில், மெடிக்கல் ரெப் ஒருவர் அறிமுகமானார். முழுமையான வழுக்கைத்தலையில் ஏதோ சில முடிகள் மட்டும் அப்படியே தூக்கியபடி, நல்ல உருண்டைக் கண்களுடன் இருந்தார். ஒரு கையில் பெரிய பிரஸ்லேட், வாட்சு, சிவப்புக் கயிறு... எல்லாம் சேர்ந்து அவரை ஒரு கோமாளியாகக் காட்டியது. 'ஸன் மனசுள்ளவர்க்கு சமாதான'த்தில் ஸ்ரீனிவாசன் ஒரு பாடல் காட்சியில் நடப்பார் அல்லவா, அதுபோல் முஷ்டியுயர்த்திப் பிடித்து நடப்பார் பெரியவர். நான் ரொம்ப ஸ்ட்ராங்கானவன் என்ற எண்ணம். மனிதருக்குப் பயணத்தின் போது பாலியலில் ஈடுபடுவதுதான் விருப்பமானது. லக்சுவரி பஸ்ஸில் சேர்ந்து பயணிப்பது, தொட்டுத்தடவிப் பேசிக் கொண்டிருப்பது ... இவ்வளவுதான் அவரது பாலியல் ஆர்வம். ரெயில் பயணங்களில் இதே வகைப்படியான அதிகமான விஷயங்களுக்கான சுதந்திரம் கிடைத்தது.

ஐந்தாறு மாதங்களுக்கு முன்புதான் இவர் முதன்முதலாக எனக்கு அறிமுகமானார். திருச்சூரில் வைத்து. பணத்துக்கு சிரமமாக இருந்த சமயம் அது. ரெயில்வே ஸ்டேஷனில் எல்லாம் சுற்றித்திரிந்துவிட்டு பஸ் ஸ்டாண்டிற்கு வந்தபோது இவர் பின்னால் வந்து "இந்த பஸ்ஸில் ஏறு." என்றார். கூலி யெதுவும் முடிவு செய்யப்படாததால் நான் தயங்கி நின்றேன். இதற்கிடையே மற்றொருவர் வந்து ஏற்கனவே அறிமுகமான வர்போல் சத்தமாக ஏதோ பேசத்தொடங்கினார். இந்த நபர் மோசடிப் பேர்வழி என்பதும், இது பணம் தராமல் ஏமாற்று வதற்கான அடவுவேலையென்பதும் எனக்குப்புரிந்தது. இவரிட மிருந்து தப்பித்துக் கொள்வதற்காக பாத்ரூமுக்குப் போய்விட்டுத் திரும்பிவரும்போதும் அந்த ரெப், பதுங்கியபடியே "எரணா குளம்வரைப் போகலாம்." என்றார். நான் பணத்தைப் பற்றிப் பேசினேன். "எவ்வளவு வேண்டும்," என்று கேட்டார். முந்நூறு என்றதும் "கொண்டு வருகிறேன்" என்று சொல்லிவிட்டுப் போய்விட்டார். முந்நூறு ரூபாயை எடுப்பதற்கு எங்கே போகிறார் என்று எனக்கு ஆச்சரியமாக இருந்தது. பிறகுதான் தெரிந்தது, பெட்டியிலிருந்து எடுப்பதைத்தான் இப்படிச் சொல்லியிருக்கிறார் என்பது.

கடைசியில், பஸ்ஸில் ஏறியமர்ந்த பிறகும் இவரிடமிருந்து எந்த அசைவுகளும் வரவில்லை. நல்ல பிள்ளையைப்போல் கமுக்கமாக அமர்ந்து பயணம் செய்தார். "உனக்குத் தூக்கம் வந்தால் தூங்கு" என்றார். மீண்டும் சிறிது நேரம் கடந்த பிறகு முந்நூறு ரூபாயை எடுத்துத் தந்தார். அப்போது எனது மொபைலில் பெல் அடித்தது. நான் பேசிமுடித்ததும் நம்பரைக் கேட்டுக் குறித்துக்கொண்டார்.

பஸ்ஸிலிருந்து இறங்கியதும் கொஞ்ச தூரம் நடந்து சென்ற பிறகு திரும்பி நின்று ஒரு பார்வை பார்த்தார். நான் கூடவே வருகிறேனா என்ற பார்வை அது. திரும்பி வந்து சொன்னார்: "நல்ல ஆகாரம் ஏதாவது வாங்கிச் சாப்பிடணும் என்ன?" இந்தப் பணத்தில் அன்னம் சாப்பிடுவதா தண்ணி அடிப்பதா என்பதை நானே முடிவு செய்து கொள்கிறேன் என்று மனதிற் குள் நினைத்துக் கொண்டேன். ஆனால் அவர் திரும்பவும் நூறு ரூபாய் நோட்டை எடுத்து மடித்து "இன்னா, இதையும் வெச்சிக்கோ" என்றார். மீண்டும் கொஞ்சதூரம் சென்றார். பாதிதூரம் போனதும் திரும்பி நின்று மீண்டும் ஒரு பார்வை பார்த்துவிட்டு நடந்து, ஒரே போக்காகப் போனார்.

நான் சுயசரிதையெழுதும் விஷயத்தையறிந்தபோது "பேரை மட்டும் தவிர மற்ற எல்லாத்தையும் எழுதிக்கோ" என்றார்.

○

முன்பெல்லாம், கணவன் – மனைவிபோலிருக்க வேண்டு மென்பது வாடிக்கையாளர்களின் விருப்பமாக இருந்தது. டவலைத் துவைத்துக் கொடுக்க வேண்டும். சோப்பை எடுத்துக் கொடுக்க வேண்டும். பெட்டியைத் தூக்கிக் கொண்டு பின்னா லேயே நடக்கவேண்டும்... ஆனால், முக்கியமான எதையாவது பெட்டிக்குள் வைத்திருந்தால், நாங்கள் சுருட்டிக் கொண்டு ஓடி விடுவோமோ என்ற பயத்தில் அடிக்கடி திரும்பிவேறு பார்த்துக்கொள்ளவும் வேண்டும். இதைப்பார்க்கும்போது எனக்குச் சிரிப்பாக இருக்கும். பெட்டியை எடுத்து அந்த ஆளே கையில் தரவேண்டியது; பிறகு என்னவாகுமோ ஏதாகுமோ என்று பதறவேண்டியது. சிலர் நாங்கள் வேறு ஏதாவது வழிகளினூடே போய்விடுவோமோ என்று நினைத்து, "ஏங்கூடவே வரணும் என்ன? யாராவது ரூபா தர்றதாச் சொன்னா போயிரக்கூடாது" என்பார்கள். 'இதோ, விட்டால் உடனே பறந்துபோயிடப்போகுது' என்பதுபோல் கர்ம சிரத்தை யாக எங்களுடன் நடப்பார்கள்.

ஈடுபாட்டுடன் பாலியலை அனுபவிக்க முடிகிறதோ இல்லையோ, ஆனால், இது போன்ற பயணங்கள் சுவாரஸ்ய மானவை. எங்களுடன் ஆயிரம் தடவை வந்தபிறகும் 'நான் கௌரவமான ஆள். நீயெல்லாம் வெறும் வேசி' என்ற மனோ பாவம்தான் பலரிடமும். ஒரு வாடிக்கையாளராகத் தங்களை நினைத்துக்கொள்ளவே மாட்டார்கள். முன்பு ஒரு சில கால கட்டங்களில் இந்தப் பாலியல் தொழிலை விட்டுவிட்டுச் சாதாரண குடும்பப் பெண்ணாக வாழ்ந்துவிட முடிவு

செய்ததற்கான காரணம் கூட இது போன்ற மனோபாவ முள்ள ஆட்களின் மீதான வெறுப்புதான். வாடிக்கையாளர் களில் நல்லவர் கெட்டவர் என்ற வேறுபாட்டை இந்த விஷயத்தில் மட்டும் பார்க்கவே முடியாது.

முன்பெல்லாம் இரவு நேரங்களில் ரெயில்வே ஸ்டேச னிலோ, பஸ் ஸ்டாண்டிலோ நிற்க முடியாத சூழ்நிலை இருந்ததால் முடிந்தவரை நம்மை அனுசரித்துப்போய் விடுவார்கள் என்பதை இவர்கள் தெரிந்து வைத்திருந்தார்கள். பஸ் ஸ்டாண்டிலிருந்து ஒரு பெண்ணை பலவந்தமாகப் பிடித்துக் கொண்டு போனால் கூட அங்குள்ள யாரும் எதுவும் கேட்க மாட்டார்கள். ஆனால் இன்று நிலைமை மாறியிருக்கிறது. போலீஸ் தலையிடும். அந்தப் பெண்ணைக் காப்பாற்றுவது அவர்களின் நோக்கமில்லையென்றாலும் தங்களது அதிகாரத்தை அவர்களுக்கு நிறுவியேயாக வேண்டிய தேவையிருக்கிறது. முன்பெல்லாம், பாலியல் தொழிலாளர்களின் விஷயத்தில் தலையிடவேண்டாம் என்ற எண்ணமிருந்தது. பொது இடங் களிலிருந்துகூட எங்களைப் பிடித்துக் கொண்டு போவது எளிதான காரியம்.

○

எனது சிறுவயதில் ஆண்களுக்கு எங்கள் உடலில் கை வைப்பதற்கு சிறு அளவிலான உரிமைகள் இருந்தன. இது சிறு சிறு தட்டலும் முட்டலுமாக முடிந்து போய்விடும். இதைத் தாண்டிய அடுத்த கட்டங்களுக்கு அது அவ்வளவு சுலபமாகப் போய்விடுவதில்லை. இப்போதைய நிலைமை களுடன் இதை ஒப்பிட்டுப் பார்த்தால் இன்றைய காலகட்டம் மோசம்தான். எப்படிவேண்டுமானாலும் கையாளலாம் என்ற மனோபாவம் இன்றிருக்கிறது. வயது வித்தியாசம் கூட கண்டு கொள்ளப்படுவதில்லை. நான் சிறுவயதில் அம்மாவிடம் கேட்பதுண்டு. 'தனியாக இப்படிப் போவதால் பிரச்சினை யெதுவும் இல்லையா' என்று. 'அம்மாவுக்கு வயசுகாலம் தானே?' என்பாள். அம்மாவுக்கு நாற்பது நாற்பத்தைந்து வயதுதானிருக்கும் அப்போது. நல்ல அழகாக இருப்பாள். அதை வைத்துப் பார்க்கும்போது இந்த ஐம்பத்திரண்டு வயதி லும்கூட எனக்கு எந்தப் பாதுகாப்புமில்லை. எங்கு சென்றா லும் எந்த வயதிலுள்ளவர்களும் தட்டவும் முட்டவும் செய்கி றார்கள். இருபத்தைந்து வருடங்களுக்கு முந்திய காலகட்டத்தை விட இப்போதைய ஆண்களுக்கு ஆவேசம் அதிகம். ஒரு தடவை குருவாயூர் பகுதியில் நெரிசலான ஒரு பஸ்ஸில்

பயணித்துக் கொண்டிருந்தேன். பின்னாலிருந்து ஒரு கை நோண்டியது. தொந்தரவு தொடர்ந்தபோது திரும்பிப் பார்த்தேன். அழகான மீசையெல்லாம் வைத்த ஒரு கனவான். "இவ்வளவு சிரமப்பட்டு நோண்டத் தேவையில்லை. நமக்கு இங்கியே எறங்கிரலாம். எங்க வேணும்னாலும் வர்றேன். போனபிறகு விருப்பம்போல நோண்டிக்கலாம்" என்று சத்தமாகச் சொன்னேன். அவனுடைய முகம் வெளுத்துவிட்டது. ஒரு இளித்த சிரிப்புடன் மெதுவாக நழுவி விட்டான். ஆகாயப் பயணத்திலும்கூட இதே நிலைமைதான் என்பதை எனது முதல் தாய்லாந்துப் பயணத்தின்போதே தெரிந்து கொண்டேன். விமானத்தில் ஏறப்போகும் எதிர்பார்ப்புடன் விமான நிலையத்தில் அமர்ந்திருக்கும்போது பக்கத்திலிருந்த ஒருவரின் விரல் என்மீது நகர்ந்து கொண்டிருந்தது. அந்த ஆள் கம்பளியால் மூடிப் புதைத்து அமர்ந்திருந்தான். தெரியாமல் பட்டிருக்கலாம் என்றுதான் முதலில் நினைத்தேன். திரும்பவும் இப்படி நிகழ்ந்தபோது எனக்கு வியாதி புரிந்துவிட்டது. அவனது கையை பலமாகப் பிடித்து நீக்கினேன். கால மாற்றங்களுக்குப் பிறகும் கூட பெண்களை சக உயிரிகளாகக் காண்பதற்கோ முன்வருபவர்களிடம் மட்டும் உறவுவைத்துக் கொள்ளவோ யாருமே முயற்சிப்பதில்லை. அத்துமீறலை இவர்கள் சாதாரணமான ஒன்றாகவே எடுத்துக் கொண்டிருக்கிறார்கள்.

வாடிக்கையாளர்களைப் பிடிப்பதில் நான் வயதின் அடிப்படையில்தான் முன்னுரிமை பார்ப்பேன். மிகவும் குறைந்த வயதினருடன் செல்வதில் எனக்கு விருப்பமிருப்பதில்லை. என்னை விட அதிகபட்சம் பத்து வயது குறைந்தவர்களை மட்டும்தான் ஏற்றுக்கொள்வேன். ஒரு முப்பத்திரண்டு வயதாவது இருக்கலாம் என்று நினைத்து ஒருவருடன் போனால் சில சமயங்களில் அவனுக்கு அந்த வயதுகூட இருக்காது. சமீபத்தில் இப்படியொரு அனுபவம் ஏற்பட்டது. இருபத்து மூன்று வயதான ஒரு பையனுடன் சென்றிருந்தேன். பார்வைக்கு அதிக வயதானவன்போல்தான் தெரிந்தான். சென்றபிறகு உங்களுக்கு வயது எத்தனை என்று கேட்டான். நான் நாற்பத்தெட்டு என்று சொன்னேன். எனக்கு இருபத்துமூன்று வயது தான் ஆகிறது என்று சொன்னான். நான் வயதைச் சொன்ன பிறகும் அவனிடம் எந்தக் கூச்சமும் ஏற்படவில்லை என்பதை நான் கவனித்துக் கொண்டேன். முன்பெல்லாம் ஒரு முப்பது வயதுள்ளவன் தன்னுடன் வந்த பெண்ணுக்கு ஐந்து வயது அதிகமென்று தெரிந்தால்கூட கூசிப்போய்விடுவான். அப்போதெல்லாம் நாங்கள் வயதைக் கொஞ்சம் குறைத்துச் சொல்வது தான் வழக்கம். இப்போது இதற்கான தேவையெதுவுமில்லை.

இரு மடங்கு வயது வித்தியாசமிருந்தால் கூட எந்தக் கூச்சமு மில்லை. மட்டுமல்ல, முன்பெல்லாம் வயதும் ஜோடிப் பொருத்த முமிருந்தால் மட்டுமே தொலைவிடங்களுக்கு அழைத்துச் செல்ல விரும்புவார்கள். பார்ப்பதற்குக் கணவன் – மனைவி போல் தெரியவேண்டும். இப்போது இதற்கான தேவைகள் எதுவுமில்லை.

இப்போது பலரும் வயது அதிகமான பெண்களைத்தான் இதற்கு விரும்புகிறார்கள். பாலியல் குறித்துப் பேசுவதை இப்போதைய ஆண்கள் விரும்புகிறார்கள். முன்பு இதுவெல் லாம் மிகவும் அரிது. எங்காவது போகவேண்டியது, கீழிருந்து மேலாக உடுதுணியை விலக்குவதைத்தவிர பாலியலில் வேறெதுவு மில்லை.

மற்றொரு விஷயம், புளூஃபிலிம் பார்ப்பவர்களது மனோ பாவம். பாலியல் உறவின் உச்சம் குறித்தத் தவறான கருத்துகள் இவர்களிடம் இருக்கிறது. ஒருவரால் முப்பது நிமிடம்வரைக் கும் இயங்க முடியுமென்றும் அப்படியான காட்சிகளைக் கண்டிருப்பதாகவும் இவர்கள் சொல்வார்கள். இதுகூட தங்களது குற்றம் கிடையாதென்பதை வலியுறுத்துவதற்கான முயற்சி யாகவே இருக்கும். இவர்கள் பெரும்பாலும் நடுத்தர வயதை யடைந்தவர்களாகவே இருப்பார்கள். இளம் வயதினர் களிடையே இந்த மாதிரியான சிக்கல்கள் குறைவுதான்.

❖

அத்தியாயம் 7

பணம்

கூலியைச் சொல்லி நான் ஒரு போதும் பேரம்பேசிய தில்லை. கேட்ட தொகைக்கு ஒப்புக்கொள்வதுதான் வழக்கம். மகளை வளர்த்துவதற்கு மாமியார் கேட்ட ஐந்துரூபாயை அப்படியே ஒப்புக்கொண்டதால்தானே நான் இந்தத் தொழி லுக்கே வந்தேன்.

அன்றைய காலகட்டத்தில் என்னால் இதைத்தான் செய்ய முடிந்தது. வாடகை வீடு என்பதான ஒரு ஏற்பாடு அப்போது இல்லை. வேறு ஏதாவது ஒரு வீட்டுடன் தொடர்பையேற் படுத்திக் கொண்டால்தான் வாழ முடியும். இது என்னால் இயலாத விஷயம் என்பதைக் கணவன் இறந்த ஒரு வருடத்திற் குள் புரிந்துகொண்டேன். கூடப்பிறந்த சகோதரனையும் அப்பாவையும் தவிர மற்றெல்லோரும் என்னை உடல்ரீதி யாகவே விரும்பினார்கள். இந்நிலையில் வேறு யோசனைகள் செய்து நான் காலத்தைக் கடத்தவில்லை.

இதற்கும் முன்பே பணம் சம்பாதிப்பதில் எனக்கு ஆர்வ மிருந்தது. பொதுவாக, திங்கள்கிழமை முதல் சனிக்கிழமை வரைதான் எல்லோரும் மண்வேலைக்குச் செல்வார்கள். ஞாயிற்றுக்கிழமைகளில் மண்மடையில் மண்ணைக் கொத்திக் கூட்டுவது போன்ற வேலை உபரியாகக் கிடைக்கும். இதற்கு இரண்டு மடங்கு சம்பளம் கிடைக்கும். அதனால் ஞாயிற்றுக் கிழமைகளில் வேலைக்குச் செல்வதில் எனக்கு மிகுந்த ஆர்வ மிருந்தது. இப்படிக் கிடைக்கும் பணத்தில் ஜாக்கெட் வாங்கு வேன். மண்வேலை செய்யும்போது அதிகம் மோசமாகிவிடுவது ஜாக்கெட்தான். பெரும்பாலும் கிழிந்ததும் தைத்ததும்தான்

போட்டுக் கொண்டு போக முடியும். மிச்சமிருக்கும் பணத்தில் தங்கைகளுக்குப் பலகாரம் வாங்கிக் கொடுப்பேன். எல்லோருக்கும் மூத்தவளான என் தங்கை என்னைவிட எட்டு வயது இளையவள். மூன்று தங்கைகளைக் கவனித்துக்கொள்ளும் போது, குழந்தைகளைக் கவனித்துக்கொள்வது போன்ற ஒரு திருப்தி கிடைக்கும்.

பிறகு, ஒரு காலகட்டத்தில் என் குழந்தையைக் கவனித்துக் கொள்வதற்கு நாளொன்றுக்கு நான் நூறு ரூபாய் கொடுத்த துண்டு. அப்போதெல்லாம் நூறு ரூபாய் என்பது பெரியதொகை. இருநூறு ரூபாய்வரை அப்போது தினமும் எனக்குக் கிடைத்து வந்தது.

O

மங்கலாபுரத்திலிருந்தபோது நான் துளு மொழியைப் படித்தேன். கொஞ்சம் கன்னடமும் படித்தேன். துளு தெரிந்திருந்ததால் கன்னடம் அதிகம் தேவைப்படவில்லை. மங்கலா புரத்திலிருந்து வந்த கொஞ்ச நாட்களில் ஷாகுலைத் திருமணம் செய்தபிறகு தமிழ்நாட்டின் பல்வேறு பகுதிகளில் வாழ்ந்திருக்கிறேன். அப்போது தமிழும் நன்றாகப் படித்தேன். மலையாளத்திற்கு அடுத்து நான் அதிகமாகப் பேசிய மொழி தமிழ்தான். தமிழில் மேடையில் பேசவும், தமிழை வாசிக்கவும் தெரியும். தமிழ்நாட்டின் மேடைப் பேச்சு முறை எனக்கு மிகவும் பிடிக்கும். இந்த முறையைப் பின்பற்றுவதற்கு நான் முயற்சி செய்தேன்.

ராஜீவ்காந்தி இறந்ததையொட்டி நான் தீவிரமாகத் தமிழ் வாசிக்கப் பழகினேன். அந்தச் செய்தியை ஷாகுல்தான் எனக்கு வாசித்துச் சொன்னார். அது எனக்கு அப்போது சரியாகப்

கேரளாவில் கேமிரா ஒர்க்ஸ் ஷாப்

புரியவில்லை. மகள் படித்ததும் தமிழில்தான். நான் ஏதாவது சந்தேகம் கேட்டால் இரண்டு பேருமே சரியாகச் சொல்லித்தர மாட்டார்கள். இந்தக் கோபத்தில்தான் தமிழ்ப் புத்தகங்களை யெடுத்து நான் வாசிக்கப் பழகினேன்.

சமூகத்தின் பல்வேறு நிலைகளிலுள்ளவர்கள் பாலியல் தொழிலாளர்களாக இருக்கிறார்கள். மேல்தட்டு வர்க்கத்தினர், மத்தியதரப்பிரிவினர், விளிம்பு நிலையினர் என்று. பத்துக்கோ, பதினைந்துக்கோ தொழில் செய்பவர்களுமிருக்கிறார்கள். ஒரு மணி நேரத்திற்கு ஆயிரம் ரூபாய் வாங்குபவர்களுமிருக்கிறார்கள்.

இதில் முதல்தர வர்க்கத்தினரை நாங்கள் பாலியல் தொழிலாளர்களாக கணக்கில் எடுத்துக் கொள்வதில்லை. இவர்களுக்குச் சமூகத்துடன் நேரடித் தொடர்பெதுவுமில்லை. ஆகவே, பெரிய அராஜகங்கள் எதுவும் இவர்கள் நேரிட வேண்டிய தேவை கிடையாது. அபூர்வமாக ஏதாவது வாடிக்கையாளர்களின் கையில் சிக்கிக்கொண்டால் ஏற்படும் தொந்தரவுகளைத் தவிர. வேறு ஏதாவது தொழில்களுடன் சேர்த்துப் பாலியல் தொழிலையும் செய்பவர்கள் இடைநிலைக் காரர்கள்.

விளிம்பு நிலையில் வாழ்பவர்கள்தான் மிகவும் அதிகமான துன்பங்களை எதிர்கொள்ள நேரிடுகிறது. காவல் துறையால் கைது செய்யப்படுபவர்களும் ரௌடிகளால் துன்புறுத்தப்படுப வர்களும் இவர்கள்தான். பிக்பாக்கெட் அடிப்பவர்களின் குற்றங்களுக்கும் கிரிமினல்களின் குற்றங்களுக்கும் இவர்கள் தான் பொறுப்பேற்க வேண்டும். கொலை நடந்தால் கூட கொலையாளிக்கும் இவர்களுக்கும் தொடர்பிருந்ததாகச் சொல்லிப் பிடித்துக்கொண்டு போய்விடுவார்கள்.

எரணாகுளத்தில் படகுத்துறையின் பக்கத்தில், சமீபத்தில் ஒரு கொலை நடந்தது. இறந்து கிடந்தவரின் பக்கத்தில் உபயோகிக்கப்பட்ட ஒரு ஆணுறை கிடந்ததாகவும் அவருடன் வந்தது ஒரு பாலியல் தொழிலாளியாக இருக்கலாம் என்றும் காவல்துறை முடிவுக்கு வந்தது. கூடவந்ததாக முடிவு செய்யப் பட்ட பாலியல் தொழிலாளியைத் தேடிப் போலீஸார் அலைந் தனர். உண்மையான கொலையாளியைப் பிடிப்பதில் போலீ சுக்கும் சமூகத்திற்கும் ஆர்வமில்லை. ஒரு பாலியல் தொழிலாளி யின் மீது குற்றத்தைச் சுமத்துவது மிக சுலபமான விஷயம். திருச்சூர் அரியங்காடியிலும் இது போன்ற ஒரு வழக்கு நடந்துவருகிறது.

வாடிக்கையாளர்களுடனான தொடர்புகள் பல அம்சங் களை அடிப்படையாகக் கொண்டவை. இதில் ஒரு பாலியல்

தொழிலாளி எந்த ஏரியாவில் நிற்கிறாள் என்பது முக்கியமான அம்சம். நான் கிட்டத்தட்ட எல்லா ஏரியாவிலுமே நின்றிருக்கிறேன். திருச்சூர் அரசு பஸ் ஸ்டாண்ட் பகுதியில் நிற்பவர்கள் தரம் தாழ்ந்தவர்களாக மதிப்பிடப்படுவார்கள். பக்கத்திலிருக்கும் மாவட்ட மருத்துவமனைப் பகுதியில் நிற்பவர்களுக்கு வி.ஐ.பி. அந்தஸ்து. அரசு பேருந்து நிலையப் பகுதியில் தற்செயலாக வந்த ஒரு பாலியல் தொழிலாளி, ஏதாவது டிமாண்ட்டுகளை முன்வைக்கிறார் என்றால், உடனே வரும் அடுத்த பதில், "லோ கிளாஸ் கேசா இருந்தாலும் பந்தாவைப் பாரு" என்பதாகவே இருக்கும். இதே டிமாண்டை மருத்துவமனைப் பகுதியில் இவளால் முன்வைக்க முடியும். என் தொழிலின் தொடக்க காலத்திலேயே இந்த வேறுபாட்டை நான் புரிந்துகொண்டிருந்ததால் இந்த இரண்டு இடத்திலுமிருந்தும் நான் வாடிக்கையாளர்களைப் பிடிப்பதில்லை. இந்த இடங்களிலிருந்தும் விலகி நின்றுகொள்வேன். இப்படி விலகி நின்றோ, பயணங்களின் போதோ அல்லது வேறுஇடங்களில் வைத்தோ கிடைப்பவர்களிடம் சில விவரங்களைப் பேசவும் முடியும். இவ்வளவு நேரம்தான் இருப்பேன். இப்படி இப்படி நடந்துகொள்வதென்றால் மட்டும்தான் வருவேன் என்றெல்லாம்.

சக்தன் ஸ்டாண்டிற்குப் பக்கத்தில் நிற்பவர்கள் மிகமிகத் தரம் குறைந்தவர்களாக மதிப்பிடப்படுவார்கள். பார்வைக்கு எப்படியிருக்கிறாள் என்பதெல்லாம் இங்கே கணக்கில் வராது. நிற்கும் ஏரியாவைப் பொறுத்ததுதான் சந்தை மதிப்பு. பழக்கமான வாடிக்கையாளர் என்றால் இந்த முன் முடிவுகள்தான் அவரது நடவடிக்கைகளில் பிரதிபலிக்கும்.

A Peep into the silenced படத்திலிருந்து

வாடிக்கையாளரின் தரத்தைப் பொறுத்தும் சில சமயங்களில் எங்களது நடவடிக்கைகள் அமைந்திருக்கும். ஒரு ஆட்டோ டிரைவர் வாடிக்கையாளர் என்றால் தொந்தரவு செய்வான்

என்று தெரிந்தே அவனுடன் செல்வோம். ஆனால், அவன் ஒரு அளவுக்குமேல் தொந்தரவு படுத்தும் விதமாக அப்படிச் செய்யவேண்டும் இப்படிச் செய்யவேண்டுமென்றெல்லாம் கட்டாயப்படுத்தமாட்டான். ஆனால் இவர்களைத் தேர்ந் தெடுத்துதான் செல்லவேண்டும் என்பதும் உண்மை. நடுத்தர வர்க்கத்தினர், 'கருமமே கண்ணாயினர்' வகைப்பட்டவர்கள். ஆனால் சற்றுப் பொருளாதார வசதிபடைத்தவர்களென்றால், அதிலும் இளம் வயதினரென்றால், பலாத்காரமும் வீம்பும் காட்டுவார்கள். அவர்கள் எதையுமே தகர்த்தெறிந்து முன்னேற நினைக்கும் சுபாவம் கொண்டவர்கள், நாம் அவர்களிடம் என்னதான் அன்பாக நடந்து கொண்டாலும் சரி. இந்தப் பிரிவினரை நான் புறக்கணிப்பதற்கான காரணங்களில் இதுவும் ஒன்று.

செட்டுமுண்டு உடுத்திக்கொண்டுதான் நான், இந்தத் தொழிலுக்கு அறிமுகமானேன். ஜரிகையிட்ட செட்டுமுண்டு ஆர்ப்பாட்டமாக இருக்குமென்ற எண்ணத்தில் கறுப்புக்கரை யும் சிவப்புக் கரையுமுள்ள செட்டுமுண்டுகளை உடுத்தினேன். இதில் கஞ்சிப்பசைபோடுவது, இஸ்திரி போடுவது போன்ற தலைவலிகள் அதிகம். இதைத் தவிர்ப்பதற்காகவே நான் சேலைக்கு மாறினேன். சேலைக்குப் பொருத்தமான ஜாக்கெட் எதுவென்பது பற்றியோ ஃபாஷன் பற்றியோ தெரிந்து கொள்ள எந்த வழியுமில்லை. ஏதாவதொரு சேலையைக் கட்டி அதற்கொரு ஜாக்கெட்டையும் அணிந்து கொள்வேன். அப்போதெல்லாம் எந்த சேலையை உடுத்திக் கொண்டாலும் ஜாக்கெட் பெரும் பாலும் கறுப்பு நிறம் அல்லது சிவப்பு நிறத்தில்தான் அணிந்து கொள்வேன். செட்டுமுண்டு உடுத்திய பழைய பழக்கதோஷம். சேலை உடுத்திக் கொள்ளத் தொடங்கிய பிறகும் பட்டுச்சேலை உடுத்திக்கொள்ள நான் விரும்பவில்லை. பட்டுச்சேலை என்பது கல்யாண சாதனம் என்பதான நம்பிக்கையும் இருந்தது. குளித்து முடித்து பொட்டுவைத்துக் கொண்டால் நான் அழகானவள் என்ற எண்ணம்தான் மனதிற்குள் வரும்.

மண்வேலைக்குப் போகும்போது லுங்கியும் ஜாக்கெட்டும் தான் அணிந்துகொள்வேன். அப்போதெல்லாம் இதைத் தவிர வேறு ஆடை அலங்காரங்கள் எதுவுமில்லை. வேறு எங்காவது போவதென்றால் வெள்ளை முண்டும் வேலைக்குப் போகும் போது கலர் லுங்கியும். இதுதான் பொதுவாக, எல்லோருக்கு மான ஆடைகள்.

பாலியல் தொழிலாளிகளைச் சுரண்டுபவர்களில் முக்கிய மானவர்கள் தரகர்களும் 'கணவர்'களும்தான். பெரும்பாலும் கணவர்களேதான் தரகர்களாகவுமிருப்பார்கள். தொழில்

நடந்தாலும் நடக்காமல் போனாலும் இவர்களுக்கு மது வாங்கிக் கொடுக்கவேண்டும். பணம் கொடுக்கவேண்டும்.

சமூகம், எங்களைப் போலவே இவர்களையும் ஏளனத் தோடுதான் பார்க்கிறது. கோழிக்கோட்டில் இவர்கள் 'கயிறுகள்' என்ற அடைமொழியில் குறிப்பிடப்படுவார்கள். இரண்டு முனைகளையும் இணைக்கப் பயன்படுபவர்கள் என்ற அர்த்தத்தில்.

பாலியல் தொழிலாளர்களுக்கு ஒன்றுக்கு மேற்பட்ட குழந்தைகள் பிறப்பதற்கான காரணமும் இவர்கள்தான். பாலியல் தொழிலாளர்களில் பெரும்பாலானவர்களும் உறையுபயோகிப்பவர்கள்தான். ஆனால், கணவன் என்ற பெயரில் இருப்பவர்களிடம் இவர்கள் உறையுபயோகிப்பதில்லை. இந்தக் கணவன்கள் நிரந்தமானவர்களுமில்லை. ஒன்றோ இரண்டோ ஆண்டுகள் கூட இருப்பார்கள். பிறகு வந்துசேரும் அடுத்த கணவனின் குழந்தையைச் சுமக்கும் நிர்பந்தமும் ஏற்படும். இப்படித்தான் தேவைக்கதிகமான குழந்தைகள் இவர்களுக்குப் பிறந்து விடுகின்றன.

வீடு வாடகைக்கு எடுப்பது போன்ற விஷயங்களுக்கும் இந்தக் கணவன்களின் உதவி தேவைப்படும். இருந்தாலும் உதவியைவிடவும் உபத்திரவந்தான் மிக அதிகம்.

என்னுடைய அப்பாவுக்கும் அம்மாவுக்கும் மோசமான வார்த்தைகளைப் பேசும் பழக்கமில்லை. பக்கத்திலுள்ள காலனியிலிருந்துதான் இதுபோன்ற வார்த்தைகளை ஓரளவிலேனும் கேட்டுத் தெரிந்துகொண்டேன். இதுகூட அசிங்கமான வார்த்தைகள் ஒன்றுமில்லை. அப்பாவும் அம்மாவும் கூடவே இருக்கும் போதும் கேட்கமுடியும் என்பதுபோன்ற வார்த்தைகள்தான்.

ஆனந்தக் கொண்டாட்டம் (திருவனந்தபுரம், 2003)

மண்வேலைக்குச் செல்லும்போது இதில் இன்னும் கொஞ்சம் முன்னேற்றமிருந்தது. அங்கே பேசப்படுவது மோசமான வார்த்தைகள்தான் என்றாலும் அது தெரியாதவாறு இரட்டை அர்த்தம் தொனிக்கும் வார்த்தைகளாகவே இருக்கும். ரோசாக் காவுடன் தகராறு வந்த பிறகு திருச்சூருக்கு வந்துதான் மிகவும் தரமான கெட்ட வார்த்தைகளைத் தெரிந்துகொண் டேன். பிச்சையெடுத்து வாழும் பெண்களும் பாலியல் தொழிலாளர்களும்தான் இதுபோன்ற சொற்களை அதிகமாகப் பயன்படுத்துவார்கள். இரவுநேரங்களில் வழியோரங்களில் படுத்திருக்கும்போது தொந்தரவு செய்பவர்களிடமிருந்து தங்களைக் காத்துக் கொள்ளவே பெரும்பாலும் இவர்கள் இதுபோன்ற சொற்களை உபயோகிக்கிறார்கள். தொந்தரவு செய்யும் நபர் சிறு அளவிலாவது மானரோசமுள்ளவன் என்றால் அப்பனையும் அம்மையையும் சேர்த்துப் பயன்படுத் தும் இந்தக் கெட்ட வர்த்தைகளைக் கேட்கத் தொடங்கும் போதே பின்வாங்கிவிடுவான். வருபவன் இதற்கெல்லாம் அசைந்து கொடுக்காதவன் என்றால் கெட்ட வார்த்தை அருவி யாகக் கொட்டும். இந்த அபிஷேக மழைக்குப் பயந்தே போலீஸ் காரர்களும் அந்தப் பக்கம் வரமாட்டார்கள்.

நகர்ப்புறங்களின் இருண்டபகுதிகளில் பெரும்பாலான இரவு நேரங்களிலும் கெட்ட வார்த்தைகளின் அணிவகுப்பு நடந்துகொண்டே இருக்கும். இப்படி நடந்துகொள்பவர்கள் பாலியல் தொழிலாளர்கள் மட்டுமல்ல, தமிழ்நாட்டிலிருந்து கணவன் – மனைவியாக குடும்பத்துடன் வேலைதேடி வந்து வீதிகளில் தஞ்சமடைந்துள்ள அனைவருக்குமே இந்தக் கெட்ட வார்த்தைகள்தான் பாதுகாப்பு அரண். ஓரளவு மானமரியாதை யுள்ளவன் என்றால் உடனே ஓடிவிடுவான் என்பதை இவர்கள் தெரிந்துகொண்டதால்தான் இந்த சொல்லபிஷேகம் நீடித்து நிற்கிறது.

எல்லாப் பாலியல் தொழிலாளர்களுமே இது போன்ற வார்த்தைகளைப் பிரயோகிப்பவர்களில்லை. அபூர்வமாகச் சிலரே இதனைப் பயன்படுத்துகிறார்கள். ஆனால், பாலியல் தொழிலாளர்களுக்குப் பொதுவாக இந்த சுபாவமிருப்பதான முன் முடிவுகளே மற்றவர்களிடமிருக்கிறது.

○

சமூகத்தின் உயர்மட்டத்திலுள்ளவர்கள் சிலர் சொல்வ துண்டு 'உன்னைப் பார்த்தால் விபச்சாரிபோலவே தெரிய வில்லை,' என்று. கீழ்மட்டத்து ஆட்கள் 'நீ பெட்டி போலவே இல்லை' என்பார்கள்.

பெட்டி எனும் இந்த வார்த்தைதான் மிகவும் ஏளனமானதும் உதாசீனமானதாகவும் எனக்குப் படுகிறது. விபச்சாரி என்றால், எனக்கான இடம், செய்தொழில், செய்பவள் என்ற பொருள்படும்படியாகவே எனக்குப்படுகிறது. வேலை செய்பவளை வேலைக்காரி என்பது போல், விபச்சாரம் செய்பவள் விபச்சாரி எனப்படுகிறாள். இந்தக் குறியீட்டுச் சொல்லில் மிகப் பெரிய அபவாதமெதுவுமிருப்பதாக எனக்குத் தோன்றவில்லை. ஆனால், பெட்டியென்று குறிப்பிடுவதை நான் அவமானமாக நினைக்கிறேன். இதைவிட ஏளனமான சொல் தாட்டி எனும் சொல். "அவொ ஒரு தாட்டி" என்பது மிகமிகக் கேவலமான உச்சரிப்பு.

பெட்டி என்ற வார்த்தைப் பிரயோகத்துடன் தொடர்புள்ள ஒரு வேடிக்கைச் சம்பவம் எனக்கு நினைவுக்கு வருகிறது. திருச்சூரிலிருந்து குருவாயூருக்கு வந்த ஒரு ஆள் நிறைய சாமான்களை வாங்கியபிறகு அவருக்கு ஒரு பெட்டி தேவைப்பட்டிருக்கிறது. ஒரு ஆட்டோ டிரைவரிடம்போய் "நல்ல ஒரு பெட்டி கிடைக்குமா?" என்று கேட்டிருக்கிறார். ஆட்டோ டிரைவர் அவரை வண்டியிலேற்றி கிழக்கே நடையில் பாலியல் தொழிலாளர்கள் நிற்கும் இடத்திற்கு அழைத்துக்கொண்டு வந்திருக்கிறார். அவர் ஆட்டோவிலிருந்து பார்க்கும்போது ஏராளமான பாலியல் தொழிலாளர்கள் நிற்கிறார்கள். எந்தக் கடையும் இல்லை.

"நீ ஏன் ஆட்டோவை இங்க நிறுத்திட்டே? நான் ஏதாவது கடைக்கு முன்னால கொண்டுவிடச் சொன்னதுக்கு?" என்று கேட்டிருக்கிறார்.

A Peep into the silenced படத்திலிருந்து

"சார், அங்கே நிக்கிற எல்லாருமே பெட்டிகதான். சாருக்குத் தேவைப்பட்ட ஆளை மட்டும் சொல்லுங்க, நான் கூப்பிட்டுக் கேக்குறேன்."

"நீ என்னதான் சொல்றே? நான் கேட்டது பெட்டிப்பா."

ஆட்டோக்காரனுக்குக் குழப்பமாகிவிட்டது.

"சார், கொஞ்சம் தெளிவாச் சொல்லுங்களேன், உங்களுக்கு என்னவேணும்?"

"யப்பா, தம்பீ... நான் கொஞ்சம் சாமான்லாம் வாங்கி வச்சுருக்கேன். அதையெல்லாம் சேத்துவச்சிக் கொண்டு போக எனக்கு ஒரு பெட்டிவேணும்."

ஆட்டோக்காரனின் நிலைமை என்னவாகியிருக்கும்? இந்தச் சம்பவத்தை என்னிடம் சொன்னவனும் அந்த ஆட்டோகாரனேதான்.

○

முத்தங்ஙாவில் ஆதிவாசிமக்களின் மீது துப்பாக்கிச் சூடு நடத்தியதைக் கண்டித்து மானந்தவாடியில் நடந்த மிகப்பெரிய கூட்டமொன்றில் நானும் கலந்துகொண்டேன். அழைப்பின்பேரில்தான் நான் அங்கே சென்றிருந்தேன். அதில் என்னைப் பேச அழைத்தபோது ஒரு இளவயதுப்பெண், ஒலி பெருக்கியின் முன்வந்து நின்று, ஜானுவையும் பாலியல் தொழிலாளர்களையும் ஒரே கண்ணோட்டத்துடன் பார்க்கக் கூடாது என்று சொன்னாள். யாரோ சொல்லிக்கொடுத்து தான் பேசியிருக்கிறாள் என்பது தெளிவாகத் தெரிந்தது. இப்படிப் பட்ட ஒரு சூழலில் என்னால் பிரச்சினையெதுவும் வந்து விடக்கூடாது என்ற எண்ணத்துடன், நான் இங்கே பேசுவதாக இல்லை என்று எழுந்து நின்று அறிவித்துவிட்டேன். ஒழுக்க வாதிகளாகத் தங்களைக் கருதிக்கொள்ளும் அரசியல் வாதிகளும் கூட தீண்டாமைகளை என்னென்ன வடிவங்களில் எல்லாம் கடைப்பிடிக்கிறார்கள் என்பதற்கு இது ஒரு நல்ல உதாரணமா கும். அப்போது கேரளா முழுவதும் நடந்த கண்டனப் போராட்டங்களில் போலீஸ் லத்திசார் ஜும் நடந்தது. போலீசின் இந்த அடக்குமுறைகளைக் கண்டித்து மறுநாள் மாநிலம் தழுவிய ஹர்த்தால் அறிவித்ததன் காரணமாக நான் திரும்பிச் செல்வதில் சிரமம் ஏற்பட்டது. கிடைத்த வண்டியில் தொத்திப் பிடித்து சாயங்காலத்திற்குப் பிறகு கோழிக்கோட்டுக்கு வந்து சேர்ந்தேன். என்னையும் 'சகி' என்ற அமைப்பிலுள்ள ஒரு சமூக சேவகியையும் தவிர என்னுடன் வந்திருந்தவர்கள் தெரிந்தவர்களின் வீடுகளுக்குச் சென்றார்கள். நாங்கள் இருவரும்

'அநேஷி' அலுவலகத்தில் தங்கினோம். இந்தப் பெண் மிகுந்த பதற்றத்துடனிருந்தாள். இரவு முழுவதும் அவள் தூங்கவுமில்லை. மறுநாள் காலையில்தான் இதற்கானக் காரணம் தெரிந்தது. ஒருவேளை, தான் தூங்கிவிட்டால் திருவனந்தபுரத்திற்குச் செல்வதற்கு அவள் வைத்திருக்கும் வண்டிச்சத்தத்தைப் பாலியல் தொழிலாளியான நான் திருடிக்கொள்வேனோ என்று பயந்து விட்டாள்.

○

பி.எஸ்.எச். திட்ட அலுவலகத்தில்தான் ஜுவாலாமுகி தொடங்கப்பட்டது. இரண்டு வருடங்களுக்குப் பிறகு அந்தத் திட்டம் முடிவுக்கு வந்தபோது எங்களுடைய அமைப்பும் முடிவுக்கு வந்தது. பிறகு திருவனந்தபுரத்திலும் எரணாகுளத்திலும் மட்டும்தான் அலுவலகமிருந்தது.

எங்கள் அமைப்புக்கு அலுவலகம் ஏற்படுத்திக் கொள்வதென்பது எளிதான விஷயமல்ல. பி.எஸ்.எச். திட்டத்திற்கும் கூட ஊர்க்காரர்களுக்கு இடம் தருவதில் விருப்பமில்லை. அலுவலகம் அமைப்பதற்கான இடம் தேடுவதில் மைத்ரேயன் மிகவும் சிரமப்பட்டார். தனிப்பட்ட வகையிலான அவரது தொடர்புகளின் காரணமாகவே இடம் கிடைத்தது. எங்களிடம் இந்த விஷயத்தில் பாராமுகம் காட்டுபவர்களில் ஏழை பணக்காரர்கள் என்ற வேறுபாடுகள் கிடையாது. தெருவில் தூங்க விதிக்கப்பட்ட பாலியல் தொழிலாளர்களுக்குத் தலைசாய்க்க ஒரு இடம்வேண்டும் என்ற எண்ணத்துடன், மைத்ரேயனின் முயற்சியில், திருவனந்தபுரத்தில், தலித் காலனியில் கிடைத்த வாடகை வீட்டில்கூட எங்களால் தொடர்ந்திருக்க முடியாமல் போனது. வசதிபடைத்தவர்களை விட உங்களால்தான் பாலியல் தொழிலாளர்களின் பிரச்சினை களைப் புரிந்துகொள்ள இயலும் என்று நாங்கள் சொன்ன நியாயங்கள் எதுவுமே அவர்களிடம் செல்லுபடியாகவில்லை. "கறுப்பாக இருக்கும் எங்கள் பெண்களையும் மற்றவர்கள் பாலியல் தொழிலாளர்களாகவே கருதிவிடுவார்கள். எனவே நீங்கள் உடனடியாக வசதியானவர்கள் வாழும் பகுதிக்குப் போய்விடவேண்டும்" என்பதுதான் அவர்களுடைய பதில். வசதியானவர்கள் வாழும் பகுதியில் இந்தப் பிரச்சினை கிடையா தென்ற அவர்களின் இந்தப் பதிலை எங்களால் மறுக்க முடிய வில்லை. வீட்டைக் காலி செய்தோம்.

கோழிக்கோட்டில் அலுவலகம் தொடங்குவதற்கும் பால்சனின் தனிப்பட்டமுறையிலான தொடர்புகள்தான் பயன்பட்டன. காவல்துறை சம்பந்தமான பிரச்சினைகளிலி

ருந்து எங்களைப் பாதுகாக்க பால்சனின் உறவினரான ஒரு காவல்துறை அதிகாரி உதவியாக இருந்தார்.

தனிப்பட்ட உறவுகளைவிட கூட்டு மனோபாவத்தின் அடிப்படையில் அமைந்திருந்தது ஜ்வாலாமுகிமட்டும்தான். பல்வேறு இடங்களிலிருந்து வந்தவர்கள் என்பதாலும் பி.எஸ்.எச் திட்டத்தைச் சார்ந்தவர்கள் என்பதாலும் இதற்கு மேலும் அதிகமான ஜனநாயகத் தன்மையிருந்தது.

○

நான் தயாரித்த முதல் ஆவணப்படத்தின் பெயர்: ஜ்வாலாமுகிகள். இரண்டாவது: 'நிசப்தராக்கப்பட்டவர் களிலேக்கு ஒரு எத்திநோட்டம்.' (ஊமைகளாக்கப்பட்டவர்கள் மீதான ஒரு பார்வை) இது, காவல்துறையின் அத்து மீறல்களை அடிப்படை அம்சமாகக் கொண்டிருந்தது. பாலியல் தொழி லாளர்களின் அனுபவங்களுடன், வழக்கறிஞர், மருத்துவர், காவல்துறை அதிகாரி, ஆட்டோ ஓட்டுநர், போன்றவர்களுட னான நேர்காணல்களும் இதில் உட்படுத்தப்பட்டன. ஏழு பெண்களும் ஐந்து ஆண்களும் நேர்காணப்பட்டார்கள். இந்த நேர்காணலுக்கான கேள்விகளை நானே கேட்டுப் பேட்டியெடுத்தேன்.

தாய்லாந்திலிருந்து வந்த பிறகு பாலியல் தொழிலாளர் களுக்கான ஒளிப்பதிவுப் பயிற்சிப் பட்டறைகள் ஏற்பாடு செய்யப்பட்டன. முதல் ஆவணப்படம் தயாரிக்கும்போது ஸஜிதா, ரேஷ்மா, கோபகுமார் போன்ற நிறையபேர் உதவி செய்தனர்.

தாய்லாந்தில் திரையிடப்பட்ட பிறகு, திருவனந்தபுரத்தில் 'ரஷ்யன் கல்சுரல் சொசைட்டி'யின் முன்னிலையிலும் மும்பை யில் பாலினச்சிறுபான்மையினர் தொடர்பான உலகத் திரைப் பட விழாவிலும் திரையிடப்பட்டது. மும்பையில் ஆவணப்படத் தயாரிப்பாளர் என்ற வகையில் வி.ஐ.பி.யாகக் கவனிக்கப் பட்டேன். திருவனந்தபுரத்தில் திரையிடப்பட்டபோது ஏசியா நெட் நியூஸ் அவுரில் விருந்தினராக அழைக்கப்பட்டேன்.

இனி, சுதந்திரமான ஏதாவது கதையம்சத்தை வைத்து ஒரு குறும்படம் தயாரிக்கலாம் என்று நினைக்கிறேன்.

சோகமாக இருக்கும்போது நான் தனியாக அமர்ந்து குடிப்பேன். சந்தோஷமாக இருக்கும்போதென்றால் குடிப்பதற்குத் துணை தேவைப்படும். விவாதம் செய்வதற்கும் வீம்பு பிடிப் பதற்கும் வாய்ப்பு வேண்டுமே.

சுப்ரமணியனுடன் அமர்ந்துதான் முதலில் குடிக்கப் பழகினேன். அப்போதெல்லாம் நன்றாகக் குடிப்பேன். சாராய வியாபாரம் செய்யும்போது பல குடிமக்களுடன் பழக முடிந் தது. போதையேறிவிட்டால் குடும்பத்துடனான பரிவு பல குடிமக்களிடமும் அதிகரிப்பதாகவே எனக்குப்பட்டது. அங்கே வைத்து ஒரு பையனுக்கும் எனக்குமிடையே நெருக்கம் உருவானது. தொடுவதையும் தடவுவதையும் தவிர வேறெந்தத் தொடர்பையும் மேற்கொள்வதற்கு அவன் பயந்தான். எனக்கு அதில் பலமுறை ஆர்வம் தோன்றியதுண்டு.

பெரிய ரௌடியாக இருந்த மணலி பரமேஸ்வரனுக்கும் சுப்ரமணியன்மீது பயம்தான். அவன் வந்தால் குடித்துவிட்டுப் பேசாமல் போய்விடுவான்.

தொடர்ந்து குடித்துவந்தபோதும் அந்தப் பழக்கத்திற்கு நான் அடிமையாகிவிடவில்லை. கிடைக்காதபோது தலைவலி என்றெல்லாம் எதுவும் வருவதற்கு நான் இடமளிக்கவில்லை. குடிப்பதோ, தூங்குவதோ, சாப்பிடுவதோ, பயணம் செய்வதோ எதுவாயினும் சரி. என் கைப்பிடிக்குள் அதை வைத்திருந்து மற்றொருவரை சார்ந்திருக்காதபடி கவனமாக இருப்பேன்.

குடிப்பதை நிறுத்தும்படி சமீபத்தில் கூட பலர் உபதேசித்த துண்டு. வேண்டிய சிலரிடம் சத்தியம் செய்துமிருக்கிறேன். ஆனால் யாருக்காகவும் குடிக்காமல் இருக்க என்னால் முடியாது.

அமைப்பு சார்ந்த பணிகளின்போது சுகபோகங்களைப் பற்றிய சிந்தனைகள் கூடாதென்பது பொதுவிதி. பலர் நான் பணம் சம்பாதிக்கிறேனே? ஆகவே எனக்கு மற்ற எந்தப் பொறுப்புமில்லை, செய்யமுடியாது என்றெல்லாம் நம்பிவிடு கிறார்கள். இதற்குச் சோம்பல்தான் காரணமாக இருக்க முடியும். தியாகமெதுவும் செய்யவேண்டாம். எந்தவிஷயங்களாக இருந்தாலும் முடியும்தான். இதைச் செய்யமுடியாது, இதுதான் முடியும் என்றெல்லாம் சொல்லி நாம் சோம்பிக்கொண்டி ருக்கிறோம்.

2003இல் திருவனந்தபுரத்தில் ஏற்பாடு செய்த 'ஆனந்த உற்சவம்' (Festival of Pleasure) மக்களின் கவனத்தை ஈர்க்கவும் விவாதங்களை உருவாக்கவும் செய்தது. முத்தங்ஙாவில் நடந்த போலீஸ் துப்பாக்கிச் சூட்டின் காரணமாக 'Festival of no Pleasure' என்று நிகழ்ச்சியின் பெயரை மாற்றினோம். இந்தியா வின் பல்வேறு பகுதிகளிலிருந்தும் வந்திருந்த பாலியல் தொழிலாளர்களும் ஓரினச் சேர்க்கையாளர்களும் அரவாணி களும் இதில் பங்குவகித்தனர். பதினான்கு அயல்நாடு களிலிருந்து பிரதிநிதிகள் சொந்தச் செலவில் இங்கே வருகை

தந்தார்கள். இதுபோன்ற நிகழ்ச்சிகளின் பின்னணியில் வெளி நாட்டுப் பணம் விளையாடுவதாகச் சொல்லப்பட்ட குற்றச் சாட்டுகளை அடிப்படையற்றதாகக் காட்டும், முழுவரவு – செலவுக் கணக்குகளும் நிகழ்ச்சி நடந்த இடத்தில் பார்வைக்கு வைக்கப்பட்டிருந்தது.

இந்த நிகழ்ச்சியைப் பற்றி இது, மத்தியதர வர்க்கத்தின் அறிவு ஜீவிகள் ஏற்பாடு செய்த ஒரு நிகழ்ச்சி என்பதான ஒரு விவாதம் எழுப்பப்பட்டது. ஆனந்த உற்சவம் என்பதே ஒன்றாகக்கூடிக் கொண்டாடும் விழாதான். இந்த ஒன்று கூடுதலில் எங்களுக்கு உதவியாகச் சிலர் இருந்தார்கள். இ – மெயில் அனுப்பவும் ஆங்கிலத்தில் எழுதவும் மைத்ரேயன் உதவினார். இதற்காகப் பாலியல் தொழிலை எங்களுக்கு மைத்ரேயன்தான் கற்றுத் தந்தார் என்று சொல்லிவிட முடியுமா? மைத்ரேயன் எனக்கு அறிமுகமாவதற்கு முன்பே நான் பாலியல் தொழிலாளியல்லவா? மட்டுமல்ல, அங்கே பாலியல் தொழில் கொண்டாடப்படவில்லை. பாலியல் தொழிலைச் செய்பவர்களும் அல்லாதவர்களும் ஒரே மேடையில் ஒன்று சேர்வதுதான் நிகழ்ச்சி. இந்த இருபிரிவினர்களான நாங்கள் கூப்பிடு தொலைவில்தான் வேறுபட்டிருந்தோம். இந்தவேறு பாட்டினைக் களைந்து ஒன்று சேர ஒரு மேடை அமைந்த போது அதை விழாவாகக் கொண்டாடினோம்.

இந்தக் குற்றசாட்டுகளுடன் வருபவர்களெல்லாம் எங்களை அவர்களது குத்தகைக் காரர்களாக்க முயற்சி செய்பவர்கள் தான். எங்களால் மட்டும்தான் இதையெல்லாம் சிந்தித்துச் செயலாற்ற முடியும் என்று அவர்கள் நினைக்கிறார்கள். பாலியல் தொழிலாளர்கள் இதுவரை கல்வியறிவுள்ளவர்களின் படுக்கை யறைக்குள்தான் இருந்தார்கள். ஆகவே, அவர்களது மொழியும் பிற விஷயங்களும் எங்களுக்கும் தெரியும். இந்த அறிவு ஜீவிகளிடமிருந்து நாங்களும் சிலவற்றைக் கற்றிருக்கிறோம். கூலித்தொழிலாளர்களிடம் மட்டுமல்ல, வியாபாரிகள், காவலர் கள் என்று எல்லாத் தரப்பினர்களுடைய படுக்கையறைகளுக்கும் பாலியல் தொழிலாளர்கள் அழைக்கப்படுவதுண்டு. இப்போதைய பாலியல் தொழிலாளர்கள் பழைய பாலியல் தொழிலாளர் களின் வாரிசுகள் அல்ல. பிளஸ் டூவில் தோற்றவர்கள், படித்தும் வேலை கிடைக்காதவர்கள், ஐம்பதாயிரம் ரூபாய் வரதட்சிணை தருவதாகச் சொல்லி முப்பதாயிரம்தான் கிடைத்தது என்பதற் காகக் கணவனால் விரட்டியடிக்கப்பட்டவர்கள். இதில் பள்ளி ஆசிரியைகள்வரை இருக்கிறார்கள். இவர்களுக்கு நீங்கள் இனி என்ன கற்றுத் தர வேண்டியதிருக்கிறது?

○

பி.எஸ்.எச். திட்டம் வந்த பிறகுதான் பிக் அப் பாயின்ட் என்ற சொற்பிரயோகத்தை நாங்கள் பயன்படுத்தத் தொடங் கினோம். பி.எஸ்.எச். திட்டத்தில் நாங்கள் பங்கு வகிக்கத் தொடங்கியபோது எங்களுக்கு 'காண்டம் டீச்சர்' என்ற பெயர் கிடைத்தது. பங்களாதேஷ் காலனியில் உருவாக்கப் பட்ட 'வனிதா சொசைட்டி' சாரிட்டபிள் சொசைட்டி விதிப்படி பதிவு செய்யப்பட்டு, பாலியல் தொழிலாளர்களை மட்டும் உறுப்பினர்களாகக்கொண்டு அது இயங்கியது. பாலியல் ஆரோக்கிய விழிப்புணர்வும் காண்டம் வினியோகமும் உட்பட்ட சமூகநலச் செயல்பாட்டுத் திட்டங்கள் இதன் மூலம் ஏற்றெடுக்கப்பட்டன. பியர் எஜுகேட்டர்களாக இருப் பதன் மூலம் பாலியல் தொழிலாளர்களுக்கு ஒரு சிறு தொகை கிடைக்கும். வாடிக்கையாளர்கள் உறையுபயோகிக்கத் தயாராக இல்லை என்பதுதான் இதில் முக்கியமான பிரச்சினை. விழிப்புணர்வு ஊட்டும்படியாக இதைப் பற்றி விவரித்துச் சொல்வதால்தான் காண்டம் டீச்சர் என்ற பெயர் வந்தது.

○

மங்கலாபுரத்தில் வைத்துதான் ஆண்களுடன் செல்லும் ஒரு ஆணை முதன் முதலாகப் பார்த்தேன். விசேஷமான ஏதோ ஒன்றைப் பார்ப்பதுபோலிருந்தது எனக்கு. இது, இருபத்தேழு ஆண்டுகளுக்கு முன் நடந்தது. கண்ணில் மை தீட்டி, பொட்டும் வைத்து நடக்கும் சுலைமான். அதே சமயம், அவன் பெண் புரோக்கராகவுமிருந்தான். புரோக்கராக என்னிடம் அவன் அறிமுகமான பிறகுதான் இவனைப்போல் நிறைய பேர்கள் இருப்பதாக அறிந்தேன்.

இப்போது அமைப்பு சம்பந்தமான வேலைகளின் ஒரு பகுதியாக இதுபோன்ற ஏராளமானவர்களை எனக்குத் தெரியும். இன்றைய தினம் கேரளாவில் பெண் பாலியல் தொழிலாளர் களைவிட ஆண் பாலியல் தொழிலாளர்கள்தான் அதிகமாக இருக்கிறார்கள்.

❖